അമിതചിന്ത നിർത്താം

അമിതചിന്ത നിർത്താം

അമിതചിന്ത നിർത്താൻ, സമ്മർദ്ദം ഒഴിവാക്കാൻ, നിഷേധാത്മക വലയങ്ങളിൽ നിന്നു പുറത്തുവരാൻ, മനസ്സിനെ സ്വതന്ത്രമാക്കാൻ, ഈ നിമിഷത്തിൽ ജീവിക്കാൻ 23 തന്ത്രങ്ങൾ

നിക്ക് ട്രെന്റൺ

വിവർത്തനം: എസ്. ജയകൃഷ്ണൻ

MANJUL

മഞ്ജുൾ പബ്ലിഷിങ് ഹൗസ്

First published in India by

MANJUL

Manjul Publishing House

Corporate and Editorial Office

• 2nd Floor, Usha Preet Complex, 42 Malviya Nagar, Bhopal 462 003 - India

Sales and Marketing Office

• C-16, Sector 3, Noida, Uttar Pradesh, 201301, India

Website: www.manjulindia.com

Distribution Centres

Ahmedabad, Bengaluru, Bhopal, Kolkata, Chennai,
Hyderabad, Mumbai, New Delhi, Pune

Malayalam translation rights arranged with PKCS Mind, Inc.
through TLL Literary Agency

Malayalam translation of *Stop Overthinking: 23 Techniques to Relieve Stress, Stop Negative Spirals, Declutter Your Mind, and Focus on the Present* © 2021 by Nick Trenton

This edition first published in India in 2024

ISBN 978-93-5543-502-6

Translated by: S. Jayakrishnan

Printed and bound in India by Repro India Limited

ഉള്ളടക്കം

അദ്ധ്യായം ഒന്ന്

അമിതചിന്ത അമിതമായി ചിന്തിക്കുന്നതിനെക്കുറിച്ചല്ല

ജയിംസ് എന്ന ഒരു യുവാവിനെ സങ്കൽപ്പിക്കുക. അവൻ ദയയുള്ളവനും ബുദ്ധിമാനും സ്വയംബോധമുള്ളവനുമാണ്—ഒരുപക്ഷേ, സ്വയംബോധം ഒരല്പം കൂടുതൽ. ജയിംസ് എപ്പോഴും എന്തിനെക്കുറിച്ചെങ്കിലും ആശങ്കാകുലനാണ്. ഇന്നു ചില ആരോഗ്യപ്രശ്നങ്ങളാണ് അയാളുടെ മനസ്സിനെ അലട്ടുന്നത്. അവയെക്കുറിച്ച് അയാൾ ഓൺലൈനിൽ പരതി. അതോടെ സാദ്ധ്യതകളുടെ ആധിക്യം അയാളെ കൂടുതൽ പരിക്ഷീണനാക്കി. ഈ സന്ദർഭത്തിൽ അയാൾ അയാളുടെ ചിന്ത നിർത്തി സ്വയം പരിശോധിച്ചു : "ഒരുപക്ഷേ ഞാൻ കാര്യങ്ങളെ അമിതമായി ചിന്തിക്കുകയാവാം", അയാൾ ചിന്തിച്ചു.

അങ്ങനെ ആരോഗ്യത്തെക്കുറിച്ചുള്ള ചിന്ത അയാൾ അവസാനിപ്പിച്ചു... എന്നിട്ട് ആരോഗ്യത്തെക്കുറിച്ചുള്ള തന്റെ ചിന്തകളെക്കുറിച്ച് ആശങ്കപ്പെടാൻ തുടങ്ങി. ഒരുപക്ഷേ അയാൾക്കെന്തെങ്കിലും ചികിത്സ ആവശ്യമുണ്ടായിരിക്കും. എന്നാൽ ഏതു തരത്തിലുള്ളത്?

തന്റെ ചിന്തകൾ തനിക്കൊപ്പം സഞ്ചരിക്കുകയാണ്—കൗൺസലിംഗിനുള്ള സാദ്ധ്യതകൾ, തന്നോടുതന്നെയുള്ള തർക്കങ്ങൾ, സ്വയംവിചാരണ, സ്വയംപ്രതിരോധം, സ്വയം ചോദ്യംചെയ്യൽ, അവസാനമില്ലാത്ത ഓർമ്മകളെ അയവിറക്കിക്കൊണ്ടേയിരിക്കൽ, ഊഹാപോഹങ്ങൾ, ഭയങ്ങൾ. അയാൾക്കുള്ളിൽ അങ്ങനെ ഉള്ള ഒരുപാട് കൊടുമ്പിരിക്കൊള്ളുന്ന ചർച്ചകൾ നടക്കുന്നു. എല്ലാം നിർത്തിയിട്ട് അയാൾ സ്വയം പരിശോധിക്കാൻ തുടങ്ങി. ഇതാണോ യഥാർത്ഥത്തിലുള്ള ഉത്കണ്ഠ? അകാരണമായ ആക്രമണം? അതല്ലെങ്കിൽ താൻ ഇതുവരെ തിരിച്ചറിയാത്ത സ്കിസോഫ്രീനിയ എന്ന മാനസികരോഗം. തന്നെപ്പോലെ മറ്റാരും ഇങ്ങനെ വെറുതെ വിഷമിക്കുന്നില്ലെന്ന് അയാൾ ചിന്തിച്ചു. ശരിയല്ലേ? യഥാർത്ഥത്തിൽ, ആ ചിന്ത കടന്നുവരുമ്പോൾ, അയാളെ മറ്റുള്ളവർ കുറ്റപ്പെടുത്തിയ കോടിക്കണക്കിനു സന്ദർഭങ്ങൾ തിങ്ങിനിറയുകയാണ്.

പിന്നെ, തന്റെ എല്ലാ അബദ്ധങ്ങൾക്കും മീതെ അയാൾ

ഭൂതക്കണ്ണാടി വച്ചിട്ട് മനസ്സിലുള്ള ഓരോന്നും മറിച്ചുനോക്കുവാനാരംഭിച്ചു. വെറുതെ വിട്ടുകളയാനാവില്ല എന്ന വസ്തുതയാൽ പീഡിപ്പിക്കപ്പെട്ടു താനെങ്ങനെ ഇങ്ങനെയായി എന്ന് അദ്ഭുതപ്പെടുന്നു. ഇതുകഴിഞ്ഞ് ഒരു മണിക്കൂറിനു ശേഷവും, തന്റെ ആരോഗ്യപ്രശ്നത്തെക്കുറിച്ചൊരു തീരുമാനമെടുക്കുന്നതിന്റെ അടുത്തുപോലുമെത്തിയില്ലെന്നു നിരാശയോടെ അയാൾ മനസ്സിലാക്കുന്നു. തൽക്ഷണം വിഷാദത്തിലേക്കു വീഴുന്നു. ഉള്ളിൽനിന്നു നിഷേധസ്വരങ്ങളുടെ കൊടുങ്കാറ്റുയരുന്നു. ഇതെപ്പോഴും സംഭവിക്കുന്നുവെന്ന് അയാൾ സ്വയം പറഞ്ഞുകൊണ്ടേയിരിക്കുന്നു. തനിക്കൊരിക്കലും കാര്യങ്ങൾ സ്വയം ക്രമീകരിക്കാനാകുന്നില്ലെന്നും താനൊരു ഞരമ്പുരോഗിയാണെന്നും അയാൾ കരുതുന്നു.

ഹോ!! തന്റെ ചുമലിൽ അൽപ്പം വിചിത്രമായൊരു മറുകുണ്ടെന്നതല്ലാതെ, ഈ മാനസികവ്യഥയും സ്വയംപീഡനവും തുടങ്ങിയതിനു മറ്റു കാരണമൊന്നും ജെയിംസിന് കാണാനാവില്ല!

ശക്തവും അമിതോത്തേജിതവും അതിബുദ്ധികേന്ദ്രീകൃതവുമായ ലോകത്താണ് നമ്മൾ ജീവിക്കുന്നത്. അമിതചിന്ത നമ്മുടെ സാധാരണ വൈജ്ഞാനികസഹജാവബോധത്തെക്കൊണ്ടു കൂടുതൽ പണിയെടുപ്പിക്കുന്നു. ചിന്താപഥത്തിൽ നമുക്കു നിയന്ത്രണം തെറ്റുമ്പോഴാണ് അമിതചിന്തകളുണ്ടാകുന്നതും ദുരിതത്തിൽ വീഴുന്നതും. ജീവിതത്തെയും അവനവനെയുംകുറിച്ചുള്ള അവസാനിക്കാത്ത ചിന്തകൾ സാധാരണയായി ആവശ്യമില്ലാത്തതും തടയാനാകാത്തതും സ്വയം പരാജയപ്പെടുത്തുന്നതുമാണ്. സാധാരണയായി നമ്മുടെ മസ്തിഷ്കം പ്രശ്നങ്ങൾ പരിഹരിക്കാനും കാര്യങ്ങളെ വ്യക്തതയോടെ കാണാനും സഹായിക്കുകയാണ് ചെയ്യുന്നത്. എന്നാൽ അമിതചിന്ത നേർവിപരീതമായി ആണ് പ്രവർത്തിക്കുക.

നിങ്ങളതിനെ ഉത്കണ്ഠ, വേവലാതി, സമ്മർദ്ദം, അഭ്യൂഹം, ആസക്തി എന്നൊക്കെ വിളിച്ചാലും, അമിതചിന്തയെന്ന ഭയാനകമായ സവിശേഷസ്വഭാവം നമ്മെ ഒരുതരത്തിലും സഹായിക്കുന്നില്ല. അമിതചിന്തയുടെ ഉത്തമ മാതൃകയിൽ അത് ഇരട്ടിച്ചുകൊണ്ടേയിരിക്കും. അല്ലെങ്കിൽ അവസാനിക്കാത്ത പുറ്റുകളായി കെട്ടിവരിയും. ചിന്തകൾ നുഴഞ്ഞുകയറുന്നതായി തോന്നും.

നിങ്ങൾ അമിതചിന്ത കൊണ്ടു വലയുകയാണോ? അത് നിങ്ങളുടെ പ്രശ്നമാണെന്നു തിരിച്ചറിയാൻ പോലും ചിലപ്പോൾ കഴിഞ്ഞെന്നുവരില്ല. കാരണം, ഇപ്പോഴത്തെ ആശങ്കകളെല്ലാം തനിക്കുൾക്കൊള്ളാൻ കഴിയുന്നുണ്ടെന്ന് സ്വയം വിശ്വസിപ്പിക്കു

ന്നതിൽ അമിതചിന്തക്കാർ മിടുക്കരാണ്. ഉൾക്കൊള്ളാൻ കഴിയുന്ന അടുത്ത ആശങ്ക വരുന്നതുവരെ മാത്രമാകും ഇത്! സാധാരണമായ ഉത്കണ്ഠ, വിഷാദം തുടങ്ങിയ മാനസികാരോഗ്യപ്രശ്നങ്ങളുടെ ലക്ഷണവും പ്രകടനവുമായി അമിതചിന്ത പ്രത്യക്ഷപ്പെടാം. ഈ അവസ്ഥയൊന്നുമില്ലെങ്കിലും നിങ്ങൾ അമിതചിന്തകരാകാമെന്നതാണ് വാസ്തവം.

അമിതചിന്ത അങ്ങേയറ്റം ദോഷം ചെയ്യുന്ന മാനസികാവസ്ഥയാണ്. വിലയിരുത്തലായാലും വിധിയെഴുത്തായാലും നിരീക്ഷണമായാലും മൂല്യനിർണ്ണയമായാലും നിയന്ത്രണമായാലും ആശങ്കപ്പെടലായാലും—അതല്ലെങ്കിൽ ജയിംസിന്റെ കാര്യത്തിലെന്നപോലെ ഇതെല്ലാമായാലും!

അമിതചിന്ത നിങ്ങൾക്കൊരു പ്രശ്നമാണെന്ന് തിരിച്ചറിയണമെങ്കിൽ :

- നിങ്ങൾ ഓരോ നിമിഷവുമുള്ള നിങ്ങളുടെ ചിന്തകളെക്കുറിച്ച് പലപ്പോഴും ബോധവാന്മാരാണ്.
- നിങ്ങൾ ഉപരിചിന്തയിലൂടെ കടന്നുപോകുന്നു, അതായത്, നിങ്ങൾ നിങ്ങളുടെ ചിന്തകളെക്കുറിച്ചു ചിന്തിക്കുന്നു.
- നിങ്ങൾ നിങ്ങളുടെ ചിന്തകളെ നിയന്ത്രിക്കാനും വഴിതിരിച്ചുവിടാനും കഠിനമായി ശ്രമിക്കുന്നു.
- സ്വാഭാവിക ചിന്തകളിൽ വിഷമിക്കുകയോ ഇഷ്ടപ്പെടാതിരിക്കുകയോ ചെയ്യുകയും പലപ്പോഴും ചില ചിന്തകൾ അനാവശ്യമാണെന്നു കരുതുകയും ചെയ്യുക.
- നിങ്ങൾക്കായി ചിന്തിക്കുന്നതു പലപ്പോഴും വിരുദ്ധ പ്രേരണകളുടെ പോരാട്ടമായി അനുഭവപ്പെടുന്നു.
- നിങ്ങൾ ഇടയ്ക്കിടെ ചിന്തകളെ ചോദ്യം ചെയ്യുകയും സംശയിക്കുകയും, വ്യാഖ്യാനിക്കുകയും, വിധിയെഴുതുകയും ചെയ്യുന്നു.
- പ്രതിസന്ധി ഘട്ടങ്ങളിൽ മിക്കപ്പോഴും നിങ്ങളെയും നിങ്ങളുടെ ചിന്തകളെയും പ്രശ്നകാരണമായി കരുതുന്നു.
- നിങ്ങളുടെ ചിന്തകളെ മനസ്സിലാക്കുന്നതിൽ ഊന്നൽ കൊടുക്കുകയും നിങ്ങളുടെ മനസ്സിന്റെ ഉൾപ്രവർത്തനങ്ങളിലേക്ക് ഇറങ്ങിച്ചെല്ലുകയും ചെയ്യുന്നു.

- തീരുമാനങ്ങളെടുക്കുന്നതിൽ വിഷമിക്കുകയും നിങ്ങളുടെ തെരഞ്ഞെടുപ്പുകളുടെ ആധികാരികതയിൽ സംശയിക്കുകയും ചെയ്യുന്നു.
- നിങ്ങൾ വിഷമിക്കുകയും ആശങ്കപ്പെടുകയും ചെയ്യുന്ന ഒരുപാടു കാര്യങ്ങളുണ്ട്.
- നിഷേധചിന്തകളിൽ ഒരുപാടു മുഴുകുന്നതായി നിങ്ങൾ തിരിച്ചറിയുന്നു.
- ഇനി നിങ്ങൾക്കൊന്നും ചെയ്യാനില്ലാത്ത, ഭൂതകാലത്തെ ഒരു ചിന്തയിലേക്ക് നിരവധി തവണ വീഴുന്നത് നിങ്ങൾക്കു തടയാനാകുന്നില്ലെന്ന അനുഭവം.

മേൽപ്പറഞ്ഞവയിൽ ചില കാര്യങ്ങൾ നല്ലതാണെന്ന് വാദിക്കാവുന്നതാണെന്ന് നിങ്ങൾ ശ്രദ്ധിച്ചിട്ടുണ്ടാകും—കൂടുതൽ അവബോധവും മനസ്സാന്നിദ്ധ്യവും വളർത്തിയെടുക്കാൻ നമ്മളെല്ലാവരും ആഗ്രഹിക്കുന്നില്ലേ? ആലോചനയില്ലാത്ത പ്രതികരണങ്ങളെ ചോദ്യം ചെയ്യുന്നതും സ്വയം വലിയ ചോദ്യങ്ങൾ ചോദിച്ച് മികച്ച തീരുമാനങ്ങളിലേക്കെത്തുന്നതും നല്ലതല്ലേ? നമുക്കു ഗുണകരമായതിലധികവും ഉയരെയും അപ്പുറവും ചിന്തിക്കുന്നതാണ് അമിതചിന്ത എന്നതിന്റെ സാരം.

ചിന്തിക്കാൻ കഴിയുക എന്നത് ആശ്ചര്യകരമായ സമ്മാനമാണ്. സ്വയം പ്രതിഫലിപ്പിക്കാനും വിശകലനം ചെയ്യാനും സ്വന്തം ചിന്താരീതികളെപ്പോലും ചോദ്യം ചെയ്യാനുമുള്ള കഴിവാണ് മനുഷ്യനെ നിർവ്വചിക്കുന്ന ഏറ്റവും വലിയ കഴിവും നമ്മുടെ മിക്ക വിജയത്തിന്റെയും കാരണവുമെന്നും വേണമെങ്കിൽ വാദിക്കാം. ചിന്ത ഒരു ശത്രുവല്ല. അസാധാരണമാംവിധത്തിലുള്ള വളരെ സഹായകരമായ ഒരുപകരണമാണ് നമ്മുടെ തലച്ചോറ്. പക്ഷേ, നമ്മൾ *അമിത*ചിന്തകളിൽ മുഴുകുമ്പോൾ അതിന്റെ കഴിവിനെ തുരങ്കം വയ്ക്കുകയാണ്.

മാനസിക പിരിമുറുക്കത്തിനും വേദനയ്ക്കുമുള്ള കാരണങ്ങൾ

തലച്ചോറ് ഇത്രയും അദ്ഭുതകരമായ ഒരു സാധനവും, ചിന്ത വളരെ പ്രയോജനപ്രദവുമാണെങ്കിൽ മനുഷ്യർ അമിതചിന്തയിലേക്ക് എളുപ്പത്തിൽ വഴുതുന്നതും ഇതു സാധാരണമായിരിക്കുന്നതും എന്തു

കൊണ്ടാണ്? കാലങ്ങളായി ആളുകൾ (മിക്കവാറും അമിതചിന്ത ക്കാർ) അവരുടെ സിദ്ധാന്തങ്ങൾ അവതരിപ്പിക്കുന്നുണ്ട് : ഒരുപക്ഷേ, അമിതചിന്ത, ചികിത്സിച്ചുമാറ്റാവുന്ന മോശം സ്വഭാവമോ, സ്വഭാ വസവിശേഷതയോ, മനോരോഗമോ ആകാം. യഥാർത്ഥത്തിൽ, ഒരാൾ അമിതമായി ചിന്തിക്കുന്നതിന്റെ കാരണംതന്നെ അമിത ചിന്തകരുടെ പ്രിയപ്പെട്ട വിഷയവും അഭിനിവേശവുമാകാം—*എന്തു കൊണ്ട്, എന്തുകൊണ്ട്, എന്തുകൊണ്ട്* ഞാനിങ്ങനെയായി?

നിങ്ങൾ ഈ പുസ്തകം കൈയിലെടുത്തിട്ടുണ്ടെങ്കിൽ, എങ്ങ നെയാണ് സ്വന്തം മസ്തിഷ്കം നിങ്ങളെയും കൊണ്ട് പലായനം ചെയ്യുന്നതെന്ന കാര്യം നിങ്ങളെ വിഷമിപ്പിക്കുന്നുണ്ടായിരിക്കാം. എന്നാൽ ഇതിനു പരിഹാരമുണ്ട്. സമ്മർദ്ദത്തിൽ നിന്നും, നാശ ത്തിൽ നിന്നും, ശാന്തവും, വ്യക്തവുമായ തീരത്തേക്കുള്ള *വഴികളുണ്ട്*. ആദ്യം ശ്രദ്ധിക്കേണ്ടത് വലിയൊരു കാര്യമാണ് : **അമിതചിന്തക ളുടെ കാരണങ്ങൾതന്നെ ചിലപ്പോൾ അമിതചിന്തയിലേക്കു നയി ക്കുന്നു.** എന്താണിതിനർത്ഥം? ജയിംസിന്റെ ഉദാഹരണം തന്നെ നോക്കാം. മുതുകത്തെ ഭീതിജനകമായ മറുകിന് അയാളുടെ അമിത ചിന്തകളുമായി യാതൊരു ബന്ധവുമില്ല. ഇരുപത്തിമൂന്നു വർഷം മുമ്പ് ശരിയായ മനശ്ശാസ്ത്രജ്ഞനെ തിരഞ്ഞെടുക്കുന്നതിലും അദ്ദേഹം എന്തു പറഞ്ഞു എന്നതിലും മറുകിന് പങ്കില്ല. ഒരു മോശം മനുഷ്യ നായെന്നുള്ള കുറ്റബോധത്തിലും അതിനു പങ്കില്ല.

ഈ ചിന്തകളെല്ലാം അമിതചിന്തയുടെ *ഫലമാണ്*. നമ്മൾ ഊഹാപോഹങ്ങളിൽ കുടുങ്ങുമ്പോൾ ചിന്തകളാണ് കുഴപ്പക്കാരെന്നു തോന്നിയേക്കാം. "എന്നെ കുഴയ്ക്കുന്ന പ്രശ്നം പരിഹരിക്കാനായാൽ എല്ലാം ശാന്തവും സുന്ദരവുമാകും" എന്ന് നമ്മൾ നമ്മളോടുതന്നെ പറയുന്നു. പക്ഷേ, ആ പ്രശ്നം പരിഹരിക്കുന്നതോടെ മറ്റൊന്ന് അതിവേഗം അതിന്റെ സ്ഥാനം ഏറ്റെടുക്കുകയാണ് ചെയ്യുന്നത്. കാരണം അത് ഒരിക്കലും അമിതചിന്തയുടെ കാരണമായിരുന്നില്ല, മറിച്ച് അതിന്റെ ഫലമാണ്.

യഥാർത്ഥത്തിൽ എന്താണ് സംഭവിക്കുന്നതെന്നു കൃത്യമായി തിരിച്ചറിയാത്തതിനാൽ അമിതമായി ചിന്തിക്കുന്ന പലരും അമി തമായി പ്രവർത്തിക്കുന്ന തലച്ചോറിന്റെ കാരുണ്യത്തിലാണ്. ഒരു പ്രശ്നം പരിഹരിക്കാൻ അവർ തീവ്രമായി ആഗ്രഹിക്കുന്നു. എന്നാൽ പ്രശ്നം എന്താണെന്നതിനെക്കുറിച്ചുള്ള അവരുടെ വിലയിരുത്ത ലാണ് യഥാർത്ഥ പ്രശ്നമെന്ന് തിരിച്ചറിയുന്നില്ല. അതിനാൽ, നിങ്ങൾ ഏതെങ്കിലും സാങ്കല്പിക പരിഹാരത്തിൽ മുറുകെപ്പിടിക്കുകയും

അത് നടപ്പാക്കാനായി ഊർജ്ജം മുഴുവൻ ചെലവാക്കുകയും ചെയ്യും. ഒടുവിൽ, തുടങ്ങിയപ്പോഴുള്ള സമ്മർദ്ദത്തിൽ തന്നെയാണിപ്പോഴു മെന്ന് തിരിച്ചറിയുമെന്നു മാത്രം!

അമിതചിന്തയെ വിജയകരമായി നേരിടാൻ കഴിയുമെന്നു നിങ്ങൾ പ്രതീക്ഷിക്കുന്നുണ്ടെങ്കിൽ, നമ്മുടെ സ്വന്തം ചിന്താഗതിയിൽ നിന്നുകൊണ്ട് പ്രശ്നം പരിഹരിക്കാൻ ശ്രമിക്കുന്നതിനുപകരം ഒരുപടി പിന്നോട്ടു പോകേണ്ടതുണ്ട്. ഇനി ഈ പുസ്തകത്തിൽ, അമിത ചിന്തയെക്കുറിച്ചു സംസാരിക്കുമ്പോൾ, *ഉത്കണ്ഠ*യെക്കുറിച്ചാണ് സംസാരിക്കുക എന്ന അനുമാനത്തിലാണ് മുന്നോട്ടുപോകുന്നത്. ഉത്കണ്ഠയെ രോഗമെന്ന നിലയിൽ ഡോക്ടർ കണ്ടെത്തിയിട്ടില്ലെ ങ്കിലും ആളുകൾക്ക് അമിതചിന്തയുണ്ടാകാം. പക്ഷേ, തുടർന്നുള്ള അദ്ധ്യായങ്ങളിൽ ഉത്കണ്ഠയെ ആണ് മൂലകാരണമായി (*എന്തു കൊണ്ട്*) കാണുന്നതും അതിന്റെ ഫലമാണ് (*എങ്ങനെ*) അമിത ചിന്ത. അങ്ങനെയെങ്കിൽ, ഉത്കണ്ഠ എവിടെനിന്നാണു വരുന്നത്?

അത് നിങ്ങളാണോ?

ഉത്കണ്ഠയുടെ കാരണങ്ങളെക്കുറിച്ചുള്ള ഗവേഷണം നടന്നുകൊ ണ്ടിരിക്കുന്നു. വ്യക്തിത്വത്തിന്റെയോ ജീവശാസ്ത്രപരമായ മുൻധാര ണയുടേയോ—സമാനമായ ഉത്കണ്ഠയുള്ള നിങ്ങളുടെ മാതാപി താക്കളിൽ നിന്നും നിങ്ങൾക്കു പാരമ്പര്യമായി ലഭിച്ച ഒന്ന്—കാര്യമാണിതെന്നാണ് വിരുദ്ധസിദ്ധാന്തങ്ങൾ സൂചിപ്പിക്കുന്നത്. മാനസികവും (വിഷാദം പോലെ) ശാരീരിക (കുടൽപ്പുണ്ണ് പോലെ) വുമായ മറ്റു വൈകല്യങ്ങൾ കൊണ്ടും ഉത്കണ്ഠയുണ്ടാകാം. സ്ത്രീവി ഭാഗങ്ങളിൽ ഇത് കൂടുതലാകാമെന്നും നിരീക്ഷിച്ചിട്ടുണ്ട്. ഭക്ഷണ ശീലം, സമ്മർദ്ദം നിറഞ്ഞ ജീവിതം, കഴിഞ്ഞകാല ദുരനുഭവങ്ങൾ എന്നിവയ്ക്കുപുറമെ സംസ്കാരത്തിനുപോലും ഇതിലൊരു പങ്കുണ്ട്.

മാർക്കസ് ഇ റയ്ഷൽ എന്ന ന്യൂറോസയന്റിസ്റ്റാണ് ഡിഫോൾട്ട് മോഡ് നെറ്റ്‌വർക്ക് എന്ന സംജ്ഞയുടെ ഉപജ്ഞാതാവ്. പ്രത്യേകിച്ചൊന്നും ചെയ്യാനില്ലാത്തപ്പോൾ തലച്ചോറ് ചെയ്യുന്നതാ ണിതെല്ലാം എന്ന് ഇതിനെ വിലയിരുത്താം. പ്രത്യേകിച്ചൊരു ജോലിയും ഏറ്റെടുക്കാനില്ലെങ്കിൽ, മസ്തിഷ്കം തന്റെ സ്ഥാനം ഉറപ്പിക്കാനും നില നിൽപ്പിനുമായി സാമൂഹിക അറിവുകളും ഓർമ്മകളും അയവിറക്കി ക്കൊണ്ടേയിരിക്കും. ഈ രീതിയിൽ, മസ്തിഷ്കം നിലനിൽപ്പിനായി പരിണമിക്കുന്നുവെന്നു പറയാം. പക്ഷേ സന്തോഷിക്കുന്നില്ല.

മാനസികമായ നിഷ്ക്രിയാവസ്ഥ കൂടുതൽ മറ്റു പ്രക്രിയകൾക്കായി ഉപയോഗിക്കുന്നു—എന്തെങ്കിലും പ്രക്രിയ ഉണ്ടെങ്കിലും ഇല്ലെങ്കിലും. ഫിസിസിസ്റ്റ് മിഷിയോ കാകു പറയുന്നു : “മനുഷ്യന്റെ തലച്ചോറിൽ 100 ദശലക്ഷം ന്യൂറോണുകളുണ്ട്. ഓരോ ന്യൂറോണും മറ്റു പതിനായിരക്കണക്കിന് ന്യൂറോണുകളുമായി ബന്ധപ്പെട്ടിരിക്കുന്നു. അറിയപ്പെടുന്ന ഈ പ്രപഞ്ചത്തിലെ ഏറ്റവും സങ്കീർണ്ണമായ സാധനമാണ് നിങ്ങളുടെ ചുമലിൽ ഇരിക്കുന്നത്.”

കില്ലിംഗ്സ്‌വർത്തും ഗിൽബർട്ടും ചേർന്ന് ‘അലയുന്ന മനസ്സ് അസന്തുഷ്ടമാണ്’ എന്ന തലക്കെട്ടിൽ 2010-ൽ പ്രസിദ്ധീകരിച്ച പ്രബന്ധത്തിൽ പറയുന്നത്, മസ്തിഷ്കം യഥാർത്ഥത്തിൽ *സംഭവിച്ച* കാര്യങ്ങളേക്കാൾ *സംഭവിക്കാത്ത* കാര്യങ്ങളെ മനനം ചെയ്യാനാണ് കൂടുതൽ സമയം ചെലവഴിക്കുന്നത് എന്നാണ്. അതിലപ്പുറം, അങ്ങനെ ചെയ്യുന്നത് പൊതുവായി അസന്തുഷ്ടിയിലേക്കു നയിക്കുന്നു. ഉത്കണ്ഠയും വിഷാദവും ബാധിച്ചവരുടെ ഡിഫോൾട്ട് മോഡ് നെറ്റ്‌വർക്ക് (ഡിഎംഎൻ) മറ്റുള്ളവരേക്കാൾ വളരെ സജീവമാണെന്നാണ് ബ്രോയ്ഡും മറ്റുള്ളവരും ചേർന്ന് 2008-ൽ *ന്യൂറോസയൻസ് ബിഹേവിയർ റിവ്യൂ*-വിൽ അവതരിപ്പിച്ച പ്രബന്ധത്തിലെ കണ്ടെത്തൽ. അല്ലെങ്കിൽ, കൂടുതൽ ഡിഎംഎൻ പ്രവർത്തനമുള്ളവരിൽ വിഷാദം ഉടലെടുക്കുന്നു എന്നും നമുക്കു വ്യാഖ്യാനിച്ചുകൂടെ?

പണം, ജോലി, കുടുംബം, ബന്ധങ്ങൾ, പ്രായമാകൽ, സമ്മർദ്ദത്തിലാഴ്ത്തുന്ന ജീവിതാനുഭവങ്ങൾ എന്നിവയെക്കുറിച്ചെല്ലാം ആളുകൾ ഉത്കണ്ഠാകുലരാണ്. ഇക്കാര്യങ്ങളെല്ലാം ഉത്കണ്ഠയുടെയും അമിതചിന്തയുടെയും കാരണങ്ങളാണോ അതോ ഫലങ്ങളാണോ എന്ന് വീണ്ടും ചോദിക്കേണ്ടിവരും. എല്ലാത്തിലുമുപരി, സാമ്പത്തികവും കുടുംബപരവുമായ വൻ സമ്മർദ്ദം നേരിടുന്ന പലർക്കും ഉത്കണ്ഠയോ അമിതചിന്തയോ ഇല്ല. പുറമെനിന്നു നോക്കുമ്പോൾ അത്തരമൊരു വൈകാരികാവസ്ഥയ്ക്കു കാരണമൊന്നുമില്ലാത്ത പലരും വിഷാദത്തിനു അടിമപ്പെടുകയും ചെയ്യുന്നു.

എല്ലാ സിദ്ധാന്തങ്ങൾക്കും അതിന്റേതായ സ്ഥാനമുണ്ടെന്നും വിഷാദമെന്നാൽ *ബഹുതലസ്പർശി*യാണെന്നും—വ്യത്യസ്ത കാരണങ്ങളുടെ മിശ്രിതഫലം—അവയ്ക്ക് പരസ്പരം ഇടപെടാനായി രസകരമായ വഴികളുണ്ടെന്നുമുള്ള സമീപനമാണ് ഇഷ്ടംപോലെയുള്ള ഗവേഷണങ്ങളെ മനസ്സിലാക്കാനായി ഞങ്ങൾ സ്വീകരിച്ചിരിക്കുന്നത്.

നിങ്ങളെന്തുകൊണ്ടാണ് ഉത്കണ്ഠാകുലരായിരിക്കുന്നത് എന്നതിന്റെ ആദ്യത്തെ പ്രധാനകാരണം പ്രകൃതിയും പരിപോഷണവും

എന്നതിലാണ്. മറ്റൊരുവിധത്തിൽ പറഞ്ഞാൽ, ഉത്കണ്ഠയുടെ പ്രധാനകാരണം വ്യക്തിയെന്ന നിലയിൽ നിങ്ങളിലുള്ള ആന്തരിക ഘടകങ്ങളാണ്. അത് ഈ നിമിഷം ബോധ്യമായെന്ന വരികില്ലെങ്കിലും.

ഉത്കണ്ഠയെക്കുറിച്ചുള്ള പൊതുവിശദീകരണത്തോടെ നമുക്ക് തുടങ്ങാം : ജനിതകം.

ഒരു വിദഗ്ധനും ഉത്കണ്ഠയ്ക്കുള്ള ഏതെങ്കിലും *ഒരു* ജനിതക കാരണം അങ്ങേയറ്റത്തെ ഉറപ്പോടെ കണ്ടെത്തിയിട്ടില്ലെന്നതാണ് വാസ്തവം. എങ്കിലും, ഒരു ജനിതകഘടകം ഗവേഷകർ കണ്ടെത്തിയിട്ടുണ്ട്. ക്രോമസോം-9 ഉത്കണ്ഠ വളർത്തുന്നതുമായി ബന്ധപ്പെട്ട ജീനുകൾ വഹിക്കുന്നതായി പർവ്സ് തുടങ്ങിയവർ 2019-ൽ *മോളികുലാർ സൈക്യാട്രി*യിലെ പ്രബന്ധത്തിൽ വാദിക്കുന്നു. പക്ഷേ, ഈ ജീനുകളുണ്ടെന്നതിനാൽ നിങ്ങളിൽ ഉത്കണ്ഠ വളർത്തുമെന്ന അർത്ഥമില്ല.

ഈ പ്രബന്ധത്തിൽ പറയുന്നത് ഉത്കണ്ഠയ്ക്ക് 26 ശതമാനം പാരമ്പര്യനിരക്കുണ്ടെന്നാണ്. ആളുകൾക്ക് ഉത്കണ്ഠാരോഗം പിടിപെടുമോ ഇല്ലയോ എന്നതിന്റെ വ്യതിയാനത്തിന്റെ 26 ശതമാനം ജനിതകം വഴി വിശദീകരിക്കാമെന്നാണ് ഇതിനർത്ഥം. ഇതൊരു ചെറിയ സംഭാവന മാത്രമാണെന്ന് നിങ്ങൾ സമ്മതിക്കുമെന്ന് എനിക്കുറപ്പാണ്—ബാക്കിയുള്ള 74 ശതമാനത്തെക്കുറിച്ച് എന്താണ് പറയാനുള്ളത്? കുടുംബചരിത്രം, ഭൂതകാലാനുഭവം, ഇപ്പോഴത്തെ ജീവിതശൈലി തുടങ്ങിയ നിങ്ങളുടെ പരിസ്ഥിതിയിലേക്കാണ് ഇതു വിരൽചൂണ്ടുന്നത്. ഇത്തരത്തിലുള്ള ഗവേഷണം വിഷമം പിടിച്ചതാവും. കാരണം, മാതാപിതാക്കളിൽ നിന്ന് ഉത്കണ്ഠ പകർന്നു കിട്ടാൻ രണ്ടു മാർഗങ്ങളുണ്ട്. ഒന്ന് ജനിതകഘടനയിലൂടെയാണ്, മറ്റൊന്ന് നിങ്ങളെ വളർത്തുന്ന രീതിയിലൂടെയുമാണ്, നമ്മുടെ സ്വഭാവം രൂപപ്പെടുന്ന കാലത്തെ അനുഭവങ്ങൾ തുടങ്ങിയവയിലൂടെ.

ഉത്കണ്ഠ എന്ന സ്വഭാവവിശേഷമുള്ള രക്ഷിതാവാണ് നിങ്ങൾക്കെങ്കിൽ അതേ അവസ്ഥ നിങ്ങൾക്കും വരാൻ സാദ്ധ്യത ഏറെയാണ്. അപ്പോഴും ഇതു സാദ്ധ്യതകളുടെ കളിയാണ്. നിങ്ങൾക്കൊരിക്കലും രക്ഷപ്പെടാൻ കഴിയാത്ത നിശ്ചിതവിധിയിലേക്കു നയിക്കുന്ന ഉത്കണ്ഠാജീൻ ഇല്ലതന്നെ. നമുക്കു പ്രായമാകുന്നതിനനുസരിച്ചും നമ്മൾ ജീവിക്കുന്ന പരിസരം മാറുന്നതിനനുസരിച്ചും നമുക്കുമേലുള്ള ജീനുകളുടെ സ്വാധീനം കുറഞ്ഞുവരുന്നതായി ഇപ്പോൾ തെളിവുക

ളുണ്ട്. ഉത്കണ്ഠയെ നിയന്ത്രിച്ച് നല്ല ജീവിതം നയിക്കുന്നതെങ്ങനെയെന്ന് എല്ലായ്പ്പോഴും പഠിക്കാനാവും. ചില അപകടസാദ്ധ്യതകളെക്കുറിച്ചും മുൻകരുതലുകളെക്കുറിച്ചും അവബോധം ഉണ്ടായിരിക്കണമെന്നുമാത്രം.

ജീനുകൾ കഥയുടെ ഒരു ഭാഗം മാത്രമേ ആകുന്നുള്ളൂ എന്നാണ് എപിജനറ്റിക്സ് എന്ന ശാസ്ത്രശാഖ ഇപ്പോൾ നമ്മോടു പറയുന്നത്. നമ്മൾ ജനിക്കുമ്പോഴുള്ള ഡിഎൻഎ ഘടന ജീവിതാനുഭവങ്ങളിലൂടെയും പരിസ്ഥിതിയുമായുള്ള പ്രതിപ്രവർത്തനങ്ങളിലൂടെയും മാറിവരുന്നു. മെഥിലേഷൻ പോലുള്ള തന്മാത്രാപ്രവർത്തനത്തിലൂടെ ചില ജീനുകൾ സജീവമാകുകയോ നിർജീവമാകുകയോ ചെയ്യാം.

മെഥിലേഷനിലൂടെ ജീവിതാനുഭവങ്ങൾക്ക് ജീനുകളുടെ ആവിഷ്കാരം തടയാനാകുമെന്നും മെഥിലേഷന്റെ മാതൃക തലമുറകളിലൂടെ കൈമാറാനാകുമെന്നും എപിജനറ്റിക് ഗവേഷകർ കണ്ടെത്തിയിട്ടുണ്ട്.

അമിതചിന്ത ജനിതകസ്വഭാവമാണോ? അതെ. പക്ഷേ ജനിതകം മാത്രമല്ല. ആ 74 ശതമാനത്തിലേക്ക് ജീവിതം ളുങ്ങും, അതിനർത്ഥം, ചുറ്റുപാടുകൾ വലിയ പങ്കുവഹിക്കുന്നുണ്ട് എന്നാണ്. പാരമ്പര്യത്തിൽ നമുക്കധികമൊന്നും ചെയ്യാനാകില്ല. എന്നാൽ മറ്റുള്ളവയിൽ നമുക്കൊരുപാട് *ചെയ്യാൻ പറ്റും.*

നമ്മുടെയുള്ളിൽ ജനിതകമല്ലാതെ അമിതചിന്തയുണ്ടാക്കുന്ന മറ്റു കാര്യങ്ങളുമുണ്ട്. അമിതചിന്തയെന്ന പ്രശ്നത്തിൽ നമ്മളെന്തൊക്കെയോ ചെയ്യുന്നു എന്ന മിഥ്യാധാരണ ലഭിക്കുന്നതുകൊണ്ടാണ് നമ്മൾ അമിതചിന്താശീലക്കാരാകുന്നത്. അതുകൊണ്ട് ജയിംസ് തന്റെ ആരോഗ്യത്തെക്കുറിച്ച് ഉത്കണ്ഠാകുലനാണെങ്കിൽ, അതിന്റെ വിവിധ കാരണങ്ങളെക്കുറിച്ചും പരിഹാരങ്ങളെക്കുറിച്ചും അമിതമായി ചിന്തിക്കുന്നത് സ്വാഭാവികം. പ്രശ്നത്തിന്റെ അടിത്തട്ടുവരെയെത്തുന്നു എന്ന തോന്നലാണുണ്ടാകുന്നത്.

പക്ഷേ മിക്കപ്പോഴും അമിതചിന്ത എവിടെയുമെത്തിക്കുന്നില്ല എന്നതാണ് സത്യം. വിശകലനം ചെയ്യുക, തള്ളിക്കളയുക, വിവിധ സാദ്ധ്യതകളെക്കുറിച്ച് പുനരാലോചിക്കുക എന്നിങ്ങനെയുള്ള വൃത്തത്തിൽ അകപ്പെട്ടുകിടക്കുകയാണയാൾ. മാറാത്ത വരട്ടുചൊറി മാന്തിമാന്തി രസിക്കുന്നതുപോലെയാണിത്. ചൊറിയുമ്പോൾ താത്കാലികാശ്വാസം കിട്ടും. ചൊറിയൽ എത്ര കേമമായാലും ചൊറി മാറുകയില്ലെന്നു മാത്രം.

അമിതചിന്തയ്ക്കു കാരണമാകുന്ന ഉത്കണ്ഠ പ്രവർത്തിക്കുന്നത് കുരുട്ടും കുസൃതിയും വഴിയാണ്. അതുകൊണ്ടാണ് അമിതചിന്തയുടെ ദൂഷിച്ച വഴിയിൽ നിന്നു രക്ഷപ്പെടുകയെന്നത് കഠിനമാകുന്നത്. നമ്മുടെ ഏറ്റവും വലിയ പേടികളാണതിന്റെ ആഹാരം. അമിതചിന്തകളെ രൂക്ഷമാക്കുന്നത് കൃത്യമായ ചില കാരണങ്ങളാണെന്നു നിങ്ങൾ ശ്രദ്ധിച്ചിട്ടുണ്ടാവും. ഇതൊരുപക്ഷേ നിങ്ങളുടെ വ്യക്തിപരമായ കഴിവുകളെക്കുറിച്ചുള്ള അരക്ഷിതബോധമാകാം. ചില വ്യക്തികളുമായുള്ള നിങ്ങളുടെ ബന്ധം, ശാരീരിക-മാനസികാരോഗ്യം തുടങ്ങിയവ നിങ്ങളുടെ ചിന്തകൾ കാടുകയറുമ്പോൾ അതിനെ അമർത്തിവയ്ക്കാൻ ശ്രമിക്കും.

മിക്കപ്പോഴും ഇതു വിപരീതഫലമാണുണ്ടാക്കുക. നിങ്ങളെ അലട്ടുന്ന പ്രശ്നത്തെക്കുറിച്ചു *കൂടുതൽ കൂടുതൽ* ചിന്തിക്കാൻ തുടങ്ങും. ഇതൊരു നിസ്സഹായാവസ്ഥയായി തോന്നിയേക്കാം. എന്നാൽ ഈയവസ്ഥയിൽ നിന്ന് മോചനം നേടാനുള്ള മാർഗ്ഗങ്ങൾ ഈ പുസ്തകത്തിൽത്തന്നെ പിന്നീടു നമ്മൾ ചർച്ച ചെയ്യുന്നുണ്ട്.

അവസാനമായി, നമ്മുടെ ദിനചര്യകൾതന്നെ ആശങ്കകളെ വളർത്തി സൂക്ഷ്മവും എന്നാൽ പ്രാധാന്യമുള്ളതുമായ രീതിയിൽ അമിതചിന്തയ്ക്കു വഴിവെയ്ക്കും. ഇടയ്ക്കിടെ സാമൂഹികമാദ്ധ്യമങ്ങളിൽ പരതുക, നന്നായി ഭക്ഷണം കഴിക്കാതിരിക്കുകയോ വേണ്ട പോഷണങ്ങൾ ലഭിക്കാതിരിക്കുകയോ ചെയ്യുക, ആവശ്യത്തിനു വെള്ളം കുടിക്കാതിരിക്കുക, ഉറക്കമില്ലായ്മ തുടങ്ങിയ താരതമ്യേന നിരുപദ്രവകരമായ കാര്യങ്ങൾ പോലും അമിതചിന്തയ്ക്കു പ്രോത്സാഹനമാകും. നമ്മൾ ഇതുവരെ സൂചിപ്പിച്ച ഘടകങ്ങളിൽ വച്ച് ഏറ്റവുമെളുപ്പം നിയന്ത്രിക്കാനാകുന്നതും ഇതുതന്നെ. എന്നാൽ തുടർന്നു പറയാൻ പോകുന്ന ആശങ്കയുടെ സ്രോതസ്സ് അത്രയെളുപ്പം നമ്മുടെ ഇച്ഛയ്ക്കു വഴങ്ങുന്നതല്ല.

ഇത് നിങ്ങളുടെ ചുറ്റുപാടുകളാണോ?

മറ്റുള്ളവരേക്കാൾ എളുപ്പം വെയിലേറ്റു പൊള്ളുന്ന മൃദുലമായ ചർമ്മ പാരമ്പര്യം നിങ്ങൾക്കു തന്നേക്കാം. പക്ഷേ, യഥാർത്ഥമായും നിങ്ങൾക്ക് പൊള്ളലേൽക്കുന്നുവോ ഇല്ലയോ എന്നതു ജീനുകളല്ല നിശ്ചയിക്കുന്നത്—സൂര്യനാണ്! ഇതുപോലെതന്നെ, ജീനുകൾ ഒരുതരത്തിലല്ലെങ്കിൽ മറ്റൊരുതരത്തിൽ നമ്മെ ഒരുക്കുന്നുണ്ടെങ്കിലും, ജീവിതം തന്നെയാണ് ആശങ്കകളെ വളർത്തുന്നതിലും

നിലനിർത്തുന്നതിലും ഏറ്റവും വലിയ പങ്കു വഹിക്കുന്നത്. മറ്റൊരു തരത്തിൽ പറഞ്ഞാൽ, ജനിതക മുന്നൊരുക്കം + സമ്മർദ്ദമുണ്ടാക്കുന്ന അനുഭവങ്ങൾ = അമിതചിന്ത.

മാനസികപ്രശ്നങ്ങൾക്കുള്ള കാരണം പൂർണ്ണമായും വ്യക്തിയുടെ ഉള്ളിൽത്തന്നെയാണെന്നാണ് പരമ്പരാഗത കാഴ്ചപ്പാട്. ഉദാഹരണത്തിന്, തലച്ചോറിലെ രാസവസ്തുക്കളുടെ അസന്തുലിതാവസ്ഥ. ഉത്കണ്ഠയും അതുമായി ബന്ധപ്പെട്ട മാനസിക പ്രശ്നങ്ങളും അങ്ങേയറ്റം സമ്മർദ്ദത്തിനടിപ്പെട്ട ലോകത്തുനിന്നു തീർച്ചയായും ഉണ്ടാകാമെന്ന് ഇന്നു നമുക്കറിയാം.

സമ്മർദ്ദം അത്ര മോശം കാര്യമല്ല. 'നല്ല സമ്മർദ്ദം' അഥവാ ഗുണപരമായ സമ്മർദ്ദം (Eustress) എന്നത് നമ്മെ പ്രചോദിപ്പിക്കുകയും കാര്യങ്ങൾ ശരിയായി നടത്താനായി നമ്മെ തള്ളിവിടുകയും വെല്ലുവിളികൾ ഏറ്റെടുക്കാൻ നമ്മെ പ്രാപ്തരാക്കുകയും ചെയ്യുന്നതാണ്. ഈ സമ്മർദ്ദം അധികരിക്കുമ്പോൾ തിരിച്ചടിക്കുന്നെന്നു മാത്രം. അതോടെ മാനസികസ്രോതസ്സ് ശൂന്യമാകുകയും ഒന്നും ചെയ്യാൻ പറ്റാത്ത അവസ്ഥയിലേക്കു നമ്മൾ മാറുകയും ചെയ്യുന്നു.

മറുവശത്താകട്ടെ, പ്രചോദനത്തിന്റെ പൂർണ്ണമായ അഭാവവും നമ്മെ സമ്മർദ്ദത്തിലാഴ്ത്താം. ചുറ്റുപാടുകൾ നമുക്ക് ആവശ്യത്തിനു വെല്ലുവിളികൾ ഉയർത്താതിരിക്കുന്നത് മൂലമുണ്ടാകുന്ന സമ്മർദ്ദത്തെയാണ് ഹൈപോസ്ട്രെസ് (hypostress) എന്നു പറയുന്നത്. പ്രചോദനമില്ലായ്മയും വിരസതയും ആണ് ഇവിടെ. സമ്മർദ്ദമില്ലാത്ത ചുറ്റുപാടല്ല, നമ്മുടെ ആവശ്യങ്ങൾക്കുതകുന്നത്ര സമ്മർദ്ദമുള്ള ചുറ്റുപാടാണ് ജീവിതാഭിവൃദ്ധിക്കു വേണ്ടതെന്ന് ഇതിൽനിന്നു വ്യക്തം.

സമ്മർദ്ദവും ഉത്കണ്ഠയും ഒന്നല്ല. മനഃശാസ്ത്രജ്ഞയായ ഡോ. സാറ ഈഡെൽമാൻ പറയുന്നത് സമ്മർദ്ദം എന്നതു ചുറ്റുപാടിലുള്ളതും നമുക്കുമേൽ പ്രവർത്തിക്കുന്നതുമായ ബാഹ്യശക്തിയാണെന്നും ഉത്കണ്ഠ ഈ സമ്മർദ്ദം നമ്മുടെ ഉള്ളിലുണ്ടാക്കുന്ന അനുഭവമാണെന്നുമാണ്. ഒരേ സമ്മർദ്ദസാഹചര്യത്തോട് നമ്മളോരുത്തരും വ്യത്യസ്തമായാണു പ്രതികരിക്കുക. കാരണം വ്യത്യസ്ത ആന്തരിക വിഭവങ്ങളും അതിരുകളുമാണു നമ്മിലുള്ളത്. നമ്മുടെ പ്രതികരണങ്ങളിൽ ദേഷ്യം, വിഷാദം തുടങ്ങിയ വികാരങ്ങളും ഉറക്കമില്ലായ്മ, ദഹനക്കേട്, ശ്രദ്ധക്കുറവ് തുടങ്ങിയ ശാരീരിക ലക്ഷണങ്ങളും ഉൾപ്പെടാം.

ജീവിച്ചിരിക്കുക എന്നതുതന്നെ കടുത്ത സമ്മർദ്ദമുണ്ടാക്കുന്നതാണ്. സമ്മർദ്ദവും വെല്ലുവിളികളും അസ്വസ്ഥതകളും അനുഭവിക്കുക

എന്നത് ദൈനംദിനജീവിതത്തിന്റെ സ്വാഭാവികരീതിയാണ്. പക്ഷേ അത് **സ്ഥിരമായി തുടരുകയും** ജീവിതത്തെ സാധാരണഗതിയിൽ മുന്നോട്ടു കൊണ്ടുപോകാൻ കഴിയാതെ വരികയും ചെയ്യുമ്പോൾ നമ്മുടെ മാനസികോർജ്ജം വറ്റുകയും വിഷാദവും ഉത്കണ്ഠയും പിടികൂടുകയും ചെയ്യുന്നു. ഇത്തരം ഘട്ടങ്ങളിൽ ശരീരം നടത്തുന്ന പ്രതിരോധ പ്രവർത്തനങ്ങൾ (വിയർക്കൽ തുടങ്ങിയ) നമ്മെ രക്ഷിക്കാനുള്ളതാണ്. പക്ഷേ സദാസമയവും ഉത്തേജിതാവസ്ഥയിൽ *നിലനിൽക്കുക* എന്നിത് അർത്ഥമാക്കുന്നില്ല. ശാരീരികവും മാനസികവുമായി അമിതചിന്താ പ്രവണതയുള്ളവർക്കുമേൽ കടുത്ത സമ്മർദ്ദം ക്രമാതീതമായി കൂട്ടുന്നതും, ഊർജ്ജം എരിച്ചുകളയാനും കീഴടങ്ങാനുമേ ഉപകരിക്കൂ.

അമിത ജോലിഭാരം, മക്കളുടെ ഏറിവരുന്ന ആവശ്യങ്ങൾ, വൈകാരികമായി ഊർജ്ജം ചോർത്തുന്ന ബന്ധങ്ങൾ, ഇരുപത്തിനാലു മണിക്കൂറും വന്നുകൊണ്ടിരിക്കുന്ന വാർത്തകളുടെ സമ്മർദ്ദം, രാഷ്ട്രീയം, കാലാവസ്ഥാമാറ്റം, മുകളിലത്തെ നിലയിലെ അയൽവാസിയുണ്ടാക്കുന്ന ശബ്ദശല്യം, ഉറക്കമില്ലായ്മ, പോഷകമില്ലാത്ത കച്ചറഭക്ഷണം, കഴിഞ്ഞവർഷം കടുത്ത മാനസികാഘാതത്തിനിടയായ സംഭവം, നിങ്ങളുടെ തുച്ഛമായ സമ്പാദ്യം ഇവയിൽ ഒക്കെ മിക്കവരും പൂർണ്ണമായും കീഴടങ്ങിപ്പോകുന്നതിൽ അത്ഭുതം ഇല്ല.

വലിയ വിഷാദവും പൊതുവായ ഉത്കണ്ഠയും തൊട്ടുമുമ്പുള്ള മാസത്തിലെ മാനസികാഘാതമുണ്ടാക്കിയ ജീവിതാനുഭവങ്ങളുമായി ശക്തമായി ബന്ധപ്പെട്ടിരിക്കുന്നതായി ഗവേഷകനായ കെന്നത്ത് കെൻഡ്ലറും അദ്ദേഹത്തിന്റെ സഹപ്രവർത്തകരും കണ്ടെത്തിയിട്ടുണ്ട്. ഉറ്റവരുടെ വിയോഗം, വിവാഹമോചനം, അപകടങ്ങൾ, കുറ്റകൃത്യങ്ങൾ എന്നിവ കൂടാതെ ദാരിദ്ര്യം, വംശീയവിവേചനം എന്നിവയും ഇതിൽപ്പെടും. മുതിർന്നവരിലെ മാനസിക പ്രശ്നങ്ങൾക്ക് കുട്ടിക്കാലത്തനുഭവിച്ച അവഗണന, ലൈംഗികാതിക്രമം, മറ്റു മാനസികാഘാതങ്ങൾ എന്നിവയ്ക്കു വലിയ പങ്കുണ്ടെന്നു നിരവധി മറ്റു പഠനങ്ങളും (ബ്രൗൺ ആൻഡ് ഫിൻകലർ, 1986) വ്യക്തമാക്കുന്നു. കുട്ടിക്കാലത്തനുഭവിച്ച ലൈംഗികാതിക്രമം മുതിരുമ്പോൾ സ്ത്രീകളെ സമ്മർദ്ദത്തിന് എളുപ്പം അടിപ്പെടുത്തുമെന്ന് രണ്ടായിരത്തിൽ ക്രിസ്റ്റീൻ ഹെയിം സഹപ്രവർത്തകർക്കൊപ്പം നടത്തിയ പഠനം വെളിപ്പെടുത്തുന്നു. സമ്മർദ്ദത്തോടുള്ള അവരുടെ ശരീരശാസ്ത്രപരമായ പ്രതികരണം മറ്റുള്ളവരെ അപേക്ഷിച്ച് എത്രയോ ഉയർന്നതാകും എന്നാണതിന്റെയർത്ഥം.

പരിതസ്ഥിതിയെന്ന ഘടകത്തെക്കുറിച്ച് ചിന്തിക്കുമ്പോൾ, അമിതചിന്തയിലേക്കു നയിച്ച വലിയ സംഭവങ്ങളെയോ നമ്മുടെ അനുഭവങ്ങളുടെ ചെറിയ ഭാഗങ്ങളെയോ ആണ് കണക്കിലെടുക്കാറ്. ഇവയിൽ പലതും മുകളിൽ സൂചിപ്പിച്ചുകഴിഞ്ഞു. എന്നാൽ ചുറ്റുപാടുകൾ നമ്മെ ബാധിക്കുന്ന മറ്റൊരു സംഗതി കൂടിയുണ്ട്. നമ്മൾ ദിവസത്തിന്റെ നല്ലൊരു ഭാഗം ചെലവഴിക്കുന്ന വീട്, ജോലിസ്ഥലം തുടങ്ങിയ ഏറ്റവും അടുത്ത ചുറ്റുപാടുകളാണത്. ഈ സ്ഥലങ്ങൾ ക്രമപ്പെടുത്തിയിരിക്കുന്ന വിധം എത്രത്തോളം ഉത്കണ്ഠാകുലരാണ് നാം എന്നതിലേക്കു വിരൽചൂണ്ടുന്ന ശക്തമായ ഘടകമാണ്.

സമ്മർദ്ദത്തെ നേരിടാൻ നിങ്ങളുടെ 'മുറി വൃത്തിയാക്കുക' എന്ന് എപ്പോഴെങ്കിലും കേട്ടിട്ടുണ്ടെങ്കിൽ അതിനു കാരണമിതാണ്. അലങ്കോലപ്പെട്ടുകിടക്കുന്ന വീടും ജോലിസ്ഥലവും സാമാന്യമായി പറഞ്ഞാൽ ഉത്കണ്ഠയ്ക്കു കാരണമാണ്. കാരണം അത് ഉപബോധത്തിൽ നിങ്ങളെത്തന്നെ പ്രതിബിംബിപ്പിക്കും. വെളിച്ചത്തിന്റെ സ്വഭാവം, അവിടുത്തെ ഗന്ധങ്ങളും ശബ്ദങ്ങളും, ചുമരിന്റെ നിറം, നമ്മളോടൊപ്പം അവിടെ താമസിക്കുന്ന മറ്റുള്ളവരുടെ പെരുമാറ്റം എന്നിവയൊക്കെ ഉത്കണ്ഠയും മാനസികസമ്മർദ്ദവും കൂട്ടുകയോ കുറയ്ക്കുകയോ ചെയ്യുന്ന കാര്യങ്ങളാണ്. നല്ല വെളിച്ചവും സുഗന്ധവും ചുമരുകളിലെ ശാന്തമായ നിറങ്ങളും നിങ്ങളുടെ ഉത്കണ്ഠയെ എങ്ങനെ കുറയ്ക്കുമെന്നറിഞ്ഞാൽ അദ്ഭുതപ്പെടാതെ വയ്യ.

അതുകൊണ്ട് പാരമ്പര്യം മാത്രമല്ല, നിത്യജീവിതത്തിലെ അനുഭവങ്ങളും ചുറ്റുപാടുകൾ ചെലുത്തുന്ന സമ്മർദ്ദങ്ങളും ഉത്കണ്ഠയിലേക്കു നയിക്കുമെന്നതു വ്യക്തം. നമ്മുടെ പഴയ ഉദാഹരണത്തിലേക്കു മടങ്ങിയാൽ, ആർക്കെങ്കിലും കറുത്ത, സൂര്യരശ്മികളെ ചെറുക്കുന്ന ചർമ്മത്തിനായുള്ള ജീനുകൾ ഉണ്ടായാൽ പോലും തുടർച്ചയായി കടുത്ത വെയിലേറ്റാൽ സൂര്യാഘാതം ഉണ്ടാകുമെന്നു കാണാം.

നമ്മുടെ ഉദാഹരണത്തെ അല്പം കൂടി വിശദമാക്കാം. വിളറിയ, എളുപ്പം സൂര്യാഘാതത്തിനിരയാകുന്ന ചർമ്മമുള്ളയാളെ സങ്കല്പിക്കുക. അവരിലുള്ള സൂര്യാഘാതജീനുകളെ പഴി പറയാൻ കഴിഞ്ഞേക്കും. പക്ഷേ സ്വന്തം പെരുമാറ്റം ബോധപൂർവ്വം നിയന്ത്രിക്കാനും അവർക്കാവും. അതുവഴി, അവർക്കു ചുറ്റുപാടുകളുടെ ആഘാതം ബോധപൂർവ്വം ലഘൂകരിച്ച് സ്വന്തം ജീവിതത്തെ നയിക്കാനുമാകും. സമ്മർദ്ദം രൂപപ്പെടുന്നതിലെ മൂന്നാമത്തെ ഘടകമാണ് ഇതോടെ വെളിപ്പെടുന്നത് : നമ്മുടെ തന്നെ സ്വഭാവവും മനോഭാവവും.

രഹസ്യഘടകം : നമ്മുടെ മനോമാതൃകകൾ

പ്രകൃതിയോ പരിപാലനമോ എന്ന തർക്കം ഇവിടെ പരിഹരിക്കപ്പെടുന്നു : ഇതിലൊന്നല്ല, രണ്ടും—കൂടുതൽ കൃത്യമായി പറഞ്ഞാൽ രണ്ടും ഒരുമിച്ച്. നമ്മൾ ഉത്കണ്ഠ അനുഭവിക്കുന്നുണ്ടെങ്കിൽ ഇവർ തമ്മിലുള്ള ഈ *കെട്ടുപാടുകളിലേക്കു* വരാം :

- നമ്മുടെ സവിശേഷമായ ജനിതകവും ജീവശാസ്ത്രപരവുമായ സ്വഭാവവും സംവേദനക്ഷമതയും
- ചുറ്റുപാടുകളിൽ നാം നേരിടുന്ന സംഭവങ്ങളും സാഹചര്യങ്ങളും സമ്മർദ്ദങ്ങളും.

എന്നാൽ, ഈ ബന്ധം പരിശോധിക്കാനും മനസ്സിലാക്കാനും ബോധപൂർവ്വം അതിനെ നിയന്ത്രിക്കാനും എത്രത്തോളം സന്നദ്ധമാണ് എന്നതിനെ ആശ്രയിച്ചു നമ്മൾ വ്യത്യസ്തരാണ്. നമ്മൾ ഉത്കണ്ഠ അനുഭവിക്കുന്നുണ്ടോ ഇല്ലയോ എന്ന കാര്യത്തിൽ നമ്മുടെ സവിശേഷമായ അവബോധവും മനോനിലയും അവ നമ്മിൽ എന്തു സ്വാധീനം ചെലുത്തുന്നു എന്നതുമാണ് അന്തിമവും ശക്തവുമായ നിർണ്ണായകഘടകം. ഉദാഹരണത്തിന്, ഈ പുസ്തകം നിങ്ങൾ കയ്യിലെടുക്കുന്നതു പ്രകൃതിയോ പരിപാലനമോ ചെലുത്തുന്ന സ്വാധീനം മൂലമാണെന്നു വ്യക്തമായി പറയാൻ കഴിയില്ല.

നാം നമ്മുടെ ജീവിതത്തെക്കുറിച്ചു പറയുന്ന കാര്യങ്ങൾ, കാര്യങ്ങളെ തിരിച്ചറിയുന്ന രീതി, ആന്തരിക ഭാഷണങ്ങൾ, സ്വന്തം വ്യക്തിത്വത്തെ തിരിച്ചറിയുന്നത് എല്ലാം പ്രകൃതിയുടെയും പരിപാലനത്തിന്റെയും സംഗമസ്ഥലമാണ്. 'ഭാരമല്ല, അതെങ്ങനെ വഹിക്കുന്നു എന്നതാണ് കാര്യം' എന്നൊരു ചൊല്ലുണ്ടല്ലോ. ഒരു സംഭവം എത്രത്തോളം മാനസികസമ്മർദ്ദമുണ്ടാക്കുന്നതാണെന്നതും എങ്ങനെ അതിനെ കീഴടക്കാനാകുമെന്നതും നിങ്ങളതിനെ വ്യാഖ്യാനിക്കുന്നതിനെയും മനസ്സിലാക്കുന്നതിനെയും ആശ്രയിച്ചിരിക്കും. അതുപോലെ, അതുമറന്നി എത്രത്തോളം സജീവമായി ഇടപെടുന്നു എന്നതും. എന്നുവച്ചാൽ, ആ സംഭവവുമായി ബന്ധപ്പെട്ടുള്ള നിങ്ങളുടെ പ്രതികരണങ്ങൾ.

ഒരേ സംഭവത്തെ രണ്ടുപേർക്ക് വളരെ വ്യത്യസ്തമായി വിലയിരുത്താം—അവരുടെ അനുഭവങ്ങളാണ്, സംഭവമല്ല ആ വിലയി

രുത്തലിന്ന കാരണമാകുന്നത്. ജീവിതത്തെക്കുറിച്ചുള്ള ചില വില യിരുത്തലുകൾ കൂടുതൽ സമ്മർദ്ദത്തിലേക്ക നയിച്ചേക്കാം. ഉദാഹരണത്തിന് ബാഹ്യമായ നിയന്ത്രണശക്തിക്ക വിധേയനായ ആളാണ നിങ്ങളെന്ന കരുതുക. എന്നുവെച്ചാൽ, ഭാഗ്യം, ആകസ്മി കത, മറ്റുള്ളവർ എന്നിവയാൽ സ്വാധീനിക്കപ്പെട്ട് സ്വന്തം നിയന്ത്ര ണത്തിലല്ല ജീവിതം എന്ന കരുതുന്നവർ. അങ്ങനെ വരുമ്പോൾ ഒരു പുതിയ സാഹചര്യത്തെ ആവേശകരമായ വെല്ലുവിളിയായല്ല, ഭീഷണിയായാണ് കാണുക. അതൊരു ഭീഷണിയാണെന്ന് ഒരിക്കൽ നിങ്ങൾ സ്വയം പറഞ്ഞുകഴിഞ്ഞാൽ, അതിനനുസരിച്ചാവും നിങ്ങളുടെ സ്വഭാവം—ഉത്കണ്ഠ നിങ്ങളെ വിടില്ല.

ഇതു ശ്രദ്ധിക്കൂ : സയാമീസ് പൂച്ചകൾക്ക് രോമത്തിന ജീനുക ളുണ്ട്. എങ്കിലും ഈ ജീനുകൾ ഉറച്ച പ്രകൃതമല്ല. ഊഷ്മാവിനോട് അതിവേഗം പ്രതികരിക്കുന്നതിനാൽ ചുറ്റുപാടുകളുമായി ബന്ധപ്പെ ട്ടാണ് ഈ ജീനുകൾ സജീവമാകുക. ശരീരത്തിലെ തണുപ്പുള്ള ഭാഗത്ത് (തവിട്ടുവാലിന്റെ തുഞ്ചം, മൂക്ക്, ചെവികൾ, പാദങ്ങൾ) അവ പെട്ടെന്ന് പ്രകടമാകും. ചൂടുള്ള ഭാഗത്തു കാണുകയുമില്ല. സയാ മീസ് പൂച്ചയെ കൊടുംതണുപ്പ് കാലാവസ്ഥയിൽ വളർത്തുകയാണെ ങ്കിൽ അത് കടുംതവിട്ടു നിറത്തിലാകും. അൽപ്പം തണുപ്പുകുറഞ്ഞ ഇടമാണെങ്കിൽ ഇളംനിറവും. അങ്ങനെ ഒരേ ജനിതകഘടനയുള്ള രണ്ടു പൂച്ചകൾ വ്യത്യസ്ത രൂപങ്ങളിലാകും. അതായത്, ജീനുകളുടെ ശരീരശാസ്ത്രപരമായ ആവിഷ്കാരം.

സയാമീസ് പൂച്ചയെ വളർത്തുന്നയാൾ ഇളംനിറത്തിനായി ചൂടുള്ള പ്രദേശത്തേക്ക് പൂച്ചയെ മാറ്റിയാൽ, മാറിവരുന്ന നിറം പൂർണ്ണമായും ജീനുകൾ കാരണമാണെന്നോ ചുറ്റുപാടു കാരണമാ ണെന്നോ നമുക്ക പറയാനാവില്ല. യഥാർത്ഥത്തിൽ രണ്ടു ഘടക ങ്ങളും ചേർന്നുള്ളതാണെന്നുപോലും പറയാനാവില്ല. മൂന്നാമതൊരു പരിവർത്തനമാണിവിടെ നടക്കുന്നത് : സയാമീസ് പൂച്ചകളിൽ നിറംമാറ്റം എങ്ങനെയാണ് സംഭവിക്കുന്നതെന്ന പൂച്ചവളർത്തുകാരന്റെ അവബോധവും താനാഗ്രഹിക്കുന്ന ഫലം കിട്ടാനുള്ള അയാളുടെ ബോധപൂർവ്വമായ പ്രവർത്തനവും.

നിങ്ങളുടെ വ്യാഖ്യാനങ്ങൾ, കാഴ്ചപ്പാടുകൾ, സ്വയംബോധം, ലോകവീക്ഷണം, വൈജ്ഞാനികമാതൃകകൾ എന്നിവയെല്ലാം നിഷ്പക്ഷസംഭവങ്ങളുടെ വ്യാഖ്യാനത്തിലേക്ക നയിക്കുന്നു. നമ്മൾ സമ്മർദ്ദത്തോടല്ല പ്രതികരിക്കുന്നത്, അതിനെക്കുറിച്ചുള്ള നമ്മുടെ വ്യാഖ്യാനത്തോടാണ്. ഈ ധാരണകൾ പിന്നീട് പ്രവൃത്തികളിലൂടെ

ലോകത്തു യാഥാർത്ഥ്യമാക്കപ്പെടുന്നു. അത് ആത്യന്തികമായി ആ മനോഭാവങ്ങളെയും ലോകവീക്ഷണത്തെയും ഉറപ്പിക്കുകയും ചെയ്യും.

വരും അദ്ധ്യായങ്ങളിൽ, ജനിതകഘടനയെ എങ്ങനെ മാറ്റാം (അസാദ്ധ്യം) എന്നതിലോ ചുറ്റുപാടുകളിലെ സമ്മർദ്ദം എങ്ങനെ മാറ്റാം (അല്പം കൂടുതൽ സാദ്ധ്യമാണ്, അല്പം മാത്രം) എന്നതിലോ ഉപദേശിക്കാനുദ്ദേശിക്കുന്നില്ല. മറിച്ച്, ഉത്കണ്ഠയും അമിതചിന്തയും നന്നായി കൈകാര്യം ചെയ്യുന്നതിനായി നിങ്ങളുടെ കാഴ്ചപ്പാട് മാറ്റുന്നതിന് ഇപ്പോൾ നിങ്ങൾക്കുള്ള എല്ലാ സാധ്യതകളിലും ഞങ്ങൾ ശ്രദ്ധ കേന്ദ്രീകരിക്കും.

അമിതചിന്തയുള്ളവർക്ക് മിക്കപ്പോഴും ജനിതക, പാരിസ്ഥിതിക 'കാരണ'ങ്ങളുണ്ടാകാം. എന്നാൽ ഒടുവിൽ സംഭവിക്കുന്നത് അവരുടെ സവിശേഷവിലയിരുത്തൽ സമ്മർദ്ദപൂരിതമായ രീതിയിൽ എല്ലാം ഒരുമിച്ചു കൊണ്ടുവരുന്നു എന്നതാണ്. സമ്മർദ്ദത്തെ ചെറുക്കുന്നതുമായി ബന്ധപ്പെട്ട് നിങ്ങളുടെ സഹജമായ ശക്തിയെക്കുറിച്ചും കഴിവുകളെക്കുറിച്ചുമുള്ള നിങ്ങളുടെ വിശ്വാസമെന്താണ്? ലോകത്തേയും അതിന്റെ വെല്ലുവിളികളെയും നിങ്ങളെങ്ങനെയാണ് കാണുന്നത്? ഇതെല്ലാം എങ്ങനെ വികസിച്ചുവരുന്നുവെന്നതിൽ നിങ്ങളുടെ സ്വാധീനം എത്രയുണ്ട്? നിങ്ങളുടെ ദൈനംദിനശീലങ്ങൾ എന്തൊക്കെയാണ്? നിങ്ങളുടെ ആത്മാഭിമാനം നല്ല നിലയിലാണോ? നിങ്ങളുടെ അതിരുകൾ? ഇതെല്ലാമാണ് നമുക്കു മാറ്റാൻ കഴിയുന്നത്. കോഗ്നിറ്റീവ് ബിഹേവിയറൽ തെറാപ്പി (അവബോധ പെരുമാറ്റ ചികിത്സ) പോലുള്ള കാര്യങ്ങൾ നിങ്ങളുടെ ജീവിതത്തിൽ എങ്ങനെ ഉപയോഗപ്പെടുത്താം എന്നതിന്റെ പ്രായോഗികവും മൂർത്തവുമായ ഉദാഹരണങ്ങളാണ് ഈ പുസ്തകത്തിന്റെ ബാക്കി ഭാഗങ്ങളിൽ ചർച്ച ചെയ്യുക. ശരിയായ സങ്കേതങ്ങളുപയോഗിച്ച് നമ്മുടെ കാഴ്ചപ്പാട് പുനഃക്രമീകരിക്കാനും സ്വഭാവമാറ്റം വരുത്തി അമിതചിന്ത നിർത്താനും പകരം തലച്ചോറിനെ മറ്റു നല്ല കാര്യങ്ങൾക്കായി ഉപയോഗിക്കാനുമാവും. നിങ്ങളുടെ സ്വയംനിയന്ത്രണബോധവും അതിന്റെ ശക്തിപ്പെടലും മെച്ചപ്പെടുത്താനും ഭയത്തിനു പകരം പ്രതീക്ഷയും ആവേശവും വളർത്താനും സമ്മർദ്ദം നിയന്ത്രിക്കാനും ജീവിതം നിങ്ങളെ നയിക്കുന്നതായി തോന്നുന്നതിനു പകരം അത് സ്വന്തം കൈയിലെടുക്കാനുമുള്ള മാർഗ്ഗങ്ങളെക്കുറിച്ചാണ് ഞങ്ങൾ ചിന്തിക്കുക.

ഈ രീതിയിൽ പ്രവർത്തിച്ചില്ലെങ്കിൽ, നമ്മുടെ നന്മ നമ്മുടെ തന്നെ *കൈയിലെടുത്തില്ലെങ്കിൽ* എന്താണ് അപകടമെന്ന് ഇതിനുള്ള സങ്കേതങ്ങളിലേക്കു കടക്കുന്നതിനുമുമ്പ് നമുക്കുനോക്കാം.

അമിതചിന്തയുടെ പരിണതഫലങ്ങൾ

അദ്ധ്യായത്തിന്റെ തുടക്കത്തിലെ ജെയിംസിനെ നിങ്ങൾ ഓർക്കുന്നുവോ? നമ്മൾ ഒന്നോ രണ്ടോ മണിക്കൂർ അവന്റെ തലച്ചോറിലേക്ക് എത്തിനോക്കി. പക്ഷേ, ഒരിക്കലും സ്വിച്ചോഫ് ചെയ്യാത്ത തലച്ചോറുള്ള ജെയിംസായി 24/7 സങ്കല്പിക്കുക. ഇതെങ്ങനെ തോന്നുമെന്ന് ഒരുപക്ഷേ ഇപ്പോൾത്തന്നെ നിങ്ങൾക്കറിയാമായിരിക്കും. എന്നിട്ടും മിക്കയാളുകളും വേവലാതിയും അമിതചിന്തയും അത്യന്തം ഹാനികരമായി കരുതുന്നില്ല—അതു വെറും ചിന്തകളല്ലേ? ശരിയല്ലേ?

തെറ്റ്—ഉത്കണ്ഠ ശാരീരികവും മാനസികവും മനഃശാസ്ത്രപരവും സാമൂഹികവും ആത്മീയം പോലുമായ പ്രതിഭാസമാണ്. ഉത്കണ്ഠാകുലമായ അമിതചിന്ത ബാധിക്കാത്ത ജീവിതത്തിന്റെ ഒരു വശം പോലുമില്ല. നിങ്ങൾക്കൊരു ഭീഷണി വരുമ്പോൾ നിങ്ങളുടെ HPA അച്ചുതണ്ട് (ഹൈപ്പോതലാമസ്, പിറ്റിയൂറ്ററി, അഡ്രീനൽസ്) ഉത്തേജിക്കപ്പെടുന്നു. നിങ്ങളുടെ തലച്ചോറ് ശരീരത്തിൽ ന്യൂറോട്രാൻസ്മിറ്ററുകളുടെയും ഹോർമോണുകളുടെയും ഒരു അണ തന്നെ തുറന്നുവിടുന്നു. അതിന് ശാരീരികഫലങ്ങളുണ്ടാകുന്നു—ഇതാണ് വരാൻ പോകുന്ന ഭീഷണി മറികടക്കാൻ ശരീരത്തെ തയ്യാറെടുക്കാൻ സഹായിക്കുന്ന അതിവിശിഷ്ടമായ പോരാട്ടം അഥവാ ഫ്ളൈറ്റ് റെസ്പോൺസ്.

എച്ച്പിഎ സംവിധാനം ക്രമരഹിതമായിരിക്കുന്നത് അതുമായി ബന്ധപ്പെട്ട നിരവധി മാനസികാവസ്ഥകളുടെ അടിസ്ഥാനമായി മാറുന്നതെങ്ങനെയെന്ന് വിശദീകരിക്കുന്ന പ്രബന്ധം കരിൻ മുതലായവർ (2020) പ്രസിദ്ധീകരിച്ചിട്ടുണ്ട്. അതും, നീണ്ടുനിൽക്കുന്ന സമ്മർദ്ദത്തിന്റെ നേരിട്ടുള്ള മാനസിക പ്രത്യാഘാതങ്ങളെക്കുറിച്ച് പരാമർശിക്കാതെതന്നെ. മനുഷ്യശരീരത്തിന്റെ കാഴ്ചപ്പാടിൽ, സമ്മർദ്ദമെന്നത് ആരോഗ്യവും, എൻഡോക്രൈൻ ഗ്രന്ഥികളുടെയും അവയവങ്ങളുടെയും പ്രവർത്തനവും മുതൽ നമ്മുടെ ആർജ്ജിത സ്വഭാവങ്ങളും നമ്മുടെ മാനസികാവസ്ഥയുടെ ആത്മനിഷ്ഠമായ അനുഭവങ്ങളും നമ്മൾ ഭാഗമായിരിക്കുന്ന വിശാലമായ ലോകവും വരെ ഉൾക്കൊള്ളുന്ന സങ്കീർണ്ണമായ പ്രതിഭാസമാണ്.

അതുകൊണ്ട്, അതുമുഴുവൻ നിങ്ങളുടെ 'തല'യിലല്ല—അതു മുഴുവൻ നിങ്ങളുടെ ശരീരത്തിലാണ്, മുഴുവൻ നിങ്ങളുടെ പെരുമാറ്റത്തിലാണ്, മുഴുവൻ നിങ്ങളുടെ സ്വന്തം ലോകത്തിലാണ്!

ദീർഘവും ഹ്രസ്വവുമായ ശാരീരികഫലങ്ങൾ :

അതിവേഗം മിടിക്കുന്ന ഹൃദയം, തലവേദന, ഓക്കാനം, പേശീവലിവ്, തളർച്ച, വരണ്ട വായ, തലകറക്കം, ശ്വാസഗതി കൂടുക, പേശീവേദന, വിറയൽ, വിയർക്കൽ, ദഹനക്കേട്, രോഗപ്രതിരോധത്തിന്റെ തകർച്ച, ഓർമ്മക്കുറവ് തുടങ്ങിയവ. നിങ്ങളുടെ ശരീരം രൂപകല്പന ചെയ്തിരിക്കുന്നത് തീവ്രമായ സമ്മർദ്ദത്തെ കുറച്ചുസമയത്തേക്ക് നേരിടാനാണ്. എന്നാൽ വിട്ടുമാറാത്ത, തുടർച്ചയായ സമ്മർദ്ദം ഹൃദയസംബന്ധമായ അസുഖങ്ങൾ, ഉറക്കമില്ലായ്മ, ഹോർമോൺ അസന്തുലിതാവസ്ഥ തുടങ്ങിയ വിട്ടുമാറാത്ത ആരോഗ്യ പ്രശ്നങ്ങളിലേക്കു നയിക്കാം. സമ്മർദ്ദത്തിന്റെ സാധാരണ ശാരീരികാനുഭവങ്ങൾ നീണ്ടുപോയാൽ, നിങ്ങളുടെ തുടർജീവിതത്തെ പ്രതികൂലമായി ബാധിച്ചേക്കാം.

മാനസികവും ശാരീരികവുമായ ഫലങ്ങൾ :

ഊർജ്ജനഷ്ടവും തളർച്ചയും, ഒറ്റപ്പെട്ടതുപോലെ തോന്നുക, പരിഭ്രമം, ക്ഷോഭം, ശ്രദ്ധയില്ലായ്മ, പ്രചോദനമില്ലായ്മ, ലൈംഗികചോദനയിലും വിശപ്പിലുമുള്ള മാറ്റങ്ങൾ, ദുഃസ്വപ്നങ്ങൾ, വിഷാദം, കൈവിട്ടുപോകുന്നതുപോലെയുള്ള തോന്നൽ മുതലായവ. വിപരീത ചിന്തകളും ദോഷമുണ്ടാക്കുന്ന സ്വയംഭാഷണവും ശക്തിപ്പെടുത്തുന്ന സമ്മർദ്ദം നമ്മുടെ ആത്മവിശ്വാസം തകർക്കുകയും പ്രചോദനം ഇല്ലാതാക്കുകയും ചെയ്യും.

അമിതചിന്തയ്ക്കു കാലക്രമേണ നിങ്ങളുടെ ധാരണകളെ പൂർണ്ണമായി വളച്ചൊടിക്കാൻ കഴിയുമെന്നതാണ് കൂടുതൽ ഭയാനകം. കൂടുതൽ അപകടസാദ്ധ്യതയുള്ളതും കൂടുതൽ വിപരീതചിന്തയുണർത്തുന്നതും കുറച്ചുമാത്രം ചെറുത്തുനിൽക്കുന്നതുമായ വ്യക്തിത്വം രൂപപ്പെടുത്തും. നിങ്ങളെപ്പോഴും സമ്മർദ്ദത്തിന്റെ റേഡിയോതരംഗങ്ങൾ മാത്രം ശ്രവിക്കുമ്പോൾ ജീവിതത്തെ അതേപോലെ സ്വീകരിക്കാൻ നിങ്ങൾ ബോധപൂർവ്വം ഈ നിമിഷത്തിലില്ല. തെറ്റായിപ്പോകുമോ, എന്താണ് തെറ്റിയത് തുടങ്ങിയ കാര്യങ്ങളിൽ പിടിച്ചുതൂങ്ങുന്നതിനാൽ സന്തോഷം, കൃതജ്ഞത, അടുപ്പം, സർഗ്ഗാത്മകത തുടങ്ങി സാദ്ധ്യമായ ഒരുപാടു വികാരങ്ങൾ നിങ്ങൾക്കു നഷ്ടമാകുന്നു.

പ്രശ്നങ്ങൾക്കുള്ള സർഗ്ഗാത്മക പരിഹാരങ്ങൾ കാണാതിരിക്കുക, പുതിയ അവസരങ്ങൾ മുതലാക്കാനാവാതിരിക്കുക,

നിങ്ങൾക്കു സംഭവിക്കുന്ന ശരിയായ കാര്യങ്ങളെ വേണ്ടപോലെ ഉൾക്കൊള്ളാൻ കഴിയാതെ വരിക എന്നിവയൊക്കെയാണിതിനർത്ഥം. നിങ്ങൾ ഭയത്തിന്റെയും വേവലാതിയുടെയും താഴ്ന്ന പ്രതലത്തിലാണ് എപ്പോഴുമെങ്കിൽ ഓരോ പുതിയ പ്രതിസന്ധിയും ഈ അരിപ്പയിലൂടെ മാത്രമേ വ്യാഖ്യാനിക്കൂ. അതെന്താണെന്നല്ല, അത് എന്തായിരിക്കുമെന്ന് നിങ്ങൾ ആകുലപ്പെടുന്നതിനെയാണ് വ്യാഖ്യാനിക്കുക.

വിശാലമായ സാമൂഹികവും പാരിസ്ഥിതികവുമായ പ്രത്യാഘാതങ്ങൾ :

അടുത്ത ബന്ധങ്ങളുടെ തകർച്ച, ജോലിയിലെ അലസത, മറ്റുള്ളവരോട് അക്ഷമയും ക്ഷോഭവും കാട്ടുക, സമൂഹത്തോട് പിന്തിരിഞ്ഞ് ആസക്തിയുണ്ടാക്കുന്നതും ദോഷകരവുമായ സ്വഭാവങ്ങളിലേക്കു തിരിയുക. പതിവായി സമ്മർദ്ദത്തിനും ഉത്കണ്ഠയ്ക്കും അടിമ പ്പെട്ടുന്നയാളെ സംബന്ധിച്ച് ജീവിതത്തിനു യാതൊരു അർത്ഥമോ സന്തോഷമോ ഉണ്ടാകില്ല. കാര്യങ്ങൾ ആസൂത്രണം ചെയ്യാനാകില്ല. മറ്റുള്ളവരോടു സഹാനുഭൂതിയും അനുകമ്പയും കാണിക്കാനാകില്ല. ജീവിതത്തോടുള്ള അവരുടെ അഭിനിവേശം നഷ്ടമാകുന്നു. മനസ്സു വിനാശകരമാകുമ്പോൾ വളരെ കുറച്ചു സ്വാഭാവികതയും നർമ്മവും അല്ലെങ്കിൽ അനാദരവും മാത്രമാണുണ്ടാവുക. ശരിയല്ലേ?

നിങ്ങൾക്കു ഭാവന ചെയ്യാൻ കഴിയുന്നതുപോലെ, ശാരീരികവും മാനസികവും പാരിസ്ഥിതികവുമായ ഘടകങ്ങളെല്ലാം ഒത്തുചേർന്ന് അമിതചിന്തയുടെയും ഉത്കണ്ഠയുടെയും ഒറ്റ, കൂട്ടായ അനുഭവമുണ്ടാക്കുന്നു. ഉദാഹരണത്തിന്, നിങ്ങൾ തുടർച്ചയായ അമിതചിന്തകൾക്കു വിധേയമാകുമ്പോൾ നിങ്ങളുടെ ശരീരത്തിൽ കോർട്ടിസോൾ പോലുള്ള സമ്മർദ്ദഹോർമോണുകളുണ്ടാകുന്നു. ഈ ഹോർമോണുകൾ യഥാർത്ഥത്തിൽ സമ്മർദ്ദം കൂട്ടി നിങ്ങളെ ഒറ്റപ്പെടുത്തി കൂടുതൽ കൂടുതൽ അമിതചിന്തയിലേക്കു നയിക്കും. നിങ്ങളെയും നിങ്ങളുടെ ജീവിതത്തേയും കുറിച്ചുള്ള തോന്നലുകൾ മാറ്റിമറിക്കുകയും ചെയ്യും. പിന്നീട് നിങ്ങൾ നിങ്ങളെക്കുറിച്ചു തെറ്റായ തീരുമാനങ്ങളെടുക്കുകയും (വൈകി ഉണർന്നിരിക്കുക, മോശം ഭക്ഷണം കഴിക്കുക, ആളുകളെ അകറ്റിനിർത്തുക) അത് നിങ്ങളനുഭവിക്കുന്ന സമ്മർദ്ദചക്രത്തെ ശക്തിപ്പെടുത്തുകയും ചെയ്യുന്നു. നിങ്ങൾ ജോലിയിൽ മോശമാകുകയും കാലതാമസം വരുത്തുകയും അത് അനിവാര്യമായും കൂടുതൽ വിഷമമുണ്ടാക്കുകയും ചെയ്യാം. അങ്ങനെയങ്ങനെ...

പാരിസ്ഥിതിക സമ്മർദ്ദം നിഷ്പക്ഷമാണ്—നമ്മുടെ മാനസികമാതൃകകളിലൂടെ കടത്തിവിട്ട് അവയെ അങ്ങനെയെന്നു തീരുമാനിക്കുംവരെ അവ പ്രശ്നമല്ല. അമിതമായി ചിന്തിക്കുകയും അയവിറക്കുകയും ചെയ്യുമ്പോൾ സാധാരണ ജീവിതസമ്മർദ്ദങ്ങളെ വിപരീത ഫലമുള്ളതും നമ്മെ കീഴടക്കുന്നതുമായി മാറ്റുകയാണ്. അമിതമായി ചിന്തിക്കുമ്പോൾ, നമ്മൾ ഉത്കണ്ഠാവലയങ്ങളിൽ കുടുങ്ങുകയും മനസ്സ്, ശരീരം, ആത്മാവ് തുടങ്ങി നമ്മുടെ ജീവിതത്തിന്റെ എല്ലാ മേഖലയേയും തകർത്തെറിയുന്ന മോശം ശീലങ്ങൾ ഊട്ടിയുറപ്പിക്കുകയും ചെയ്യുന്നു.

അമിതചിന്ത ആജീവനാന്ത ശീലമാണെങ്കിൽ, അത് അടിസ്ഥാനപരമായി നിങ്ങളുടെ വ്യക്തിത്വത്തിന്റെ ഭാഗമാണെന്നു നിങ്ങൾ വിശ്വസിച്ചിരിക്കാം. എന്നാൽ ഇതൊന്നു ഹൃദയത്തിൽ സ്വീകരിക്കുക—മാറ്റം സാദ്ധ്യമാണ്. അമിതചിന്ത നിങ്ങളുടെ ജീവിതത്തിൽ വഹിക്കുന്ന യഥാർത്ഥ പങ്കിനെക്കുറിച്ച് ബോധവാന്മാരാകുന്നതിലൂടെയാണ് ഇതെല്ലാം ആരംഭിക്കുന്നത്. അമിതചിന്തക്കാർക്ക് മറ്റുള്ളവരേക്കാൾ ഒരു മുൻതൂക്കമുണ്ട് : അവർ സാധാരണയായി ബുദ്ധിമാന്മാരും ബോധമുള്ളവരും അവരവർക്കുവേണ്ടി ഗുണപരമായ കാര്യങ്ങൾ ചെയ്യാൻ കഴിവുള്ളവരുമാണ്—അമിതചിന്ത ഗുണം ചെയ്യുന്നില്ലെന്ന് അംഗീകരിക്കാൻ അവർക്കു കഴിയുന്നെങ്കിൽ മാത്രം.

നമുക്കെല്ലാവർക്കും വ്യത്യസ്ത മുൻകരുതലുകളും പ്രതിരോധശേഷിയുമുണ്ട്. ചുറ്റുപാടുകളിൽ നിന്ന് ഓരോരുത്തരും അനുഭവിക്കുന്ന സമ്മർദ്ദവും വ്യത്യസ്തമാണ്. എന്നാൽ നമ്മുടെ അനുഭവങ്ങളെ എങ്ങനെ വിലയിരുത്തി മുന്നോട്ടുപോകണം എന്നതാണ് നമുക്ക് ഏറ്റവും കൂടുതൽ നിയന്ത്രണമുള്ള മേഖല. അമിതചിന്ത സ്വാഭാവികമായ അവസ്ഥയല്ല. അത് ആവശ്യമുള്ളതല്ല. വിനാശകരമായ സ്വഭാവമാണ്. വേണമെന്നു വിചാരിച്ചാൽ നമുക്കു നിർത്താൻ കഴിയുന്നതാണ്. സമ്മർദ്ദങ്ങൾ ജീവിതത്തിലെ യാഥാർത്ഥ്യമാണ്, പക്ഷേ അതേപ്പറ്റിയുള്ള അമിതചിന്ത ഇഷ്ടാനുസാരിയാണ്. പരിശീലനത്തിലൂടെ ആർക്കും തലച്ചോറിനെ അവനവനുവേണ്ടി പ്രവർത്തിപ്പിക്കാനും കാര്യങ്ങൾ വ്യത്യസ്തമായി കാണാനും നിരന്തരമായ ഉത്കണ്ഠയുടെയും സമ്മർദ്ദത്തിന്റേയും നാശത്തെ ചെറുക്കാനും കഴിയും.

ഓർമ്മിക്കാൻ

- അമിതചിന്ത യഥാർത്ഥത്തിൽ എന്താണ്? അമിതമായി വിശകലനം ചെയ്യുകയും വിലയിരുത്തുകയും അയവിറക്കുകയും ചില കാര്യങ്ങളെക്കുറിച്ചുള്ള ഉത്കണ്ഠ നിർത്താനാകാതെ നിങ്ങളുടെ മാനസികാരോഗ്യത്തെ ബാധിക്കുന്ന ഘട്ടത്തിലെത്തുകയും ചെയ്യുന്നതാണ് അമിതചിന്ത.
- അമിതചിന്തയിലേക്കു നയിക്കുന്ന ഉത്കണ്ഠയ്ക്ക് രണ്ട് പ്രധാന ഉറവിടങ്ങളുണ്ട്. ആദ്യത്തേത് നമ്മൾ തന്നെ. ദൗർഭാഗ്യവശാൽ, നമ്മളിൽ ചിലർ ജനിതകപരമായി മറ്റുള്ളവരേക്കാൾ ഉത്കണ്ഠയ്ക്ക് അടിപ്പെടുന്നവരാണ്. എങ്കിലും, ജനിതകം മാത്രമല്ല കാരണം. നമ്മൾ അമിതമായി ചിന്തിക്കുന്ന പ്രശ്നത്തെ എങ്ങനെയെങ്കിലും കൈകാര്യം ചെയ്യുന്നുവെന്ന് തോന്നുന്നതുകൊണ്ടാണ് നമ്മൾ സ്ഥിരം അമിതചിന്തക്കാരാകുന്നത്. അമിതചിന്ത ഒരിക്കലും അവസാനിക്കില്ലെങ്കിലും, നമ്മൾ എന്തൊക്കെയോ മുന്നേറ്റം ഉണ്ടാക്കുന്നതായി തോന്നുന്നു. ഇതൊരു രക്ഷപ്പെടാനാകാത്ത ദൂഷിതവലയമാകുകയും ചെയ്യും.
- ഉത്കണ്ഠയ്ക്കുള്ള മറ്റൊരു കാരണം നമ്മുടെ ചുറ്റുപാടാണ്. ഇതിനു രണ്ടുവശമുണ്ട്. വീടും ഓഫീസും പോലെ നമ്മൾ കൂടുതൽ സമയം ചെലവിടുന്ന ഏറ്റവുമടുത്ത ചുറ്റുപാടാണ് ആദ്യം പരിഗണിക്കേണ്ടത്. ഈ സ്ഥലങ്ങൾ എങ്ങനെ ഒരുക്കിയിരിക്കുന്നു എന്നതിന് നമ്മുടെ ഉത്കണ്ഠയുടെ അളവു നിർണ്ണയിക്കുന്നതിൽ വളരെ വലിയ പങ്കുണ്ട്. അവ അലങ്കോലപ്പെട്ടു കിടക്കുന്നതും വെളിച്ചക്കുറവുള്ളതും ശബ്ദമുഖരിതവുമാണെങ്കിൽ ഉത്കണ്ഠ കൂടും. ലോകവുമായുള്ള ഇടപെടലുകളിലൂടനീളം നമ്മുടെ സാമൂഹിക-സാംസ്കാരിക ക്രമീകരണങ്ങളിൽ നമുക്കുള്ള വിശാലമായ അനുഭവമാണ് രണ്ടാമത്തെ വശം. വംശീയതയും ലിംഗവിവേചനവും അനുഭവിക്കുന്നതുപോലെയുള്ള എന്തെങ്കിലും നമ്മെ സമ്മർദ്ദത്തിലാക്കുകയും ഉത്കണ്ഠ വർദ്ധിപ്പിക്കുകയും ചെയ്യും.
- അമിതചിന്തയ്ക്ക് ഒട്ടേറെ വിപരീതഫലങ്ങളുണ്ട്. ഇതിൽ

ഉൾപ്പെടുന്ന ശാരീരികവും മാനസികവും, കൂടാതെ സാമൂഹികവുമായ ഉപദ്രവങ്ങൾ പോലും ദീർഘകാല പ്രശ്നങ്ങളായി മാറിയേക്കാം. നെഞ്ചിടിപ്പ്, തലകറക്കം, ക്ഷീണം, ക്ഷോഭം, അസ്വസ്ഥത, തലവേദന, പേശികളുടെ പിരിമുറുക്കം തുടങ്ങിയവ ചില ഉദാഹരണങ്ങളാണ്.

അദ്ധ്യായം രണ്ട്

സമ്മർദ്ദമൊഴിവാക്കാനുള്ള സൂത്രവാക്യവും പിന്നെ ചിലതും

അങ്ങനെ, അമിതചിന്ത എന്താണെന്നും അതിനു പിന്നിലെന്താണെന്നും ജീവിതത്തിലെ ക്ഷേമബോധത്തെ അതിനെങ്ങനെ തുരങ്കം വയ്ക്കാനാകുമെന്നുമുള്ള ചിത്രമാണ് നമ്മൾ മെനഞ്ഞത്. മാനസിക മാതൃകകളും ലോകത്തെക്കുറിച്ചുള്ള നമ്മുടെ ചിന്താരീതിയും മാറ്റുകയാണ് സ്വന്തം ജീവിതത്തിന്റെ ഉത്തരവാദിത്വം വഹിക്കുന്നതിനുള്ള താക്കോൽ എന്നും നമ്മൾ കണ്ടു. നമുക്ക് സമ്മർദ്ദത്തിൽ നിന്നു മോചനം നേടേണ്ടതുണ്ട്.

വിഷമിക്കേണ്ട, മാസംതോറും നടത്തേണ്ട ഉഴിച്ചിലിന്റെ പ്രാധാന്യത്തെക്കുറിച്ചോ ധ്യാനമെടുക്കേണ്ടതിന്റെ കാരണത്തെക്കുറിച്ചോ ഉള്ള പ്രഭാഷണമല്ല ഇത്. അമിതചിന്തക്കാരെ സംബന്ധിച്ചിടത്തോളം സാധാരണഗതിയിൽ സമ്മർദ്ദമൊഴിവാക്കാനുള്ള പതിവ് ഉപദേശം മതിയാകില്ല. പകരം നമുക്കാവശ്യമുള്ളത് :

- നമ്മുടെ ചിന്താപ്രക്രിയയെക്കുറിച്ച് ബോധപൂർവ്വമായ അവബോധം നേടുക
- സമ്മർദ്ദനിയന്ത്രണത്തെക്കുറിച്ച് ജാഗ്രതരായിരിക്കുക
- നമ്മുടെ ചിന്തകളെ കേന്ദ്രീകൃതവും യാഥാർത്ഥ്യബോധവുമുള്ളതാക്കാനുള്ള ശരിയായ രീതികൾ അഭ്യസിക്കുക

അമിതമായി ചിന്തിക്കുമ്പോൾ നമ്മുടെ തലയിൽ എന്താണു സംഭവിക്കുന്നതെന്നു കൃത്യമായി കണ്ടെത്തുക എന്നതാണ് സമ്മർദ്ദം ഇല്ലാതാക്കുന്നതിലെ നമ്മുടെ പ്രധാന ലക്ഷ്യം. അമിതചിന്തയിലേക്കുള്ള വഴിമരുന്നിടുന്നതെന്താണെന്നു തിരിച്ചറിയുന്നതും തുടങ്ങിക്കഴിഞ്ഞാൽ അതെങ്ങനെ ബാധിക്കുമെന്നതുമാണത്. ഈ പ്രക്രിയ വ്യക്തമായി തിരിച്ചറിഞ്ഞുകഴിഞ്ഞാൽ കാര്യവിവരമുള്ള പ്രവർത്തനങ്ങളിലേക്കു നീങ്ങാം. പക്ഷേ, ആവശ്യമായ തുടക്കം? അവബോധം.

അമിതചിന്തയെ മറികടക്കാനും സമ്മർദ്ദനിലകളെ നിയന്ത്രി

ക്കാനുമുള്ള പ്രാഥമിക കാര്യങ്ങളാണ് ഈ അദ്ധ്യായത്തിലൂടെ തുടങ്ങുന്നത്. എന്നാൽ ഓരോ സാഹചര്യത്തിലും, ഏറ്റവും പ്രധാനപ്പെട്ടത് നമ്മളെക്കുറിച്ചുള്ള *അവബോധം* നിലനിർത്തുക എന്നതാണ്. അവബോധമെന്നാൽ അയവിറക്കലല്ല. എങ്കിലും : നാം ബോധവാന്മാരായിരിക്കുമ്പോൾ, വിധിയെഴുത്തില്ലാതെ, മുറുകെ പിടിക്കുകയോ ചെറുക്കുകയോ ചെയ്യാതെ, നമ്മുടെ ആന്തരികവും ബാഹ്യവുമായ അനുഭവങ്ങളിലേക്കു ശ്രദ്ധ തിരിക്കുന്നു. യഥാർത്ഥത്തിൽ അമിതചിന്തയുള്ളവർക്കു വളർത്തിയെടുക്കാൻ കഴിയുന്ന മികച്ചൊരു കഴിവാണ് അവബോധത്തേയും ഉത്കണ്ഠയേയും വേർതിരിച്ചറിയുക എന്നത്—ആദ്യത്തേത് പക്ഷപാതരഹിതവും സുഖപ്രദവും നിശ്ചലവുമാണ്. രണ്ടാമത്തേതാകട്ടെ, വികാരങ്ങൾ കൊണ്ടു നിറഞ്ഞതും സ്വയം തട്ടിക്കൊണ്ടുപോകാൻ പ്രവണതയുള്ളതുമാണ്. ലളിതമായ അവബോധം മാത്രം ആവശ്യമുള്ളിടത്താണ് അമിതമായി ചിന്തിക്കുന്നവർ ഉത്കണ്ഠയിലേക്കു പോകുന്നത്.

നമ്മുടെ ശാരീരിക സംവേദനങ്ങൾ, ചിന്തകൾ, വികാരങ്ങൾ എന്നിവ പതിവായി പരിശോധിച്ച്, നമ്മുടെ ജീവിതശൈലി നമുക്ക് ആവശ്യമുള്ള രീതിയിൽ നമ്മെ പിന്തുണയ്ക്കുന്നുവെന്ന് ഉറപ്പാക്കുന്നതിലൂടെയും, ദൈനംദിന ജീവിതത്തിൽ ഏതെങ്കിലും തരത്തിലുള്ള ബോധവത്കരണം ഉൾപ്പെടുത്തുന്നതിലൂടെയും ഈ അവബോധം നമ്മിൽ വളർത്തിയെടുക്കാൻ കഴിയും.

ഇതൊന്നു കാണാൻ ശ്രമിക്കൂ. ഒരു കഠിനമായ ദിവസത്തിന്റെ അവസാനം നിങ്ങൾ തളർന്നിരിക്കുന്നു. രാവിലത്തെ മീറ്റിംഗിൽ നിങ്ങൾ വൈകി, സഹപ്രവർത്തകനുമായി തർക്കിക്കേണ്ടിവന്നു, നിങ്ങൾക്കു വീണ്ടും അമിതജോലി തന്നിരിക്കുന്നു, *ദിവസം മുഴുവൻ* പുറത്ത് കെട്ടിടംപണിക്കാരുടെ ബഹളം നിങ്ങളെ വട്ടുപിടിപ്പിക്കുന്നു. നിങ്ങൾ ചെയ്യേണ്ട കാര്യങ്ങളുടെ പട്ടികയ്ക്കു നിങ്ങളോളം നീളം ഉണ്ട്, നിങ്ങൾ തകർച്ചയുടെ വക്കിലാണ്. അപ്പോഴാണ് നിങ്ങളുടെ കാമുകൻ "സംസാരിക്കേണ്ടതുണ്ട്" എന്ന ഗൂഢമായ സന്ദേശമയയ്ക്കുന്നത്.

ഇതുപോലെ സമ്മർദ്ദം കുമിഞ്ഞുകൂടുമ്പോൾ, അതു തീർത്തും അങ്ങേയറ്റമായി അനുഭവപ്പെടും. ഇതു ടെട്രിസിന്റെ ഒരു അതിവേഗ ഗെയിം കളിക്കുന്നതുപോലെയാണ്, അവിടെ നിങ്ങൾക്കുനേരെ ചിന്തിക്കാൻ കഴിയില്ല. കാരണം, എല്ലായ്പ്പോഴും മറ്റൊരു വെല്ലുവിളിയുണ്ട്. മറ്റൊരു പ്രതിസന്ധി നിങ്ങളുടെ ശ്രദ്ധ ആവശ്യപ്പെടുന്നു. സമ്മർദ്ദത്തെക്കുറിച്ചു നിങ്ങൾക്കൊന്നും ചെയ്യാൻ കഴിയില്ലെന്നു

പലപ്പോഴും തോന്നുമെങ്കിലും (ആ ചിന്തതന്നെ വലിയ സമ്മർദ്ദമാണ്!) നിർത്താനും ഒരു നെടുവീർപ്പെടുക്കാനും എന്താണു സംഭവിക്കുന്നതെന്നു ശ്രദ്ധിക്കാനും എല്ലായ്പ്പോഴും വഴികളുണ്ട്.

ഉത്കണ്ഠ : "ഇപ്പോൾത്തന്നെ എന്തൊക്കെയോ നടക്കുന്നു. എനിക്കൊന്നിനും കഴിയുന്നില്ല. ഞാനിപ്പോൾ നിലവിളിക്കും! ആരും എന്നെ പരിഗണിക്കുന്നില്ല. എനിക്കിങ്ങനെ മുന്നോട്ടുപോകാനാകില്ല. ഈ സന്ദേശം കൊണ്ട് അവനെന്താണുദ്ദേശിക്കുന്നത്? എന്തുകൊണ്ടാണിതൊക്കെ സംഭവിക്കുന്നത്?"

അവബോധം : ഇപ്പോൾ ഒരുപാടു കാര്യങ്ങൾ നടക്കുന്നുണ്ട്. എന്റെ നെഞ്ചിടിക്കുന്നു, ഞാൻ പരിഭ്രാന്തയാകാൻ തുടങ്ങുന്നു, എന്റെ ചിന്തകൾ കുതിക്കുന്നത് എനിക്ക് അനുഭവപ്പെടുന്നു.

വിധിയെഴുത്തും വ്യാഖ്യാനവും ഉത്കണ്ഠയിൽ പറ്റിനിൽക്കുന്നതു നിങ്ങൾക്ക് കാണാൻ കഴിയുന്നില്ലേ? അവബോധത്തിലാകട്ടെ, എന്താണു സംഭവിക്കുന്നതെന്ന ബോധപൂർവ്വമായ ധാരണ നഷ്ടപ്പെടുന്നില്ലെന്നതും കാണുന്നില്ലേ? അവിടെ, വിധിയെഴുതാനും ചെറുക്കാനും നിഷേധാത്മക കഥകൾ ചേർക്കാനും നിൽക്കാതെ വെറുതെ കൊണ്ടുപോകുകയാണ്. അവബോധമുള്ളതിനാൽ, സമ്മർദ്ദത്തിന്റെ കുത്തൊഴുക്കിൽ അകപ്പെടാതെ, അടുത്തതായി നിങ്ങൾ ചെയ്യാൻ ആഗ്രഹിക്കുന്നത് തെരഞ്ഞെടുക്കാനുള്ള ഒരു ചെറിയ സാദ്ധ്യത തുറന്നതും കാണാൻ കഴിയുന്നില്ലേ?

സമ്മർദ്ദനിയന്ത്രണത്തെക്കുറിച്ചു നമ്മൾ സംസാരിക്കുമ്പോൾ, സമ്മർദ്ദം പൂർണ്ണമായും ഒഴിവാക്കുന്നതിനെക്കുറിച്ചല്ല പറയുന്നത്. അത് അസാദ്ധ്യവുമാണ്! കൂടാതെ, നമ്മൾ സ്വയം തളർന്നുപോകുന്നതിനെക്കുറിച്ചോ ഗ്രഹണശേഷി കുറയുന്നതിനെക്കുറിച്ചോ, അല്ലെങ്കിൽ അവബോധം കുറയുന്നതിനെക്കുറിച്ചോ അല്ല പറയുന്നത്. മറിച്ച്, ഉത്കണ്ഠാജനകമായ കഥകളും വിധിയെഴുത്തും ചേർക്കാത്ത അവബോധത്തെക്കുറിച്ചാണ് പറയുന്നത്. നിങ്ങക്ക് ഇതു ചെയ്യാൻ കഴിയുമെങ്കിൽ, ജീവിതത്തിലെ ഒഴിച്ചുകൂടാനാകാത്ത സമ്മർദ്ദങ്ങളെ നേരിടാൻ എന്താണു ചെയ്യേണ്ടതെന്നും നിങ്ങൾക്കു തെരഞ്ഞെടുക്കാനാകും. നിങ്ങളുടെ മുന്നിലുള്ള സാദ്ധ്യതകൾ നമുക്കു നോക്കാം.

സമ്മർദ്ദനിയന്ത്രണത്തിലെ 4 വസ്തുതകൾ

ഈ പ്രവർത്തനരീതി ആദ്യം നിർദ്ദേശിച്ചത് മേയോ ക്ലിനിക്കാണ്. എന്നാൽ പിന്നീട് ലോകമെമ്പാടുമുള്ള ചികിത്സകർ, കായികപരിശീലകർ, ഡോക്ടർമാർ, സാധാരണക്കാർ എന്നിവർ വിവിധ രചനകളിൽ ഉപയോഗിച്ചു. ഉത്കണ്ഠയ്ക്കെതിരെ ലളിതവും ഘടനാപരവുമായ സമീപനം സ്വീകരിക്കുന്നത് സമ്മർദ്ദത്തിന്റേയും അമിതചിന്തയുടേയും കൊടുങ്കാറ്റിൽ രക്ഷാബോട്ട് ഉപയോഗിക്കുന്നതുപോലെയാണ്. നാല് ടെക്നിക്ക് മാത്രമാണ് നിങ്ങൾ ഓർമ്മിക്കേണ്ടത് : **ഒഴിവാക്കുക, മാറ്റുക, സ്വീകരിക്കുക, പൊരുത്തപ്പെടുക** (avoid, alter, accept and adapt). ഏതൊരു ജീവിതസമ്മർദ്ദത്തോടും പ്രതികരിക്കാൻ ഈ നാലു സാദ്ധ്യമായ വഴികൾ മാത്രമേയുള്ളൂവെന്നതും സുഖകരമായ അറിവുതന്നെ.

നിങ്ങൾക്കു ചെയ്യാൻ കഴിയുന്ന ആദ്യത്തെ കാര്യം ഒഴിവാക്കുക എന്നതാണ്.

ഇത്രയും ലളിതമോ എന്നു സംശയിക്കാമെങ്കിലും, നിസ്സാരമായി ഒഴിഞ്ഞുമാറാൻ കഴിയുന്ന എത്രയോ പ്രകോപനങ്ങൾ ജീവിതത്തിലുണ്ട്. ജീവിതത്തിലെ എല്ലാ സംഭവങ്ങളേയും നമുക്കു നിയന്ത്രിക്കാനാകില്ല. എന്നാൽ സാഹചര്യങ്ങളെ ഒരുക്കുന്നതുവഴി സമ്മർദ്ദമുണ്ടാക്കുന്ന ചുറ്റുപാടിൽ നിന്നും മനുഷ്യരിൽ നിന്നും മാറിനിൽക്കാനാകും. നമ്മൾ സത്യസന്ധരെങ്കിൽ, ജീവിതത്തിലെ ഒരുപാടു സമ്മർദ്ദങ്ങൾ സ്വമേധയാ ഉള്ളതാണെന്നു കാണാം—നമ്മൾ അതു സമ്മതിച്ചില്ലെങ്കിലും!

നിങ്ങളുടെ ചുറ്റുപാടിൽ നിങ്ങളെ സമ്മർദ്ദത്തിലാക്കുന്നത് എന്താണെന്നും അതിനെ ലഘൂകരിക്കാനോ പൂർണ്ണമായി ഒഴിവാക്കാനോ പറ്റുംവിധം എങ്ങനെ നിയന്ത്രണത്തിലാക്കാമെന്നും ചിന്തിക്കുക. ശനിയാഴ്ച രാവിലെ പലചരക്കുകടയിലുണ്ടാകുന്ന തിരക്കു സഹിക്കാനാകാത്ത ആരെയെങ്കിലും സങ്കല്പിക്കുക. ഇതു സമ്മർദ്ദത്തിലാക്കുമെന്നറിഞ്ഞാൽ, അവർക്കു വാരാന്ത്യ ഷോപ്പിംഗ് തിരക്കില്ലാത്ത സമയത്തേക്കു മാറ്റാനാകും. അതു ചിലപ്പോൾ ചൊവ്വാഴ്ച വൈകുന്നേരമാകാം. ആ സൂപ്പർ മാർക്കറ്റിലേക്കുള്ള പോക്കുതന്നെ തീർത്തും ഒഴിവാക്കാനാകുമെങ്കിൽ, സമ്മർദ്ദം നിയന്ത്രിക്കാൻ പാടുപെടേണ്ടതുമില്ല.

സമ്മർദ്ദമുണ്ടാക്കുന്ന ആളുകളേയും ഇതുപോലെ ഒഴിവാക്കാം. നിങ്ങളുടെ മാതാപിതാക്കൾ അവധിക്കാലത്തു നിങ്ങളുടെകൂടെ താമസിക്കാൻ വരുമ്പോൾ നിങ്ങളുടെ സമ്മർദ്ദം അട്ടംതൊടുന്നതായി കണ്ടിട്ടുണ്ടോ? തൊട്ടടുത്തു സൗകര്യപ്രദമായ മറ്റൊരു താമസസ്ഥലം പറ്റുമെങ്കിൽ അന്വേഷിക്കാം. മറ്റൊന്നും ചെയ്യാതെ മണിക്കൂറുകളോളം ഒരു മുറിയിൽ പരസ്പരം സമ്മർദ്ദത്തിലാഴ്ത്തുക മാത്രം ചെയ്തുകൊണ്ടിരിക്കുന്ന സാഹചര്യം ഒഴിവാക്കുന്ന തരത്തിൽ ആസൂത്രണം ചെയ്യാം.

സമ്മർദ്ദം ഒഴിവാക്കുമ്പോൾ, നിങ്ങൾ കടമകളിൽ നിന്ന് ഒളിച്ചോടുകയല്ല. യഥാർത്ഥ പ്രശ്നങ്ങൾ നിഷേധിക്കുകയുമല്ല. അനാവശ്യവും ദോഷകരവുമായ സമ്മർദ്ദത്തെ ലളിതമായി നിഷേധിക്കാൻ പഠിക്കുകയാണ്. നമ്മളെയും നമ്മുടെ വിഭവങ്ങളെയും വളരെയധികം ആവശ്യപ്പെടുന്ന സാഹചര്യങ്ങളോടും ആളുകളോടും നമുക്കെപ്പോഴും വേണ്ട എന്ന് പറയാൻ *കഴിയും.*

ആ വിഭവങ്ങൾ മാനസികോർജ്ജവും ശ്രദ്ധയുമാകാം, സമയവും. ജീവിതത്തിലെ എന്തെങ്കിലും നിങ്ങളുടെ സമയമത്രയും വിഴുങ്ങുന്നുണ്ടെങ്കിൽ അതിനോട് വേണ്ട എന്നു പറയാൻ *കഴിയണം.*

നിങ്ങൾക്കു ചെയ്യാനുള്ള കാര്യങ്ങളുടെ ലിസ്റ്റ് നോക്കുക. അത്ര അത്യാവശ്യമല്ലാത്തതോ നിങ്ങളുടെ മുൻഗണനയിലില്ലാത്തതോ ആയ രണ്ടുമൂന്നെണ്ണം ഒഴിവാക്കാം. ചുമതലകൾ മറ്റുള്ളവരെ ഏൽപ്പിക്കുക. അല്ലെങ്കിൽ മറ്റാർക്കെങ്കിലും ഉത്തരവാദിത്തം കൈമാറാം. എല്ലാം നിങ്ങൾ തന്നെ ചെയ്യേണ്ടതില്ല!! അതുകൊണ്ട്, അടുത്ത തവണ സമ്മർദ്ദസാദ്ധ്യത നേരിടുമ്പോൾ, "എനിക്കിതു മൊത്തമായി ഒഴിവാക്കാനാകുമോ?" എന്നു സ്വയം ചോദിക്കുക. പറ്റുമെങ്കിൽ അതു ചെയ്യുക.

അതു പറ്റില്ലെങ്കിൽ സാഹചര്യം അനുകൂലമാക്കാൻ മറ്റു വഴികൾ കണ്ടെത്തേണ്ടതുണ്ട്. അതായത് മാറ്റുക.

സ്വഭാവം മാറ്റാൻ മറ്റുള്ളവരോട് ആവശ്യപ്പെടാനുള്ള അവകാശം നിങ്ങൾക്കുണ്ട്. ഉദാഹരണത്തിന് കെട്ടിടംപണിക്കാർ പുറത്തു ബഹളമുണ്ടാക്കുമ്പോൾ ഒരു പ്രധാനപ്പെട്ട ഫോൺവിളി പൂർത്തിയാക്കാനായി പത്തുമിനിറ്റ് അതു നിർത്തിവയ്ക്കാൻ മാന്യമായി ആവശ്യപ്പെടാം. നിശ്ശബ്ദമായി സഹിക്കുന്നതിനേക്കാൾ, നിങ്ങളുടെ ആവശ്യങ്ങളും വികാരങ്ങളും നേരിട്ടു സംവദിക്കാം. സുഹൃത്തു പറ

യുന്ന വിസ്ഥിത്തമാശകൾ ശരിക്കും വേദനിപ്പിക്കുന്നുവെന്ന് അയാളോടു വ്യക്തമായി പറഞ്ഞില്ലെങ്കിൽ, നിശ്ശബ്ദനായിരുന്ന് എന്നെന്നേക്കും അതിന്റെ ആഘാതം സഹിക്കേണ്ടിവരും. നിങ്ങൾക്കെങ്ങനെ തോന്നുന്നുവെന്നും നിർത്തണമെന്നും പറയാൻ എളുപ്പമായിരിക്കെയാണ് ഈ സഹനം.

ജീവിതത്തിലെ എല്ലാ സമ്മർദ്ദവും നമുക്ക് ഒഴിവാക്കാനാകില്ല. എന്നാൽ മിക്കപ്പോഴും ഈ സംഭവങ്ങളുണ്ടാകുന്നതിൽ നമുക്കൊരു പങ്കുണ്ട്. ആളുകളോടു സംസാരിക്കുക, കൂടിയാലോചിക്കുക, നിങ്ങളുടെ ആവശ്യങ്ങൾ പങ്കിടാനും വേണ്ടതു ചോദിക്കാനും 'ഐ' (ഞാൻ) പ്രസ്താവനകൾ ഉപയോഗിക്കുക. ശനിയാഴ്ച രാവിലെ സൂപ്പർമാർക്കറ്റിൽ പോയേ തീരൂ എന്ന അവസ്ഥയാണെങ്കിൽ നിങ്ങളുടെ ഫോണിൽ പാട്ടു കേട്ടുകൊണ്ടു ഷോപ്പിംഗ് ചെയ്യാം, അതു നിങ്ങൾക്കിഷ്ടപ്പെടുന്നുവെങ്കിൽ.

നിങ്ങൾക്ക് ആ അധിക പി.ടി.എ. മീറ്റിംഗ് ഒഴിവാക്കാനാകുന്നില്ലെങ്കിൽ, ഇതിനകം ചെയ്തുകൊണ്ടിരുന്ന മറ്റു ജോലികൾക്കൊപ്പം അതും കണക്കാക്കുക. അതുവഴി സമയവും പ്രയത്നവും നിങ്ങളുടെ കാറിന് സാദ്ധ്യമായ ഇന്ധനവും ലാഭിക്കാം. ഒഴിവാക്കാനാകാത്ത സാഹചര്യങ്ങൾ വരുമ്പോൾ, കൈയിലൊതുങ്ങുന്ന രീതിയിലേക്കു മാറ്റുവാനായി ഒരുപാടു കാര്യങ്ങൾ ചെയ്യാനാകും. ആ ബോറൻ പാർട്ടിയിൽ പോയേ തീരൂ എന്നാണെങ്കിൽ പോകുക. പക്ഷേ, 'ദൗർഭാഗ്യവശാൽ ഒരു മണിക്കൂറിനുള്ളിൽ പോകേണ്ടതുണ്ട്—നാളെ നേരത്തെ ജോലിക്കെത്തേണ്ടതിനാൽ' എന്നു തുടക്കത്തിൽത്തന്നെ വ്യക്തമാക്കുക.

ഒരു സമ്മർദ്ദക്കാരനെ ഒഴിവാക്കാനാകുന്നില്ലെങ്കിൽ അതു മാറ്റാൻ എന്തു ചെയ്യാനാകുമെന്നു സ്വയം ചോദിക്കുക. "കാര്യമായൊന്നുമില്ല" എന്നാണ് നിങ്ങളുടെ മറുപടിയെങ്കിൽ അടുത്ത പടിയിലേക്കു കടന്ന് അതു സ്വീകരിക്കേണ്ടതുണ്ട്.

സ്വീകരിക്കൽ

നിങ്ങളിഷ്ടപ്പെടാത്ത സാഹചര്യം നിങ്ങളെങ്ങനെയാണ് സ്വീകരിക്കുക? ആദ്യംതന്നെ നിങ്ങളതിഷ്ടപ്പെടുന്നില്ലെങ്കിൽ, നിങ്ങളതിനെ ഇഷ്ടപ്പെടാതിരിക്കുക. സ്വീകരിക്കുക എന്നതിന് നിങ്ങൾക്ക് എങ്ങനെ തോന്നുന്നുവെന്ന് നിങ്ങൾക്കു തോന്നുന്നില്ലെന്നു നടിക്കണമെന്ന അർത്ഥമില്ല. അങ്ങനെ തോന്നുന്നത് അതു ശരിയാണെ

ന്നുള്ള അംഗീകാരമാകും. നിങ്ങളുടെ സ്വന്തം വികാരങ്ങളെ ഉറപ്പിക്കുകയും അതിന്റെ ഉത്തരവാദിത്തമേറ്റെടുക്കുകയും ചെയ്യുക. ഉദാഹരണത്തിന് നിങ്ങളുടെ കാമുകൻ ടെക്സ്റ്റ് മെസ്സേജിലൂടെ നിങ്ങളുമായി പിരിഞ്ഞതായി അറിയിച്ച സാഹചര്യത്തിൽ നിങ്ങൾക്ക് ആ തീരുമാനത്തിൽ കാര്യമായൊന്നും ചെയ്യാനില്ല. പക്ഷേ, നിങ്ങളുടെ വികാരങ്ങൾ പങ്കുവയ്ക്കാൻ ഒരു സുഹൃത്തിനെ വിളിച്ചുകൊണ്ട് ആ സാഹചര്യം അംഗീകരിക്കാനുള്ള ശ്രമം നടത്താം.

ഇനി, നിങ്ങൾ തെറ്റിദ്ധരിച്ച സാഹചര്യമാണെങ്കിൽ, ക്ഷമ പറയുന്നതിലേക്കു കാര്യങ്ങൾ എത്തിക്കാനുള്ള വഴി കണ്ടെത്തുന്ന രീതിയിലും സ്വീകാര്യമാകാം. ക്ഷമപറയൽ നിങ്ങൾ നിങ്ങൾക്കു വേണ്ടി ചെയ്യുന്നതാണെന്നോർക്കുക. അതു മറ്റെയാൾക്കു വേണ്ടിയല്ല. നിങ്ങൾ ക്ഷമിക്കുമ്പോൾ, മറ്റെയാളെ കുറ്റപ്പെടുത്തുന്നതിന്റെയും അയാളോടുള്ള നീരസത്തിന്റെയും ഊർജ്ജത്തിൽ നിന്നും സമ്മർദ്ദത്തിൽ നിന്നും നിങ്ങളെത്തന്നെ മോചിപ്പിക്കുകയാണ്.

സ്വീകാര്യത എന്നത് നമ്മൾ സംഭവങ്ങൾ ഒരുക്കുന്ന രീതിയിലെ സൂക്ഷ്മമായ മാറ്റങ്ങളെ സൂചിപ്പിക്കുന്നതുമായിരിക്കും. നമുക്കു സംഭവങ്ങളെ തന്നെത്താൻ മാറ്റാൻ കഴിയില്ല. പക്ഷേ അവയെക്കുറിച്ചു നമ്മുടെയുള്ളിൽ എങ്ങനെ സംസാരിക്കുന്നുവെന്നും നമ്മളുപയോഗിക്കുന്ന ഭാഷയും ശ്രദ്ധിക്കാൻ കഴിയും. ഉദാഹരണത്തിന് "ഞാൻ എന്റെ കോഴ്സിൽ പൂർണ്ണമായി പരാജയപ്പെട്ടു. പണം പാഴാക്കി. വേണ്ടപോലെ അദ്ധ്വാനിക്കാത്ത ഞാനെന്തൊരു വിഡ്ഢിയാണ്" എന്നു പറയുന്നതിനു പകരം " ഞാനൊരു തെറ്റു ചെയ്തു. ഞാനതിൽ സന്തുഷ്ടനല്ല. പക്ഷേ, ഈയൊരു സംഭവമല്ല എന്നെ അടയാളപ്പെടുത്തുന്നത്. തെറ്റുകളിൽ നിന്നു പഠിക്കാനും മുന്നോട്ടുപോകാനും എനിക്കു കഴിയും. അടുത്ത തവണ കൂടുതൽ മെച്ചപ്പെടാൻ എനിക്കു കഴിയും." എന്നു പറയാൻ കഴിയും.

സ്വീകരിച്ചു എന്നതിന് സംഭവിച്ചതിനോടു നാം യോജിക്കുന്നു എന്നർത്ഥമില്ല. അതുപോലെ, അതു നമുക്കിഷ്ടമാണെന്നും മാറ്റാൻ ശ്രമിക്കില്ലെന്നും അർത്ഥമില്ല. നമുക്കു യഥാർത്ഥത്തിൽ മാറ്റാൻ കഴിയാത്ത കാര്യവുമായി ഭംഗിയായി പൊരുത്തപ്പെട്ടു എന്നു മാത്രമാണ് അതിനർത്ഥം. അങ്ങനെ നമുക്കു കഴിയുന്നതിൽ ശ്രദ്ധയൂന്നാനാകും.

പൊരുത്തപ്പെടൽ

ദീർഘകാലാടിസ്ഥാനത്തിൽ, നമുക്കു പൊരുത്തപ്പെടാൻ കഴിയുമെങ്കിൽ, സമ്മർദ്ദത്തെ അഭിമുഖീകരിക്കുമ്പോൾ നമ്മൾ പറ്റാവുന്നതെല്ലാം ചെയ്യുന്നു. പൊരുത്തപ്പെടുക എന്നതിനർത്ഥം നമ്മുടെ ലോകവീക്ഷണം, നമ്മുടെ ലക്ഷ്യങ്ങൾ, നമ്മുടെ ധാരണകൾ, പ്രതീക്ഷകൾ എന്നിവയിൽ ശാശ്വതമായ മാറ്റങ്ങൾ വരുത്തുക എന്നതാണ്. ഒരു പരിപൂർണ്ണവാദിയുടെ ചിത്രം മനസ്സിൽ കാണുക. ആഗ്രഹിക്കുന്ന നിലവാരം ഒരിക്കലും പുലർത്തുന്നില്ലെന്നു തോന്നുന്നതിനാൽ അവരെപ്പോഴും സമ്മർദ്ദത്തിലായിരിക്കും. അവർ സൂപ്പർമാൻ ആകാനുള്ള വഴി കണ്ടെത്തുക എന്നതല്ല മികച്ച സമീപനം. മറിച്ച്, അവരുടെ പ്രതീക്ഷകൾ കുറയ്ക്കുക എന്നതാണ്. അങ്ങനെ അവർ കൂടുതൽ സാമാന്യബുദ്ധിയുമായും യാഥാർത്ഥ്യവുമായും പൊരുത്തപ്പെടുന്നു.

പിരിമുറുക്കത്തോടു പൊരുത്തപ്പെടുക എന്നതിനർത്ഥം ജീവിതത്തെ നന്നായി നേരിടാൻ നാം *സ്വയം* മാറുക എന്നതാണ്. മാനസിക സമ്മർദ്ദമുണ്ടാക്കുന്ന ചിന്തകളിൽ ഏർപ്പെടാൻ നിങ്ങൾ വിസമ്മതിച്ചേക്കാം. കൂടുതൽ ശുഭാപ്തിവിശ്വാസമുള്ള വ്യക്തിയായി മനഃപൂർവ്വം പരിശീലിക്കുകയും ചെയ്തേക്കാം. നമ്മുടെ വീക്ഷണകോണുകൾ മാറ്റുമ്പോൾ കാര്യങ്ങൾ വ്യത്യസ്തമായി കാണാനാകും. ഇതൊരു 'പ്രതിസന്ധി'യാണോ 'വെല്ലുവിളി'യാണോ'? നമ്മൾ സ്വയം "ജീവിതം നീതി കാണിച്ചില്ല, എല്ലാ കാര്യങ്ങളെയും പോലെ ഇതും മോശമായി അവസാനിക്കും" എന്നതിനു പകരം "ഞാനൊരു പ്രതിരോധിക്കാൻ കഴിയുന്ന വ്യക്തിയാണ്'" എന്നു പറയുമ്പോൾ ഈ തടസ്സം എങ്ങനെയുണ്ടാകും?

സമ്മർദ്ദത്തെ നമ്മൾ സ്വീകരിക്കുമ്പോൾ, സ്വയം ശക്തരാകാനുള്ള മാർഗ്ഗങ്ങളും കണ്ടെത്തും. നമ്മെ ശക്തിപ്പെടുത്തുന്ന ലോകവീക്ഷണം രൂപപ്പെടുത്തും. ഉദാഹരണത്തിന് ആരെങ്കിലും എല്ലാ ദിവസവും ജീവിതത്തിൽ കിട്ടിയ അനുഗ്രഹങ്ങൾക്കെല്ലാമുള്ള 'നന്ദിപ്രകടന'ത്തിന്റെ ലിസ്റ്റ് തയ്യാറാക്കുന്ന സ്വഭാവം രൂപപ്പെടുത്തിയെന്നു കരുതുക, മറ്റൊരാൾ സ്വന്തം വ്യക്തിഗത സൂത്രവാക്യം ഉപയോഗിച്ചു ധ്യാനിക്കുന്നു, അല്ലെങ്കിൽ താൻ കരുത്തനാണെന്നും പ്രതിസന്ധികളിലൂടെ കടന്നുപോകുമെന്നും സ്വയം ഓർമ്മിപ്പിക്കാൻ ദിവസവും ഒരു മന്ത്രം ചൊല്ലുന്നു. ശക്തമായ സമീപനം, ആശയം, ദർശനം, പ്രചോദനം എന്നിവയുടെ ഒഴിയാത്ത ആവനാഴിയുണ്ടെങ്കിൽ സമ്മർദ്ദങ്ങളെ കൈകാര്യം ചെയ്യാമെന്ന വിശ്വാസത്തോടെ

ലോകത്തെ നേരിടാം—അതിനുവേണ്ടി നല്ല മനുഷ്യരായും മാറിയേക്കാം!

ഇതാണ് സമ്മർദ്ദം നിയന്ത്രിക്കാനുള്ള നാലു വഴികൾ. ഉത്കണ്ഠ തോന്നുമ്പോൾ ഒന്നു നിൽക്കുക, എന്നിട്ട് ഈ നാലു കാര്യങ്ങളിലൂടെ ഒന്നിനുപിറകെ ഒന്നായി കടന്നുപോകുക. സാഹചര്യം എത്ര സമ്മർദ്ദജനകമായാലും മനസ്സാന്നിദ്ധ്യത്തോടും സജീവമായും അതിനെ നേരിടാനുള്ള വഴി തെളിയും—നിങ്ങളുടെ കൈയിൽ ഉപകരണങ്ങളുണ്ട്! ഈ ഉപകരണങ്ങൾ ഉപയോഗിക്കാൻ വേണ്ടത് അല്പം അവബോധം മാത്രം.

ഉദാഹരണത്തിന്, ജോലിസ്ഥലത്ത് നിങ്ങളെ സമ്മർദ്ദത്തിലാക്കുന്ന ഒരു സഹപ്രവർത്തകൻ ഉണ്ടെന്നു കരുതുക. അതിൽ ഒന്നും ചെയ്യാനില്ല എന്നു പറഞ്ഞു സ്വയം കീഴടങ്ങുന്നതിനു പകരം ഒന്നു നിന്ന്, ഇയാളെ *ഒഴിവാക്കാനാകുമോ* എന്നു ചിന്തിക്കുക. നിങ്ങളുടെ ഉച്ചഭക്ഷണസമയത്തിൽ ചെറിയ മാറ്റം വരുത്തി അയാളുമായി ഭക്ഷണമേശയിലെ കൂടിക്കാഴ്ച ഒഴിവാക്കാം. അല്ലെങ്കിൽ അയാളിൽ നിന്ന് അകലെയിരുന്ന് ജോലി ചെയ്യാം. പക്ഷേ, വാരാന്ത്യ മീറ്റിംഗുകളിൽ അയാളെ ഒഴിവാക്കാനാകില്ലെന്നും അവിടെ വച്ചാണ് തുടർച്ചയായി അയാൾ നിങ്ങളെ തടസ്സപ്പെടുത്തുന്നതോ നിങ്ങളുടെ ആശയങ്ങൾ മോഷ്ടിക്കുന്നതോ എന്നും സങ്കല്പിക്കാം.

സാഹചര്യം *മാറ്റുന്നതിനെക്കുറിച്ച്* നിങ്ങൾക്കു ചിന്തിക്കാം. നിങ്ങൾക്ക് ഈ മീറ്റിംഗിൽ നിന്നു പുറത്തുപോകാൻ പറ്റുമോ? ഈ സഹപ്രവർത്തകനോടു സ്വകാര്യമായി സംസാരിച്ച് നിങ്ങളുടെ ആശങ്കകൾ പങ്കുവയ്ക്കാനാകുമോ? ('ഈയിടെയായി മീറ്റിംഗുകളിൽ എനിക്കു അസ്വസ്ഥതയുണ്ട്. നിങ്ങൾ എന്നെ തടസ്സപ്പെടുത്തുമ്പോൾ ഞാൻ നിരസിക്കപ്പെട്ടതായി തോന്നുന്നു') മീറ്റിംഗുകളിൽ സംസാരിക്കുമ്പോൾ നിങ്ങൾക്കു ശക്തമായ ഭാഷയിൽ കരുത്തുറ്റ അതിരുകൾ സ്ഥാപിക്കാനാകുമോ? ഇതൊന്നും സാദ്ധ്യമല്ലെങ്കിൽ, അപ്പോഴും നിങ്ങൾക്ക് സാഹചര്യം ഒരു പരിധിവരെ *അംഗീകരിക്കാം.* അടുത്ത സുഹൃത്തിനെ വിശ്വാസത്തിലെടുത്ത് നിങ്ങളുടെ നിരാശകളെക്കുറിച്ചു പറയാം. അല്ലെങ്കിൽ, ഈ സഹപ്രവർത്തകൻ യഥാർത്ഥത്തിൽ എല്ലാവരെയും തടസ്സപ്പെടുത്തുന്നുണ്ടെന്നും വ്യക്തിപരമായി എടുക്കേണ്ട കാര്യമില്ലെന്നും തിരിച്ചറിഞ്ഞ് സമ്മർദ്ദത്തിൽ നിന്നു മുഖം തിരിക്കാം.

അവസാനമായി, മൊത്തത്തിൽ കൂടുതൽ ആത്മവിശ്വാസവും ഉറപ്പുമുള്ള വ്യക്തിയായി പ്രവർത്തിക്കുന്നതിലൂടെ നിങ്ങൾക്ക്

സാഹചര്യവുമായി പൊരുത്തപ്പെടാനാകും. മറ്റാരെപ്പോലെയും സംസാരിക്കാൻ നിങ്ങൾക്ക് അവകാശമുണ്ടെന്ന ഉത്തമബോധ്യമുണ്ടെങ്കിൽ 'സോറി, ഞാൻ സംസാരിച്ചു കഴിഞ്ഞില്ല' എന്ന കൂടുതൽ ആത്മവിശ്വാസത്തോടെ പറഞ്ഞ് ശാന്തമായി സംസാരം തുടരാൻ നിങ്ങൾക്കു കഴിയും.

സമ്മർദ്ദം രേഖപ്പെടുത്തുന്ന ഡയറികളും ജേർണലുകളും

ദൈനംദിന സമ്മർദ്ദാനുഭവങ്ങളെക്കുറിച്ചു കൂടുതൽ അവബോധം കിട്ടാനുള്ള മറ്റൊരു വ്യക്തമായ വഴി അതെല്ലാം എഴുതിവയ്ക്കുന്നതാണ്. അമിതചിന്ത കാരണം നിങ്ങളുടെ പ്ലേറ്റിൽ ഒരേസമയം ലക്ഷക്കണക്കിനു സാധനങ്ങൾ ഉള്ളതായി അനുഭവപ്പെടും. നിങ്ങളുടെ ഉത്കണ്ഠയ്ക്കു പിന്നിലെ യഥാർത്ഥ കാരണമെന്തെന്നു തീരുമാനിക്കാൻ ബുദ്ധിമുട്ടും.

2018-ൽ പെൻസിൽവാനിയ സർവ്വകലാശാലയിലെ സ്മിത്ത് മുതലായ ഗവേഷകർ പോസിറ്റീവ് അഫക്ട് ജേർണലിംഗ് (പിഎജെ) മെച്ചപ്പെട്ട വൈകാരിക സ്വയം നിയന്ത്രണം, മെച്ചപ്പെട്ട ക്ഷേമം, കുറഞ്ഞ വിഷാദം, ഉത്കണ്ഠാ ലക്ഷണങ്ങൾ എന്നിവയുമായി ക്രിയാത്മകമായി ബന്ധപ്പെട്ടിരിക്കുന്നതായി വിലയിരുത്തുന്നുണ്ട്. ഓൺലൈൻ ജേർണലിംഗ് രീതി തുടങ്ങി ഒരു മാസത്തിനുശേഷമാണു ഫലം കണ്ടുതുടങ്ങിയത്. ആഹ്ലാദമുണ്ടാക്കിയ അനുഭവത്തെക്കുറിച്ച് 15-20 മിനിറ്റ് മൂന്നു മുതൽ അഞ്ചു ദിവസം വരെ എഴുതുക. എഴുതുമ്പോൾ സാവധാനം ഊന്നൽ ക്രിയാത്മക ഫലത്തിലേക്കു മാറ്റുക. അതായത് നല്ല വികാരങ്ങൾ. നിങ്ങൾക്ക് ചില പ്രേരണകൾ ഉപയോഗിക്കാം :

നിങ്ങളെ സഹായിക്കാൻ ആരെങ്കിലും എന്തു ചെയ്തു?

നിങ്ങൾ എന്തിനോടാണ് കൃതജ്ഞതയുള്ളവരായിരിക്കുന്നത്?

എന്താണ് നിങ്ങളുടെ ആത്യന്തിക മൂല്യങ്ങളും ആദർശങ്ങളും?

അങ്ങനെ, പിഎജെ ഉപയോഗിക്കുന്നതു വഴി അടുത്തിടെ ആരെങ്കിലുമായി നടത്തിയ ഘോരമായ തർക്കം തുറന്നുനോക്കാനാകും. ശാന്തമായിരുന്ന് നിങ്ങൾക്കെന്താണു തോന്നുന്നതെന്നു വാക്കുകളിലാക്കുക. ഉദാഹരണത്തിന് 'അവളങ്ങനെ പറഞ്ഞുവെന്ന് എനിക്കു ചിന്തിക്കാനേ കഴിയുന്നില്ല. അവളുടെ വാക്കുകൾ എന്നെയെങ്ങനെ

ബാധിക്കുമെന്നത് അവൾ പരിഗണിക്കാത്തത് എനിക്കു വലിയ വിഷമമായി...' എങ്കിലും, തുടർന്നെഴുതുമ്പോൾ, സാവധാനം നിങ്ങൾക്ക് സമ്മർദ്ദമുണ്ടാക്കിയ തർക്കത്തെക്കുറിച്ചു കൂടുതൽ പോസിറ്റീവായ രീതിയിൽ മാറ്റിയെഴുതാൻ കഴിയും. "ഖേദിക്കേണ്ടിവരുന്ന എന്തെങ്കിലും പറയേണ്ടിവരുമായിരുന്ന സാഹചര്യത്തിൽ നിന്നു മാറിനിൽക്കാൻ കഴിഞ്ഞതിൽ സന്തോഷമുണ്ട്. ശരിക്കും അഭിമാനിക്കാവുന്നത്. വർഷങ്ങൾക്കു മുമ്പേ ഉണ്ടാകേണ്ടിയിരുന്ന ഈ വിഷമകരമായ മുഹൂർത്തം ഇങ്ങനെ വന്നതു നല്ല കാര്യമായി ഞാൻ കരുതുന്നു."

ഈ രീതിയിൽ, കാര്യങ്ങൾ അയവിറക്കി സമ്മർദ്ദമുണ്ടാക്കുന്ന ആശയത്തെ ചവച്ചുചവച്ചു ഒടുവിൽ പരിഹാരത്തിലെത്തിക്കുന്നു. വെറുതെ ചവച്ചുകൊണ്ടിരിക്കുകയല്ല! ജേർണലിൽ സ്വന്തം വീക്ഷണം മെല്ലെ മാറ്റിക്കൊണ്ട് സമ്മർദ്ദനിമിഷങ്ങൾ ഉരുത്തിരിയുന്നതിനനുസരിച്ച് കാര്യങ്ങൾക്കു മാറ്റം വരുത്താൻ നിങ്ങൾക്കാകും. ഈ രീതി പിന്തുടർന്നവർ വൈകാരിക പ്രതിരോധ മാനകത്തിൽ ഉയർന്ന സ്കോർ നേടിയെന്നതാണ് മേൽപ്പറഞ്ഞ പഠനത്തിലെ പ്രസക്തമായ കണ്ടെത്തൽ. അതായത് അവർ കൂടുതൽ ശക്തരാണെന്നും സമ്മർദ്ദനിമിഷങ്ങളിൽ നിന്നു തങ്ങൾക്കു രക്ഷപ്പെടാനാകുമെന്നും സ്വയം കരുതാൻ തുടങ്ങിയെന്നർത്ഥം.

ഇതുമാത്രമല്ല എഴുത്തിന്റെ വഴി. സമ്മർദ്ദത്തിനു തുടക്കമിട്ട കാര്യങ്ങൾ ഓരോന്നായി ഡയറി വഴി എടുത്തുകാണിക്കാനാകും. അതുപോലെ അതിനോടുള്ള നിങ്ങളുടെ പ്രതികരണവും. അവിടെ നിന്നു നിങ്ങളുടെ സമ്മർദ്ദനില നിയന്ത്രിക്കാനുള്ള നടപടികൾ തുടങ്ങാനുമാകും.

നിങ്ങളുടെ സമ്മർദ്ദത്തിന്റെ വിവിധ തട്ടുകളും അനുബന്ധവിവരങ്ങളും അടങ്ങിയ ലിഖിതരേഖയാണ് ഡയറി. പിന്നീടിതു വിശകലനം ചെയ്യാനും സമ്മർദ്ദം നിയന്ത്രിക്കാനുള്ള കാര്യങ്ങൾ ചെയ്യാനുമാകും. ഈ ഡയറി നിങ്ങളുടെ ഉയർന്ന സമ്മർദ്ദപരിധി തിരിച്ചറിയാനും ഉപകരിക്കും.

ആശയം ലളിതമാണ് : ഡയറിയിലെ ഓരോ കുറിപ്പിനോടൊപ്പവും തീയതിയും സമയവും ചേർക്കുക. ഇപ്പോൾ എങ്ങനെ തോന്നുന്നുവെന്ന് എഴുതുക. ഒരു നിർണ്ണയ അളവുകോൽ ഉപയോഗിക്കുന്നതാണ് സാധാരണ രീതി (ഉദാഹരണത്തിന്, സമ്മർദ്ദമേയുണ്ടായില്ലെങ്കിൽ 1, ഏറ്റവും കൂടിയ സമ്മർദ്ദത്തിനു 10). തോന്നലുകൾ വാക്കുകളായും എഴുതാം. ശാരീരിക ലക്ഷണങ്ങളുണ്ടെങ്കിൽ അതുമെഴുതാം

(കൈവെള്ള വിയർക്കൽ പോലുള്ളവ). എത്ര ഫലപ്രദവും സർഗ്ഗാത്മകവുമായാണ് നിങ്ങളുടെ തോന്നലെന്നതു രേഖപ്പെടുത്താനും അളവുകോൽ ഉപയോഗിക്കാം. ഈയിടെ സംഭവിച്ച ഏതെങ്കിലും കാര്യങ്ങൾ രേഖപ്പെടുത്തുക. ഇപ്പോഴത്തെ അവസ്ഥയ്ക്കു കാരണമായതെന്നു നിങ്ങൾക്കു തോന്നുന്ന ആശയങ്ങളും എഴുതുക. ഒടുവിൽ, സംഭവത്തോട് നിങ്ങളെങ്ങനെയാണു പ്രതികരിച്ചതെന്നും അന്തിമമായി അക്കാര്യത്തിൽ എന്തു സംഭവിച്ചുവെന്നും രേഖപ്പെടുത്തുക. ഉദാഹരണത്തിന് :

4 ഫെബ്രുവരി, 9.15

അച്ഛന് തോളിൽ ശസ്ത്രക്രിയ വേണമെന്നുള്ള വിഷമിപ്പിക്കുന്ന സന്ദേശം കിട്ടി. വൈകാരികനില 4/10 അളവിൽ. ആശങ്ക തോന്നി. അൽപ്പം തളർച്ചയും. വയറ്റിൽ കെട്ടിട്ടതുപോലെ വിചിത്രമായ തോന്നൽ. പ്രശ്നങ്ങൾ തുടരുന്നു. ജോലിയിൽ ശ്രദ്ധ കേന്ദ്രീകരിച്ചു. ജോലി 1/10 ഫലപ്രാപ്തിയിൽ മാത്രം. അദ്ദേഹത്തിന് മോശമായതെന്തോ സംഭവിക്കുമെന്നു ആശങ്കപ്പെടുന്നതിനാലാണ് ഈ തോന്നലുകൾ എന്നു ഞാൻ കരുതുന്നു. സന്ദേശത്തിനു മറുപടി അയയ്ക്കുന്നത് ഞാൻ ഒഴിവാക്കുകയാണ്. പക്ഷേ ഇത് ഉത്കണ്ഠ വഷളാക്കുന്നതായാണ് കരുതുന്നത്.

മനോനിലയിൽ മാറ്റമുണ്ടാകുമ്പോഴോ അമിതസമ്മർദ്ദം തോന്നുമ്പോഴോ ഒക്കെ ഡയറിയിൽ എഴുതുക. ഈ ഡയറി ഏതാനും ദിവസങ്ങളോ ഒരാഴ്ചയോ സൂക്ഷിക്കുക. എന്നിട്ട് അതു വിശകലനം ചെയ്യുക. എന്തെങ്കിലും ക്രമം കണ്ടെത്തുക.

1. എന്താണ് സമ്മർദ്ദത്തിന്റെ ഏറ്റവും സാധാരണമായ കാരണങ്ങൾ? അതായത് മനോനില താഴുന്നതിനോ സമ്മർദ്ദം പെട്ടെന്നുയരുന്നതിനോ മുമ്പ് എന്താണുണ്ടായത്?
2. നിങ്ങളുടെ ക്രിയാത്മകതയെ ഈ സംഭവങ്ങൾ എങ്ങനെ ബാധിച്ചു?
3. വൈകാരികമായും സ്വഭാവപരമായും നിങ്ങൾ സാധാരണ

എങ്ങനെയാണ് ഇത്തരം സംഭവങ്ങളോട്ട പ്രതികരിക്കുന്നത്? ഈ സമീപനം ഫലം ചെയ്യാറുണ്ടോ?

4. നിങ്ങളുടെ ഉൽപ്പാദനക്ഷമതയ്ക്ക് സമ്മർദ്ദത്തിന്റെ ഒരു തലം സുഖകരവും പ്രയോജനകരവുമാകുന്നത് നിങ്ങൾക്ക് തിരിച്ചറിയാനാകുമോ?

നിങ്ങളിങ്ങനെ സമ്മർദ്ദ ഡയറി വിലയിരുത്തുമ്പോൾ യഥാർത്ഥ വിവരം വച്ചാണ് കാര്യങ്ങളെ സമീപിക്കുന്നത്. അത് ഉൾക്കാഴ്ച യുള്ള മാറ്റങ്ങളുണ്ടാക്കാൻ നിങ്ങളെ സഹായിക്കുകയും ചെയ്യുന്നു. ചില കണ്ടെത്തലുകളിൽ നിങ്ങൾ അദ്ഭുതപ്പെട്ടും—അതേ നിമിഷ ത്തിൽ എഴുതുമ്പോൾ മാത്രമാണ് വ്യക്തമായ മാതൃകകൾ ഉരുത്തി രിയുന്നത്.

വിശകലനം ചെയ്യുമ്പോൾ അമിതവിശകലനം ഒഴിവാക്കുക! സമ്മർദ്ദഡയറിയുടെ ഉദ്ദേശ്യം നിങ്ങളെ സ്വയം പിടിക്കുകയോ നിങ്ങൾ കണ്ടെത്തിയതിനെക്കുറിച്ച് മോശമായി ചിന്തിക്കുകയോ അല്ല. മറ്റൊരു വിധത്തിൽ പറഞ്ഞാൽ, വിധിയെഴുത്ത് പാടില്ല. പകരം, തുറന്ന മനസ്സും സഹാനുഭൂതിയും ജിജ്ഞാസയുമുള്ള സമീപനം സ്വീകരിക്കുക. അമിതചിന്തയുള്ളവർ സാധാരണയായി ബുദ്ധിയു ള്ളവരാണ്. എന്നാൽ വ്യക്തമായ കാര്യങ്ങൾ സ്വയം ഒളിക്കുന്ന തിൽ അവർ മിടുക്കരാണ് എന്ന അർത്ഥം കൂടി അതിനുണ്ട്!

എക്കാലത്തേക്കുമായി ഡയറി സൂക്ഷിക്കേണ്ട കാര്യമില്ല. യഥാർത്ഥത്തിൽ, ഏതാനും ആഴ്ചയ്ക്കുശേഷം ഈ പ്രക്രിയ സ്വാഭാ വികമാകും. സമ്മർദ്ദം തുടങ്ങുന്ന നിമിഷം തന്നെ നിങ്ങളിൽ അതേ ക്കുറിച്ചുള്ള അവബോധം ഉണ്ടാകുകയും ചെയ്യും. ഒരു ദിവസം നിങ്ങ ളൊരു ഗതാഗതക്കുരുക്കിൽ അകപ്പെട്ടുവെന്നിരിക്കട്ടെ. ഓരോ തവണ ഗതാഗതക്കുരുക്കിൽപ്പെടുമ്പോഴും ഒരേതരത്തിലുള്ള ചിന്തകളുടെ ശൃംഘലയാണുണ്ടാകുന്നതെന്നു നിങ്ങൾ ശ്രദ്ധിക്കുന്നു. ഇതു പതി വാണെങ്കിൽ, അടുത്ത ഗതാഗതക്കുരുക്കിൽപ്പെടുന്നതിനു മുമ്പു തന്നെ നിങ്ങൾക്കതേക്കുറിച്ചുള്ള അവബോധമുണ്ടാകുന്നു. അവ ബോധത്തിന്റെ കിളിവാതിൽ പൊടുന്നനെ തുറക്കുന്നതോടെ നിങ്ങൾക്കു മുന്നിൽ സാദ്ധ്യതകൾ പ്രത്യക്ഷപ്പെടുന്നു : അമിതചി ന്തയുടെ അതേവഴിയിൽ പോകേണ്ടതുണ്ടോ? വിശേഷിച്ചും, അതെ ങ്ങോട്ടു നയിക്കുമെന്നു നിങ്ങൾക്കറിയാമെന്നിരിക്കെ?

ജീവിതത്തിലെ പിരിമുറുക്കത്തിന്റെ യഥാർത്ഥ കാരണം

നിങ്ങൾ മനസ്സിലാക്കിക്കഴിഞ്ഞാൽ, ചതുർവിധ (ഒഴിവാക്കുക, മാറ്റുക, സ്വീകരിക്കുക, പൊരുത്തപ്പെടുക) തന്ത്രങ്ങൾ പോലുള്ളവ ഉപയോഗിച്ച് പരിഹാരം തേടാനാകും. അല്ലെങ്കിൽ, ജീവിത ശൈലി പുനഃക്രമീകരിക്കുകയോ മിതമായ സമ്മർദ്ദത്തിലേക്കു മാറ്റുകയോ ചെയ്യാം. ഒരാളിൽ നിന്നാണു പിരിമുറുക്കം മുഴുവനുമുണ്ടാകുന്നതെന്ന് തിരിച്ചറിഞ്ഞാൽ ആ ബന്ധത്തിനു പരിധി നിശ്ചയിക്കാം. നിങ്ങളുടെ സ്വാഭാവിക പ്രതികരണമായ ക്ഷോഭം കാര്യങ്ങൾ കൈകാര്യം ചെയ്യുന്നതു വിഷമകരമാക്കുന്നുണ്ടെങ്കിൽ ക്ഷോഭം കുറയ്ക്കുന്നതിനു ശ്രമിക്കാം. ജോലിയിൽ നിന്നാണ് തുടർച്ചയായ വേവലാതിയെങ്കിൽ അതെത്രമാത്രമുണ്ടെന്നു കണക്കാക്കി ഹ്രസ്വകാല പരിഹാരമോ (ഒരു ദിവസം അവധിയെടുക്കുക) ദീർഘകാലപരിഹാരമോ (മറ്റൊരു ജോലി അന്വേഷിക്കൽ) തേടാം.

മുകളിൽ വിവരിച്ച രൂപഘടന മാത്രമല്ല കാര്യങ്ങൾ എഴുതുന്നതു വഴി സഹായിക്കാൻ കഴിയുന്ന ഏക മാർഗ്ഗം. കൂടുതൽ പരമ്പരാഗതരീതിയിലുള്ള പുസ്തകത്തിൽ സ്വന്തം തോന്നലുകൾ സാധാരണപോലെ ഇടയ്ക്കിടെയോ ദിവസേനയോ എഴുതിവയ്ക്കാം. കാര്യങ്ങൾ എഴുതുന്നതുതന്നെ സമ്മർദ്ദം കുറയ്ക്കും. നിങ്ങളുടെ ചിന്തകൾ ചേർത്തുവയ്ക്കാനും പ്രശ്നങ്ങൾ ചർച്ച ചെയ്യാനും ഉൾക്കാഴ്ചയിലേക്കു നീങ്ങാനും കടന്നുപോകുന്ന പ്രശ്നങ്ങളെ സംസ്കരിച്ചെടുക്കാനും അതു സഹായിക്കും. ആ പുസ്തകം ഒരു അനൗദ്യോഗിക ചികിത്സകനായി മാറും!

നിങ്ങളുടെ സാഹചര്യത്തിൽ ഉപയുക്തമാകുന്നതുപോലെ നിങ്ങളുടെ ഇഷ്ടപ്രകാരം ജേർണലുകളും ഡയറിയും ഉപയോഗിക്കാം. താഴ്ന്ന മാനസികനിലയോടാണ് പൊരുതുന്നതെങ്കിലും, ഉത്കണ്ഠ എല്ലാ കാര്യങ്ങളെയും ബാധിക്കുന്നുവെങ്കിലും കൃതജ്ഞതാപുസ്തകം ഗുണം ചെയ്യും. തീർത്തും ലളിതമായി എല്ലാ ദിവസവും നിങ്ങളെ കൃതജ്ഞരാക്കുന്ന അഞ്ചു കാര്യങ്ങൾ എഴുതുക, അത് രാവിലത്തെ ഒരു കപ്പ് കാപ്പി പോലെയോ പുതിയ ജോഡി സോക്സ് പോലെയോ നിങ്ങളെ സന്തോഷവാന്മാരാക്കുന്നതല്ലെങ്കിലും സാരമില്ല. നിങ്ങളുടെ വിഭവങ്ങളിലേക്കും സാദ്ധ്യതകളിലേക്കും ശ്രദ്ധ കേന്ദ്രീകരിക്കാനും അനുഭവത്തെ പുതിയ ചട്ടക്കൂടിലാക്കാനും അതുവഴി കഴിയും.

മനസ്സിന് ആഘാതമേൽപ്പിച്ച ഏതെങ്കിലും ജീവിതാനുഭവങ്ങൾ പരിശോധിക്കുകയാണെങ്കിലോ ജീവിതത്തിലെ ഏറ്റവും വിഷമകരമായ സന്ദർഭത്തിലൂടെ കടന്നുപോകുകയാണെങ്കിലോ, എഴുത്തു വൈകാരികമാക്കാൻ നിങ്ങൾ ഇഷ്ടപ്പെട്ടേക്കാം. നിങ്ങളുടെ

തോന്നലുകളെയും കടലാസ്സിലേക്ക് നിക്ഷേപിക്കാം. എന്നിട്ടതിലൂടെ കടന്നുപോകാം. കടലാസ്സിലേക്ക് പകരുന്നതോടെ സ്വാഭാവികമായും കുറച്ച് സ്വയം അറിവ് ലഭിക്കാൻ തുടങ്ങും. അല്ലെങ്കിൽ ഭാവിയിലേക്കുള്ള ചില സൂചനകൾ കിട്ടും.

ജീവിതത്തിലെ പിരിമുറുക്കം തുടരുകയാണെങ്കിൽ ബുള്ളറ്റ് എഴുത്ത് ഇഷ്ടപ്പെട്ടേക്കും. ദൈനംദിന ലക്ഷ്യങ്ങൾ, മുൻഗണനകൾ, ഓർമ്മകൾ എന്നിവ ചെറുകുറിപ്പുകളായി എഴുതാം. കൂടുതൽ ക്രമീകൃതമാകുവാൻ ഈ കുറിപ്പുകൾ നിങ്ങളെ സഹായിക്കും. ജീവിതത്തിന്റെ ചട്ടക്കൂട് ശക്തമാകുകയും ചെയ്യും. ബുള്ളറ്റ് എഴുത്തിനു കലാപരമായ മികവു കൊണ്ടുവരാനും ചിലർ ശ്രമിക്കും. പ്രചോദനവും പോസിറ്റീവ് കാഴ്ചപ്പാടും ലഭിക്കാൻ നിറങ്ങളും ചിത്രങ്ങളും കൊണ്ടു സ്വയം വെളിപ്പെടുത്തുന്നവരുണ്ട്. സൂചനകൾ അച്ചടിച്ച് മുൻകൂട്ടി തയ്യാറാക്കിയ ജേർണലുകൾ ഉപയോഗിക്കുന്നവരുമുണ്ട്.

എങ്കിലും, ജേർണലുകളും ഡയറിയും എല്ലാവർക്കുമുള്ളതല്ല. നിങ്ങളിലെ പരിപൂർണ്ണതാവാദിയെ കൂടുതൽ വഷളാക്കാനേ അതു പകരിക്കുന്നുള്ളൂ എങ്കിലും, ശരിയായ ടെക്നിക്കിനായി നിങ്ങൾ കഷ്ടപ്പെടുകയാണെങ്കിൽ അതൊഴിവാക്കുകയാണ് നല്ലത്. നിങ്ങളുടെ വികാരങ്ങളോടു ചേർന്നുനിൽക്കാനുള്ള ഉപകരണം മാത്രമാണ് ജേർണൽ—വികാരങ്ങളേക്കാൾ ജേർണലിലാണ് കൂടുതൽ ഊന്നൽ എന്നു കണ്ടെത്തിയാൽ നിങ്ങൾ മറ്റൊരു ടെക്നിക് കണ്ടെത്താൻ ശ്രമിച്ചേ തീരൂ. ഓരോ ജേർണലെഴുത്തിന്റെ അവസാനവും എന്തെങ്കിലും പോസിറ്റീവ് ആയതു കൊണ്ടുവരാൻ ശ്രമിക്കണം—ഒരു മന്ത്രം ചൊല്ലുക, പോസിറ്റീവായ എന്തെങ്കിലും ഭാവന ചെയ്യുക, മുന്നോട്ടുപോകാനുള്ള സാദ്ധ്യതകളോ പരിഹാരങ്ങളോ കണ്ടെത്തുക. പോസിറ്റീവ് തലത്തിലേക്ക് തിരിച്ചെത്തുന്നുവെന്നു നിങ്ങൾ ഉറപ്പാക്കുന്നില്ലെങ്കിൽ, ജേർണലെഴുത്ത് കൂടുതൽ അസന്തുഷ്ടിയും അമിതചിന്തയുമേ തരൂ.

5-4-3-2-1 ഗ്രൗണ്ടിംഗ് ടെക്നിക്ക്

സമ്മർദ്ദ ജേർണലുകളും ചതുർമുഖതന്ത്രങ്ങളും ചേർത്തുപയോഗിച്ചാൽ വലിയ ഫലം കിട്ടും. വിശേഷിച്ചും, പതിവായി ചെയ്താൽ. പക്ഷേ ചിലപ്പോൾ *പെട്ടെന്നു* ഫലം കിട്ടുന്ന, ആശ്വാസം നൽകുന്ന ടെക്നിക്ക് ആവശ്യമായി വരും. ആദ്യം പറഞ്ഞ രണ്ടു ടെക്നിക്കുകൾ അവബോധത്തെ വളർത്തി ഉപയോഗിക്കുന്നതാണ്.

നിങ്ങളുടെ പ്രശ്നം, തുടക്കത്തിൽത്തന്നെ അവബോധം നേടുകയെന്നതാണെങ്കിൽ അവ അത്ര ഉപയോഗപ്രദമല്ല. എപ്പോഴെങ്കിലും ഉത്കണ്ഠാ ചുഴിയിൽപ്പെട്ടിട്ടുള്ളവർക്കറിയാം അതിൽനിന്നു പുറത്തു കടക്കുക മിക്കവാറും അസാദ്ധ്യമാണെന്ന്.

താഴെപ്പറയുന്ന രീതി പാനിക് അറ്റാക്ക് (അതിതീവ്ര ഉത്കണ്ഠ) വരുന്നവർ പലപ്പോഴും ഉപയോഗിക്കുന്നതാണ്. ഉത്കണ്ഠാ ചുഴി നിങ്ങളെ കൊണ്ടുപോകുംമുമ്പ് അതിനെ തടയാനുള്ള വഴിയാണിത്. എന്നിരുന്നാലും, നിങ്ങൾക്കു പ്രയോജനം ലഭിക്കാൻ ഒരു പാനിക് ഡിസോർഡർ ഉണ്ടാകണമെന്നില്ല. കൂടുതൽ സങ്കീർണ്ണമായ ഭയങ്ങളും ഫോബിയയും പ്രവർത്തിക്കുന്ന അതേ യന്ത്രങ്ങളിലാണ് അമിതചിന്തയും പ്രവർത്തിക്കുന്നത്. അവയെപ്പോലെ, അതേ രീതിയിൽ ആധിപത്യം പുലർത്താനും അമിതചിന്തയ്ക്കു കഴിയും.

ആശയം ലളിതമാണ് : അമിതമായി ചിന്തിക്കുകയും അയവിറക്കുകയും സമ്മർദ്ദത്തിലാവുകയും ചെയ്യുമ്പോൾ *നമ്മൾ ആ നിമിഷത്തിനു വെളിയിലാണ്.* ഭൂതകാലത്തെ ചിന്തകളെ ചവച്ചു കൊണ്ടിരിക്കുകയോ ഭാവിയെക്കുറിച്ചുള്ള സാദ്ധ്യതകളെ താലോലിക്കുകയോ ചെയ്യുകയാവും. 'അങ്ങനെയെങ്കിൽ' എന്നു നമ്മൾ ചിന്തിക്കും. നമ്മുടെ മനസ്സ് ഓർമ്മകൾ, ആശയങ്ങൾ, സാദ്ധ്യതകൾ, ആഗ്രഹങ്ങൾ, ഭയങ്ങൾ എന്നിവയിൽ കുതിക്കുകയായിരിക്കും. നമ്മുടെ ബോധപൂർവ്വമായ അവബോധത്തെ *വർത്തമാനത്തിലേക്കു തിരിച്ചെത്തിക്കാൻ* കഴിഞ്ഞാൽ ചില അമിതചിന്തകളെ നമുക്കു തടയാൻ സാധിക്കും. പഞ്ചേന്ദ്രിയങ്ങളുടെ സഹായത്താൽ പരിശോധിച്ച് നമുക്കിതു ചെയ്യാം. മറ്റൊരുവിധത്തിൽ പറഞ്ഞാൽ, മസ്തിഷ്കത്തിനു നമ്മളെ എവിടെ വേണമെങ്കിലും കൊണ്ടുപോകാം. പക്ഷേ ശരീരവും അതിന്റെ ഇന്ദ്രിയങ്ങളും വർത്തമാനത്തിലേ ഉണ്ടാകൂ.

പരിഭ്രാന്തിയുടെ നിമിഷങ്ങളിൽ, ആശയങ്ങളിലും ചിന്തകളിലും നമ്മൾ ശരിക്കും കുടുങ്ങിപ്പോകാം. എന്നിരുന്നാലും യഥാർത്ഥത്തിൽ അങ്ങേയറ്റം സുരക്ഷിതരുമായിരിക്കും. നമ്മുടെ തൊട്ടടുത്ത നിമിഷങ്ങളിലൊന്നും നമ്മെ ഭീഷണിപ്പെടുത്തുന്ന ഒന്നുംതന്നെ ഉണ്ടാകില്ല. പരിഭ്രാന്തി കൂടെയുണ്ടെങ്കിൽ, എവിടെയെങ്കിലും പ്രകാശമാനമായ പൂന്തോട്ടത്തിൽ പൂർണ്ണസമാധാനത്തോടെ ഇരിക്കുകയാണെങ്കിൽപ്പോലും, നമ്മളിപ്പോൾ മരിക്കാൻ പോകുന്നതായി തോന്നിക്കും. അത്രയുമുണ്ട് മനസ്സിന്റെ ശക്തി!

അടുത്ത തവണ ഉത്കണ്ഠയും പരിഭ്രാന്തിയും നിങ്ങളുടെ സമനില

തെറ്റിക്കുമ്പോൾ ഇതു പരീക്ഷിക്കുക : നിൽക്കുക, ഒരു ശ്വാസമെടുക്കുക, നിങ്ങൾക്കു ചുറ്റും നോക്കുക.

- ആദ്യം നിങ്ങളുടെ ചുറ്റുപാടിൽ നിങ്ങൾ കാണുന്ന അഞ്ചു കാര്യങ്ങളെടുക്കുക. മൂലയിലുള്ള വിളക്കിനുമേലോ സ്വന്തം കൈകളിലോ ചുമരിലെ ചിത്രത്തിലോ നിങ്ങളുടെ കണ്ണുകൾക്കു വിശ്രമിക്കാം. ഇതെല്ലാം യഥാർത്ഥമായും കാണാൻ ഒരു നിമിഷമെടുക്കുക. അവയുടെ ചേർച്ചയും നിറങ്ങളും ആകൃതിയും കാണുക. അവയെ തെല്ലിടപോലും വിട്ടുപോകാതെ കണ്ണുകൾ എല്ലാം ഒപ്പിയെടുക്കട്ടെ.
- അടുത്തതായി ചുറ്റുപാടുമുള്ളവയിൽ നിങ്ങൾക്ക് അനുഭവിക്കാനും തൊട്ടറിയാനും പറ്റുന്ന നാലു കാര്യങ്ങളെടുക്കുക. കസേരമേൽ നിങ്ങളുടെ ശരീരത്തിന്റെ ഭാരമറിയുക, നിങ്ങൾ ധരിച്ചിരിക്കുന്ന കോട്ടിന്റെ ഇഴയടുപ്പമറിയുക, നിങ്ങളുടെ വിരലുകൾ തൊടുമ്പോൾ കാറിന്റെ ചില്ലുകൾ എത്രത്തോളം മൃദുലവും കുളിർമ്മയുള്ളതുമാണെന്നറിയുക.
- അടുത്തതായി, കേൾക്കാൻ കഴിയുന്ന മൂന്നു കാര്യങ്ങളെടുക്കുക. സ്വന്തം ശ്വാസം, ദൂരെ നിന്നുള്ള വാഹനങ്ങളുടെയോ പക്ഷികളുടെയോ ശബ്ദം.
- പിന്നീട്, മണത്തറിയാൻ കഴിയുന്ന രണ്ടു കാര്യമെടുക്കുക. ഇതാദ്യം ബുദ്ധിമുട്ടായേക്കാം. പക്ഷേ, ശ്രദ്ധിച്ചാൽ എല്ലാത്തിനും ഗന്ധമുണ്ടെന്നറിയാം. ചർമ്മത്തിലെ സോപ്പിന്റെ ഗന്ധം അറിയാനാകുമോ? അല്ലെങ്കിൽ മേശമേലുള്ള കടലാസ്സിന്റെ നേർത്ത ഗന്ധം?
- അവസാനമായി, രുചിച്ചറിയാൻ കഴിയുന്ന ഒരു കാര്യമാവട്ടെ. നാവിൻ തുമ്പിൽ നീണ്ടുനിൽക്കുന്ന കാപ്പിയുടെ രസം. ഒന്നും കണ്ടെത്തിയില്ലെങ്കിലും, നിങ്ങളുടെ രസമുകുളങ്ങൾ എന്താണറിയുന്നതെന്നു ഒരു നിമിഷം ശ്രദ്ധിക്കുക. അവ ശരിക്കും 'ഓഫ്' ആണോ? അതോ നിങ്ങൾ അതിനെക്കുറിച്ചു ബോധവാന്മാരാകുന്നതു നിർത്തുമ്പോൾ നിങ്ങളുടെ വായ്ക്കു സ്വന്തമായ ഒരു രുചിയുണ്ടോ? ഒരുനിമിഷം അവിടെ തങ്ങി ആ സംവേദനമറിയുക.

ഈ വ്യായാമത്തിന്റെ പ്രാഥമിക ഉദ്ദേശ്യം വ്യതിചലനമാണ്. നിങ്ങളുടെ ഇന്ദ്രിയങ്ങൾ സജീവമാകുമ്പോൾ, തലച്ചോറ് അവസാനിക്കാത്ത അയവിറക്കലല്ലാതെ മറ്റെന്തെങ്കിലും ചെയ്യും. അങ്ങനെ നിങ്ങളുടെ അമിതചിന്ത തടസ്സപ്പെടും. നിങ്ങൾ ചിന്തകളുടെ പ്രവാഹത്തിനു തടയണ കെട്ടുകയാണ്. ഈ ടെക്നിക് ഇടയ്ക്കു പരിശീലിക്കുക. തത്സമയം തന്നെയിതു നിങ്ങളെ ശാന്തരാക്കുമെന്നും തണുപ്പിക്കുമെന്നും കാണാം.

ഈ സമയത്ത് ഏത് ഇന്ദ്രിയമാണ് അടുത്തതെന്നു ഓർമ്മിക്കേണ്ടതില്ല. അതിനു പ്രാധാന്യമൊന്നുമില്ല. കാര്യമെന്താണെന്നു വച്ചാൽ, നിങ്ങൾ മുഴുവൻ ശ്രദ്ധയും നിങ്ങളിൽ നിന്നു പുറത്തുള്ള ഒന്നിലേക്കു കേന്ദ്രീകരിച്ചിരിക്കുകയാണ്. അങ്ങനെ ഉത്കണ്ഠയുടെ ഊർജ്ജം ചിതറിക്കുന്നു. 'എനിക്കു തോന്നുന്നു, ഞാൻ ചിന്തിക്കുന്നതു നിർത്തണമെന്ന്'' എന്നു പറഞ്ഞ് ഒരു ചിന്തയെ നിർത്തുക വിഷമമാണ്. കാരണം, വ്യക്തമായും ഇതുതന്നെയൊരു ചിന്തയാണ്. എന്നാൽ തലച്ചോറിന് ഇടവേള കൊടുത്ത് ഇന്ദ്രിയങ്ങൾക്ക് ഒരു നിമിഷത്തേക്കു മറ്റൊരു ജോലി നൽകി വേവലാതിയുടെ ട്രാക്കിൽ നിന്നു നിങ്ങൾ സ്വയം അഴിച്ചുമാറ്റി വർത്തമാനകാലത്തേക്കു തിരിച്ചുവന്നു ശാന്തമാകാൻ നിങ്ങൾക്കു തന്നെ സ്വയം ഒരു നിമിഷം നൽകുക.

അത് ഈ വഴിയിൽ ചിന്തിക്കാം : നിങ്ങളുടെ ബോധാസ്തിത്വത്തിന് ഒരു സമയം ഒരു കാര്യമേ ചെയ്യാനാവൂ. ചിന്തകളിൽ മുഴുകുകയോ ഇന്ദ്രിയങ്ങൾ വഴി ഈ നിമിഷത്തിൽ മുങ്ങുകയോ. അതോ അല്ലെങ്കിൽ ഇതോ. നിങ്ങളുടെ ബോധത്തെ വർത്തമാന നിമിഷത്തോട് ഇന്ദ്രിയങ്ങൾ വഴി ബന്ധിക്കുകയാണെങ്കിൽ നിങ്ങളുടെ മനസ്സിന് ഒരേസമയം ഉത്കണ്ഠയുളവാക്കുന്ന അമിതചിന്തകളുമായി ചുറ്റിനടക്കാൻ വിഷമമായിരിക്കും.

മേൽപ്പറഞ്ഞ കാര്യങ്ങളെല്ലാം ഈ നിമിഷം ഓർമ്മിക്കാനാകാത്തവിധം സങ്കീർണ്ണമാണെന്നു തോന്നുന്നുവെങ്കിൽ ഇതൊന്നു പരീക്ഷിക്കൂ : ഭൂമിയിലൊരു സ്പർശം. മനുഷ്യശരീരം ഭൂമിയിൽ യഥാർത്ഥമായും സ്പർശിക്കുന്നത് മനോനിലയ്ക്ക് ആകർഷകമായ ഫലമുണ്ടാക്കുമെന്നു ഗവേഷകനായ ഗെയ്റ്റൻ ഷെവലിയർ കണ്ടെത്തിയിട്ടുണ്ട്. പഠനത്തിൽ സഹകരിച്ചവരോട് പാദങ്ങളോ ശരീരമോ ഒരു മണിക്കൂർ നേരത്തേക്ക് ഭൂമിയോട് ചേർത്തുവയ്ക്കാനാണ് ഷെവലിയർ ആവശ്യപ്പെട്ടത്. അദ്ദേഹം പിന്നീടവരെ പരിശോധിച്ചു. സ്വയം റിപ്പോർട്ട് ചെയ്ത മാനസികാവസ്ഥയിലും ക്ഷേമതലങ്ങളിലും

സ്ഥിതിവിവരക്കണക്കിനനുസരിച്ച് ഗണ്യമായ ഉത്തേജനം ഉണ്ടായിട്ടുണ്ടെന്നു കണ്ടെത്തി. ഭൂമിയെ സ്പർശിച്ചവരെയും അങ്ങനെ ചെയ്യാത്തവരെയും പരീക്ഷണത്തിൽ താരതമ്യം ചെയ്താണ്ടായിരുന്നു നിഗമനം. കൂടുതൽ ഗുരുതരമായ ഉത്കണ്ഠാ രോഗത്തെ നേരിടാൻ ഭൂമീസ്പർശം മതിയായെന്നു വരില്ലെങ്കിലും ഇതു തീർച്ചയായും ഉത്സാഹജനകമായ കണ്ടെത്തലാണ്. നിങ്ങളുടെ നഗ്നപാദങ്ങൾ മണ്ണിൽ തൊട്ടുകൊണ്ട്, പറ്റുമെങ്കിൽ, 5-4-3-2-1 ടെക്നിക്ക് പരീക്ഷിക്കുക.

ആഖ്യാനചികിത്സയും ബാഹ്യവത്കരണവും

നമ്മൾ പരിഗണിക്കുന്ന അവസാന ടെക്നിക്ക് ആഖ്യാനചികിത്സയുടെ ലോകത്തുനിന്നാണ്. നമ്മുടെ ജീവിതം പലപ്പോഴും കഥകളായോ വിവരണങ്ങളായോ നിർമ്മിക്കപ്പെടുന്ന രീതി പരിശോധിക്കുകയാണിതിൽ. ആളുകൾ അർത്ഥം നിർമ്മിക്കുന്ന യന്ത്രങ്ങളാണ്. നമ്മളാകട്ടെ, നമ്മളാരെന്ന കഥകളും നമ്മുടെ ജീവിതത്തിലെ സംഭവങ്ങൾ എന്താണു സൂചിപ്പിക്കുന്നതെന്നും പറഞ്ഞ് അർത്ഥങ്ങളുണ്ടാക്കുന്നു. ആഖ്യാനചികിത്സയിലൂടെ നമുക്ക് ഈ കഥകൾ അടിസ്ഥാനപരമായി മാറ്റിയെഴുതാനാകും. മുറിവുണക്കാനും, 'തുടർന്നു സുഖമായി ജീവിച്ച്' എന്ന അവസ്ഥയ്ക്കും വേണ്ടി.

ഉത്കണ്ഠയെ കീഴടക്കുന്നതിലെ മുഖ്യഭാഗം നമ്മുടെ മനോമാതൃകകളിലേക്കു നോക്കുകയും അതുവഴി നമ്മുടെ ജീവിതം എങ്ങനെ മുന്നോട്ടുകൊണ്ടുപോകണമെന്നു ബോധപൂർവ്വം തീരുമാനമെടുക്കുകയുമാണെന്ന് നമ്മൾ ഇതിനകം ചർച്ച ചെയ്തുകഴിഞ്ഞു. നമ്മൾ നമ്മുടെ സ്വന്തം കഥകളുടെ ആഖ്യാതാവാകുമ്പോൾ നമ്മൾ ചുമതലയേറ്റു, പുനർനിർമ്മിച്ച്, പുതിയ അർത്ഥങ്ങൾ ഉണ്ടാക്കാൻ അധികാരം നല്കി. ആളുകൾ അവരുടെ പ്രശ്നങ്ങളിൽ നിന്നു വ്യത്യസ്തരാണെന്നതാണ് ആഖ്യാനചികിത്സയ്ക്കു പിന്നിലെ വലിയ തത്ത്വം. ഈ ആശയം ബാഹ്യവത്കരണം എന്ന ജനപ്രിയ സാങ്കേതികവിദ്യയ്ക്ക് അടിവരയിടുകയും ചെയ്യുന്നു.

ബാഹ്യവത്കരിക്കുമ്പോൾ, നമ്മൾ പ്രശ്നം *പുറത്തെടുക്കുന്നു*. പ്രശ്നമുണ്ട് എന്നതിനാൽ നമ്മളാരും തെറ്റുകാരോ ചീത്തയോ അല്ല. അതിന്റെ പേരിൽ നമ്മൾ സ്വയം കുറ്റപ്പെടുത്തുകയോ വിധിയെഴുതുകയോ ചെയ്യുന്നില്ല. എന്നിരുന്നാലും, നമ്മളെക്കുറിച്ചും നമ്മുടെ ജീവിതത്തെക്കുറിച്ചും എങ്ങനെ സംസാരിക്കുന്നു എന്നത് മാറ്റാനുള്ള അധികാരം നമുക്കുണ്ട്. നമുക്ക് അർത്ഥപൂർണ്ണമായ മാറ്റങ്ങൾ

വരുത്താൻ കഴിയും. ഇനി അമിതചിന്തയിലേക്കു വരുമ്പോഴുള്ള പ്രധാന ചുവട്, 'അമിതചിന്ത ഒരു പ്രശ്നമാണ്, ഞാനതിനു ബദൽ കണ്ടെത്താൻ പോകുകയാണ്' എന്ന പറച്ചിലും, 'ഞാനൊരു അമിതചിന്തക്കാരനാണ് അതു മോശമാണ്. എന്നെത്തന്നെ ശരിയാക്കാൻ ഞാനൊരു വഴി കണ്ടുപിടിക്കേണ്ടിയിരിക്കുന്നു' എന്ന പറച്ചിലും തമ്മിലുള്ള ഏറ്റുമുട്ടലാണ്. നിങ്ങളാണ് യഥാർത്ഥത്തിൽ നിയന്ത്രിക്കുന്നത് എന്ന മനസ്സിലാക്കലാണ് മറ്റൊരു വലിയ ചുവടുവയ്പ്പ്. സ്വന്തം അനുഭവത്തിന്റെ *രചയിതാവും* നമ്മൾ തന്നെ—നമ്മുടെ ധാരണകളെ കുറ്റപ്പെടുത്താൻ മറ്റുള്ളവർ ആരുമല്ല. അതുപോലെതന്നെ, അവർക്കു നമ്മെ രക്ഷിക്കാനോ പഠിപ്പിക്കാനോ സാദ്ധ്യമല്ല. നമ്മുടെ സ്വന്തം അനുഭവങ്ങളുടെ വിദഗ്ദ്ധർ നാം തന്നെയാണ്.

നമ്മുടെ മനോമാതൃകകൾ അൽപ്പം ക്രമീകൃതമാണ്, അല്ലെങ്കിൽ അരിപ്പ പോലെയോ, ആവർത്തിക്കുന്ന അലങ്കാരങ്ങൾ പോലെയോ ആണ്. നിങ്ങളുടെ ജീവിതം ഒരു സിനിമയായിരുന്നെങ്കിൽ അതെന്തു തരം ആകുമായിരുന്നു? എല്ലായ്പ്പോഴും നിങ്ങൾ ഏതു വേഷത്തിലായിരിക്കും? എങ്ങനെയാവും കഥ വികസിക്കുക? നമ്മുടെ വ്യാഖ്യാനങ്ങളും ചട്ടക്കൂടുകളും നമ്മുടെ അനുഭവങ്ങളെ സ്വാധീനിക്കുമെന്നു നമുക്കു കാണാൻ കഴിയുമ്പോൾ അതു മാറ്റാനുള്ള അധികാരവും ലഭിക്കുന്നു. ഉദാഹരണത്തിന്, അമിതചിന്തയുള്ളവർക്ക് അധികാരമില്ലാത്തവരെന്നു തോന്നും. എന്നാലവർ കഥ മാറ്റിയെഴുതിയാലോ? ഉത്തരവാദിത്തമുള്ളവരും കഴിവുള്ളവരുമായി സ്വയം കാണാൻ കഴിയും.

നമുക്കു ബാഹ്യവത്കരണത്തിലേക്കു തിരിച്ചുവരാം. നിങ്ങളല്ല നിങ്ങളുടെ പ്രശ്നങ്ങൾ. നിങ്ങളല്ല നിങ്ങളുടെ തോൽവികൾ. നിങ്ങൾക്കും നിങ്ങളുടെ ജീവിതത്തിലെ വെല്ലുവിളികൾക്കുമിടയിൽ അകലം പാലിക്കാൻ കഴിഞ്ഞാൽ നിങ്ങൾക്കൊരു കാഴ്ചപ്പാടുണ്ടാകും. നിങ്ങൾ അനുഭവിക്കുന്ന താത്കാലിക നിമിഷത്തിൽ നിന്നു നിങ്ങളുടെ സ്വത്വബോധവും സ്വയംമൂല്യവും അഴിച്ചുമാറ്റും. ഒരു മേഘം ആകാശമല്ലാത്തതുപോലെ, നമ്മുടെ പ്രശ്നങ്ങൾ നമ്മളുമല്ല—അവ കടന്നുപോകും, അവയോടു എങ്ങനെ പ്രതികരിക്കുന്നു എന്നത് നിങ്ങളുടെ നിയന്ത്രണത്തിലാണ്.

നിങ്ങൾ ക്ഷീണിച്ചതായി തോന്നിയാൽ സ്വയം ആവർത്തിക്കുന്ന ഈ മന്ത്രം സഹായിച്ചേക്കാം : 'ഞാൻ എന്റെ പ്രശ്നങ്ങളല്ല.' ഭാഷ മാറ്റുകയുമാകാം. 'ഞാനൊരു ഉത്കണ്ഠാകുലനാണ്' എന്നതി

നുപകരം 'ഞാനിപ്പോൾ ഉത്കണ്ഠ അനുഭവിക്കുന്നു' എന്നു പറയണം. അതിനേക്കാളും, 'ഞാൻ ചില ഉത്കണ്ഠകൾ ശ്രദ്ധിക്കുന്നു' എന്നു മാകാം. നമുക്കും നമ്മുടെ പ്രശ്നങ്ങൾക്കുമിടയിൽ പല മാർഗ്ഗത്തിലൂടെ അകലമിടാം :

- മുകളിൽപ്പറഞ്ഞ ജേർണലെഴുത്തും ഡയറിയെഴുത്തും ഉപയോഗിക്കാം. ഉത്കണ്ഠയെ തലയിൽ നിന്നെടുത്തു ഒരു കടലാസിൽ ഇറക്കിവയ്ക്കുക. ആ കടലാസ് കത്തിക്കുകയോ ചുരുട്ടിക്കൂട്ടി എറിയുകയോ ചെയ്യുക. പ്രശ്നം നിങ്ങളിൽ നിന്നകന്നത് ശാരീരികമായി കാണുക. ആ അകലത്തിൽ നിന്നുകൊണ്ട് അതിനെ മാറ്റാനുള്ള നടപടിയെടുക്കാം.
- ദൃശ്യവത്കരണവും അലങ്കാരപ്രയോഗവും നടത്തുക. അമിതചിന്തയെ നിങ്ങളുടെ ഉള്ളിലെ വായുവായി ദൃശ്യവത്കരിക്കുക. അതിനെ ഭീമാകാരമായ ബലൂണിലേക്കു നിറയ്ക്കുക. ആ ബലൂൺ ഉയർന്നുയർന്നു നിങ്ങളിൽ നിന്ന് അകലേക്കു പോകുന്നതായി സങ്കല്പിക്കുക. അതു ചെറുതായിച്ചെറുതായി വരുന്നു. നിങ്ങളുടെ വേവലാതികൾ നിങ്ങൾ പൂർണ്ണമായി *തിരിച്ചറിയേണ്ടതില്ല* എന്ന സംവേദനം ശരിയായി ആസ്വദിക്കുക. ചിലപ്പോൾ നിങ്ങൾക്കവയെ താഴത്തിടുകയും ശരിയായ വീക്ഷണത്തിനായി നടന്നകലുകയും ചെയ്യാമെന്നുമറിയുക. നിങ്ങളുടെ ആവലാതികൾക്കൊപ്പം ബലൂൺ അപ്രത്യക്ഷമാകുന്നതായി ഭാവന ചെയ്യുക. രാത്രി ഉറങ്ങാൻ പോകുംമുമ്പ് ആശങ്കകളെ ഒരു സേഫിൽ പൂട്ടിവയ്ക്കുന്നതായി ഭാവനയിൽ കാണുന്നതാണ് മറ്റൊരു തന്ത്രം. എന്നിട്ടു സ്വയം പറയുക : 'എനിക്കെപ്പോഴും സേഫ് തുറന്ന് ആവശ്യമെങ്കിൽ ഇതു പിന്നീട് എടുക്കാനാകും. എന്നാൽ ഇപ്പോൾ ഞാൻ ഉറങ്ങുകയാണ്.'
- നിങ്ങൾ ആഗ്രഹിക്കുന്നുവെങ്കിൽ, ബാഹ്യവത്കരിക്കാൻ സർഗ്ഗാത്മകത ഉപയോഗിക്കാം : നിങ്ങളുടെ പ്രശ്നങ്ങളെ എഴുതുക, വരയ്ക്കുക, ചായംകൊടുക്കുക. അങ്ങേയറ്റം പാടുകയും ആടുകയും ചെയ്യുക. അങ്ങനെ ശരീരത്തിനു പുറത്ത് അവയെ യാഥാർത്ഥ്യമാക്കുക. ചില ആളുകൾ അവരുടെ വിവേചനപരമായ, അല്ലെ

> ങ്കിൽ അമിതമായി ഭ്രാന്തമായ ആന്തരികശബ്ദത്തിന് ഒരു പേരു നല്കുന്നു. അതിനാൽ അവർക്കു പറയാൻ കഴിയും, 'ഓ... അതെ... ഇതു ഞാനല്ല, അത് ആ പഴയ ബോറൻ ഫ്രെഡ് വീണ്ടും, ആവലാതികളുമായി വീണ്ടും. ഹായ് ഫ്രെഡ്!'

ആഖ്യാനചികിത്സയിൽ ഉപയോഗിക്കുന്ന മറ്റൊരു ടെക്നിക്കാണ് അപനിർമ്മാണം. അമിതമായി ചിന്തിക്കുമ്പോഴുണ്ടാകുന്നത് തളർച്ചയാണ്. ദശലക്ഷക്കണക്കിനു കാര്യങ്ങളാണ് നിങ്ങളുടെ തലയിലൂടെ ഓടുന്നത്. അതും മണിക്കൂറിൽ ആയിരം മൈൽ വേഗത്തിൽ. അതിലേതെങ്കിലും എവിടെത്തുടങ്ങുമെന്നുപോലും നിങ്ങൾക്കറിയില്ല. എങ്കിലും, തുടർച്ചയുള്ളതാണ് എന്നതാണ് ഒരു കഥയെ സംബന്ധിച്ചുള്ള മഹത്തായ കാര്യം. ഓരോ പടികളായി അയവിറക്കി മതിയായെന്നു തോന്നുമ്പോൾ, കഥ ഉപയോഗിച്ച് ഒരു വലിയ, ഭീതിദമായ പ്രശ്നത്തെ ശിഥിലമാക്കാം അല്ലെങ്കിൽ അപനിർമ്മിക്കാം. അങ്ങനെ അവ എളുപ്പമുള്ള. ചെറിയ ഭാഗങ്ങളാകുന്നു.

എവിടെ, എങ്ങനെയാണ് നിങ്ങൾ ശ്രദ്ധയൂന്നുന്നത് എന്നതിലേക്കു വരുമ്പോൾ, നിങ്ങളാണ് നിയന്ത്രിക്കുന്നത് എന്നോർമ്മിപ്പിക്കാനും കാര്യങ്ങൾ തണുപ്പിക്കാനും സംഘടിപ്പിക്കാനുമുള്ള മാർഗ്ഗമാണ് ഒരു കഥ. ഒറ്റയടിക്ക് എല്ലാ കാര്യങ്ങളും നോക്കാൻ നിങ്ങൾക്കാകില്ല. അങ്ങനെ ചെയ്യാൻ ശ്രമിക്കുന്നത് തളർത്തുന്ന ചിന്തകൾക്കു മുന്നിൽ നിങ്ങളെ അധികാരമില്ലാത്തവരും ചെറുതുമായി തോന്നിക്കും. എന്നാൽ, ഏതു നല്ല കഥയിലുമെന്നപോലെ, നിങ്ങൾക്കെല്ലാം പെട്ടെന്നു പുറത്തെടുക്കേണ്ടതില്ല. അല്ലെങ്കിൽ ഒരേസമയത്ത് എല്ലാ പ്രശ്നങ്ങളും പരിഹരിക്കേണ്ടതില്ല. അപനിർമ്മാണം സ്വന്തം ജീവിതത്തിലേക്കു കൊണ്ടുവരാൻ ചില വഴികൾ :

- കാര്യങ്ങൾ വിനാശകാരിയെന്നു തോന്നുമ്പോൾ, ഇപ്പോൾ ഏറ്റവും പ്രധാനപ്പെട്ടതെന്നു തോന്നുന്ന ഒരു കാര്യത്തിൽ ശ്രദ്ധയൂന്നുവാനായി സ്വയം നിർബന്ധിക്കുക. നാളെയോ അടുത്ത വർഷമോ എപ്പോഴോ സംഭവിക്കാനിരിക്കുന്ന കാര്യങ്ങൾ ദുരന്തമാക്കുകയാണെങ്കിൽ, അതെല്ലാം മാറ്റിവയ്ക്കുക. എന്നിട്ട് *ഇന്നു* ബാധിക്കുന്ന കാര്യം മാത്രമെടുക്കുക. അല്ലെങ്കിൽ ഒരു പക്ഷേ, ഈ നിമിഷത്തിൽ മാത്രം കാര്യമായത്. അടുത്ത പടിയായി

നമുക്കെന്തു ചെയ്യാം? എന്നു സ്വയം ചോദിക്കുക. അടുത്ത ഇരുപതടികളെക്കുറിച്ച് വിഷമിക്കാതിരിക്കുക. ആവശ്യമുള്ള തൊട്ടടുത്ത ചുവടുമാത്രം മുന്നോട്ടുവയ്ക്കുക. പിന്നീട് അവിടെനിന്നു നമുക്കു മുന്നോട്ടു പോകാം.

- ഭൂതകാലത്തിൽ നിന്നുള്ള വിഷമിപ്പിക്കുന്ന ഓർമ്മകളിലേക്കു മടങ്ങുന്നതായി സ്വയം തിരിച്ചറിയുമ്പോൾ ഒരു നിമിഷമെടുത്തു നിങ്ങളുടെ ചരിത്രം ബോധപൂർവ്വം രൂപകല്പന ചെയ്യുക. ഒരുപക്ഷേ, എഴുതുകയോ ചാർട്ടിൽ രൂപകൽപ്പന ചെയ്യുകയോ ആകാം. സംഭവങ്ങളെ എപ്പിസോഡുകളാക്കി മാറ്റുക. എല്ലാത്തിനേയും ബന്ധിപ്പിക്കുന്ന ചരടിനും മാതൃകയ്ക്കും ആശയത്തിനുമായി നോക്കുക. ഈ നിമിഷത്തെ ഭൂതകാലവുമായി എങ്ങനെയാണു കൂട്ടിക്കെട്ടിയിരിക്കുന്നതെന്നു കാണുക. നിങ്ങളുടെ സ്വന്തം ആഖ്യാനത്തിന്റെ നിയന്ത്രണം ഏറ്റെടുക്കാൻ എന്തു ചെയ്യാനാകുമെന്നു സ്വയം ചോദിക്കുക. ഉദാഹരണത്തിന്, കഴിഞ്ഞ കാലത്ത് നിങ്ങൾ ചെയ്ത തെറ്റുകളെ ഓർത്തു പരിതപിക്കുകയാണെങ്കിൽ, നിങ്ങൾക്കൊരു കഥയുണ്ടാക്കാം. അതിൽ നിങ്ങൾ എന്തെങ്കിലും തെറ്റു ചെയ്ത വിഡ്ഢിയല്ല. തന്റെ വളർച്ചയ്ക്കിടയിൽ മെച്ചപ്പെട്ടുകൊണ്ടേയിരിക്കുന്ന, പഠിച്ചുകൊണ്ടിരിക്കുന്ന യുവാവാണ്. നിങ്ങളുടെ ഇപ്പോഴത്തെ നാണക്കേട് നിങ്ങൾ കൂടുതൽ പക്വതയുള്ള ആളായിരിക്കുന്നുവെന്നതിന്റെ തെളിവാണ്. നിങ്ങൾക്കു *ചിത്രം മുഴുവൻ* കാണാനാകും—വളർച്ചയുടെയും മുന്നേറ്റത്തിന്റെയും. അഞ്ചാം ക്ലാസ്സിൽ വച്ച് നിങ്ങൾ പറഞ്ഞ അപമാനകരമായ പരാമർശത്തിൽ തട്ടി മറിഞ്ഞുവീഴുന്നതിനേക്കാളും നല്ലതായി അതു തോന്നുന്നില്ലേ?
- ഉത്കണ്ഠയ്ക്കും അമിതചിന്തയ്ക്കും നമ്മുടെ ശ്രദ്ധ തകർക്കുകയും അരാജകത്വവും ആശയക്കുഴപ്പവും സൃഷ്ടിക്കുന്ന രീതിയുണ്ട്. ഇവയിൽ മിക്കതും വെറും ശബ്ദങ്ങൾ മാത്രമായിരുന്നെന്നും അവയെ പ്രോത്സാഹിപ്പിക്കേണ്ട കാര്യമില്ലെന്നും ഈ ചിന്തകളെല്ലാം അപനിർമ്മിക്കുമ്പോൾ നമുക്കു ബോദ്ധ്യമാകും. ചിലപ്പോൾ ആരോഗ്യത്തെക്കുറിച്ചു മാത്രമാവും പ്രാഥമിക ആശങ്ക. അതിൽ നിന്നാണ് മറ്റു ചിന്തകളുടെ ലക്ഷക്കണക്കിനു ശാഖകൾ

പൊട്ടിമുളയ്ക്കുന്നത്. ജോലി നഷ്ടപ്പെടുന്നതിനെക്കുറിച്ചും മരിച്ചുപോകുന്നതിനെക്കുറിച്ചും കനത്ത മെഡിക്കൽ ബില്ലിനെക്കുറിച്ചുമെല്ലാമുള്ള ചിന്തകൾ. ഇവയെ അപനിർമ്മിക്കുക എന്നു വച്ചാൽ, നിങ്ങൾക്ക് യഥാർത്ഥത്തിൽ അർത്ഥവത്തായ മാറ്റങ്ങൾ വരുത്താൻ കഴിയുന്ന ഇടങ്ങളിൽ നിന്നു പാളം തെറ്റിക്കുകയും ശ്രദ്ധ വ്യതിചലിപ്പിക്കുകയും ചെയ്യുന്ന ചിന്തകളെ വേർതിരിക്കാനായി 'ഈ ചിന്തകൾ യഥാർത്ഥത്തിൽ എന്തിനെക്കുറിച്ചാണ്?' എന്നു ചോദിക്കുന്നതാണ്.

ഓർമ്മിക്കാൻ

- അമിതചിന്ത എന്താണെന്നു തിരിച്ചറിഞ്ഞ സ്ഥിതിക്ക് അതിനെ എങ്ങനെ നേരിടാം എന്നറിയേണ്ടതുണ്ട്. ഉത്കണ്ഠയും അമിതചിന്തയും വലയ്ക്കുന്ന മനസ്സിനെ അതിൽ നിന്നു മോചിപ്പിച്ചു ശാന്തമാക്കാൻ പല വഴികളുമുണ്ട്. അവ ലളിതമെങ്കിലും വളരെ ഫലപ്രദമാണ്.
- സമ്മർദ്ദനിയന്ത്രണത്തിലെ ചതുർമന്ത്രങ്ങളാണ് ഓർക്കേണ്ട ആദ്യത്തെ കാര്യം. ഒഴിവാക്കുക, മാറ്റുക, സ്വീകരിക്കുക, പൊരുത്തപ്പെടുക എന്നിവയാണവ. നിങ്ങൾക്കു നിയന്ത്രിക്കാൻ പറ്റാത്തവയിൽ നിന്നു നടന്നു മാറുക എന്നതാണ് ഒഴിവാക്കുക എന്നതുകൊണ്ടുദ്ദേശിക്കുന്നത്. ചില കാര്യങ്ങൾ ശ്രമിച്ചുനോക്കാൻ പോലും യോഗ്യമല്ലാത്തതാണ്. അവയെ നമ്മുടെ ചുറ്റുപാടിൽ നിന്നു പൂർണ്ണമായും മാറ്റുന്നതാണ് അഭികാമ്യം. എങ്കിലും, ഒഴിവാക്കാനാകാത്തതാണെങ്കിൽ സമ്മർദ്ദഘടകത്തെ ഇല്ലാതാക്കാൻ നമ്മുടെ ചുറ്റുപാട് എങ്ങനെ മാറ്റിയെടുക്കാനാകുമെന്നു പഠിക്കണം. ഇനി ചുറ്റുപാടു മാറ്റാനാകാത്തതാണെങ്കിൽ സ്വീകരിക്കുകയല്ലാതെ മറ്റു മാർഗ്ഗമില്ല. അവസാനമായി, സമ്മർദ്ദമുണ്ടാക്കുന്ന സാഹചര്യത്തെ ഒന്നും ചെയ്യാനാകാത്ത സ്ഥിതിയാണെങ്കിൽ അതുമായി പൊരുത്തപ്പെടുകയും സമ്മർദ്ദവുമായി എങ്ങനെ യോജിച്ചുപോകാമെന്നും അതെത്രത്തോളം കുറയ്ക്കാമെന്നും പഠിക്കണം.

- മറ്റൊരു ജനപ്രീതിയുള്ള ടെക്നിക്കാണ് ജേർണലിംഗ്. അമിതമായി ചിന്തിക്കുമ്പോൾ നമ്മുടെ മനസ്സിൽ ആയിരക്കണക്കിനു വ്യത്യസ്ത ചിന്തകൾ കെട്ടുപിണയും. അതു നമ്മെ തളർത്തും. എന്നിരുന്നാലും, ഇതെല്ലാം വ്യവസ്ഥാപിതമായി എഴുതിവച്ചാൽ അവയെ വിശകലനം ചെയ്യാനും വിലയിരുത്താനും കഴിയും. ഇതൊരു ശീലമാക്കാൻ ഒരു പോക്കറ്റ് ജേർണൽ എപ്പോഴും കൂടെ കൊണ്ടുനടക്കുകയും ആവശ്യമുള്ളപ്പോഴൊക്കെ എഴുതുകയും ചെയ്യാം.
- മൂന്നാമത്തെ ടെക്നിക്ക് 5-4-3-2-1 എന്നതാണ്. അതിതീവ്ര പരിഭ്രാന്തിയെ നേരിടാൻ ഇതു വളരെ ഫലപ്രദമാണ്. പഞ്ചേന്ദ്രിയങ്ങളും ഇതിൽ ഭാഗഭാക്കാണ്. എപ്പോൾ പാനിക് അറ്റാക്ക് വന്നാലും ചുറ്റുപാടിൽ നിന്നു കാണാൻ കഴിയുന്ന അഞ്ചു കാര്യങ്ങളും സ്പർശിക്കാൻ കഴിയുന്ന നാലു കാര്യങ്ങളും മണക്കാൻ കഴിയുന്ന മൂന്നു കാര്യങ്ങളും കേൾക്കാൻ കഴിയുന്ന രണ്ടു കാര്യങ്ങളും രുചിക്കാൻ കഴിയുന്ന ഒരു കാര്യവും കണ്ടെത്തുക. പഞ്ചേന്ദ്രിയങ്ങളെ ഇടപെടുത്തുന്നതിലൂടെ അമിതചിന്തയിൽ നിന്നു തലച്ചോറിനെ വ്യതിചലിപ്പിക്കാനാകും.

അദ്ധ്യായം മൂന്ന്

നിങ്ങളുടെ സമയവും നിക്ഷേപങ്ങളും നിയന്ത്രിക്കുക

സൂസിക്ക് ഇന്ന് ഒരുപാടു കാര്യങ്ങൾ ചെയ്യാനുണ്ട്. അൽപ്പം പരിഭ്രാന്തിയോടെ കാര്യപരിപാടിയിലേക്കു നോക്കി ഇതൊക്കെ എപ്പൊ ചെയ്യാനാ എന്നവൾ അന്തംവിട്ടു. അവളുടെ പിരിമുറുക്കം കൂടുന്നതും ഉത്കണ്ഠയിലേക്കും അമിതചിന്തയിലേക്കും വഴുതുന്നതും കണ്ട സഹപ്രവർത്തകൻ ഒരു നിർദ്ദേശം മുന്നോട്ടുവച്ചു—ഉച്ചഭക്ഷണവേളയിൽ ഇത്തിരി ധ്യാനം പരീക്ഷിച്ചാലോ? സമ്മർദ്ദതോത് താഴ്ത്തുന്നതാണ് ധ്യാനമെന്നു തെളിയിച്ചതാണല്ലോ, അല്ലേ? പക്ഷേ മെഡിറ്റേഷൻ തുടങ്ങി അഞ്ചു മിനിറ്റിനകം സൂസി ഉള്ളിൽ നിലവിളിക്കാൻ തുടങ്ങി. മുമ്പത്തേതിലും കുറച്ചുസമയമേ ബാക്കിയുള്ളൂ എന്ന തിരിച്ചറിവിൽ അവൾക്കു ധ്യാനത്തിൽ മുഴുകാനായില്ല. 2.30-നുള്ള ബിസിനസ്സ് കൂടിക്കാഴ്ചയെക്കുറിച്ചു മാത്രമായിരുന്നു അവൾ ചിന്തിച്ചിരുന്നത്.

മോശം സമയനിയന്ത്രണമാണു നമ്മുടെ പ്രശ്നമെങ്കിൽ പലരും നിർദ്ദേശിക്കുന്ന ഉറച്ച സാന്ത്വനരീതികൾ ഗുണം ചെയ്യില്ല. രണ്ടു കാര്യങ്ങളേ സൂസിക്കു പറ്റൂ—ദിവസത്തിനു മണിക്കൂറുകൾ കൂട്ടുന്ന മാന്ത്രികവിദ്യ, അല്ലെങ്കിൽ സമയത്തെ നന്നായി നിയന്ത്രിക്കുന്ന കാര്യപരിപാടി!

ധ്യാനവും യോഗയുമൊക്കെ നമ്മുടെ ശരീരത്തിലുണ്ടാകുന്ന ഒഴിച്ചുകൂടാനാകാത്ത സമ്മർദ്ദത്തിനു ഉപകാരപ്പെട്ടേക്കാം. അതുപോലെ, നമ്മുടെ സമയം നന്നായി കൈകാര്യം ചെയ്യുന്നതിലൂടെ നമുക്ക് ആദ്യം തുറന്നുകാട്ടപ്പെടുന്ന സമ്മർദ്ദം കുറയ്ക്കാനും കഴിയും. ഈ രീതിയിൽ സ്വയംനിയന്ത്രണം ഏറ്റെടുക്കാൻ സഹായിക്കുന്ന, മികച്ചതും തെളിയിക്കപ്പെട്ടതുമായ രീതികളെക്കുറിച്ചുള്ളതാണ് ഈ അദ്ധ്യായം.

സമ്മർദ്ദനിയന്ത്രണം 101

നമ്മളിൽ പലർക്കും മികച്ച സമ്മർദ്ദനിയന്ത്രണമെന്നാൽ നല്ല സമയനിയന്ത്രണമാണ്. സമയപരിധികളെക്കുറിച്ച് നിങ്ങൾ ഉത്കണ്ഠാ

കുലരാകുകയും തിരക്കിലായതായി തോന്നുകയും അങ്ങേയറ്റം ബിസിയായും തളർച്ചയുള്ളതായും തോന്നുകയും ചെയ്യുമ്പോൾ നേരിട്ടുള്ള സാന്ത്വനരീതികൾക്കു പകരം സമയനിയന്ത്രണത്തിൽ നിന്നാണ് നിങ്ങൾക്കു കൂടുതൽ ആശ്വാസം കിട്ടുക.

പഠന ആവശ്യങ്ങൾ അതേപടി നിൽക്കുമ്പോഴും, സമയമാനേജ്മെന്റ് കഴിവുകൾ മെച്ചപ്പെടുമ്പോൾ സർവ്വകലാശാലാ വിദ്യാർത്ഥികളുടെ സമ്മർദ്ദത്തിന്റെ തോതു കുറയുന്നതായി *യൂറോപ്യൻ ജേർണൽ ഓഫ് സൈക്കോളജി ഓഫ് എഡ്യൂക്കേഷനിൽ* പ്രസിദ്ധീകരിച്ച പഠനത്തിലുണ്ട്. അവരുടെ പഠനഷെഡ്യൂളിനു മാറ്റമുണ്ടായില്ലെങ്കിലും *തിരിച്ചറിഞ്ഞ* സമ്മർദ്ദം കുറഞ്ഞുവെന്നതാണ് പ്രധാന വസ്തുത. സമയനിയന്ത്രണം ജോലിയുടെ പ്രകടനവും നേട്ടവും മെച്ചപ്പെടുത്തുമ്പോൾ, അതിന്റെ ഏറ്റവും വലിയ ഫലം മൊത്തത്തിലുള്ള ക്ഷേമവും ജീവിതസംതൃപ്തിയും ഉയർത്തുന്നു എന്നതാണെന്ന് 2021-ലെ പിഎൽഒഎസ് മെറ്റാ-അനാലിസിസിൽ ബ്രാഡ് എയോണും സഹപ്രവർത്തകരും കണ്ടെത്തിയതാണ്.

സമയ മാനേജ്മെന്റ് പലപ്പോഴും ഒരു അടിസ്ഥാന വൈദഗ്ധ്യത്തിലേക്കു വരുന്നുണ്ട് : നിങ്ങളുടെ മുൻഗണനകൾ തിരിച്ചറിഞ്ഞ് നിങ്ങളുടെ ലക്ഷ്യം നിർണ്ണയിക്കാൻ അവ ഉപയോഗിക്കുകയും ചെയ്യുന്നു. ഇതു ചെയ്യാൻ കഴിയുമ്പോൾ കഴിവിനെയും നിയന്ത്രണത്തെയും കുറിച്ചുള്ള നിങ്ങളുടെ ചോദനകൾ വർദ്ധിക്കുന്നു. കൂടാതെ, ഒഴിച്ചുകൂടാനാകാത്ത തിരിച്ചടികൾ സംഭവിക്കുമ്പോൾ, നേരിട്ടല്ലാതെ നിങ്ങളുടെ പ്രതിരോധശേഷി വർദ്ധിപ്പിക്കുകയും ചെയ്യുന്നു. പതിവുപോലെ ഇതെല്ലാം അവബോധത്തിലേക്കും മനോനിലയിലേക്കുമാണു വരുന്നത്.

നമ്മുടെ ജീവിതത്തിൽ എത്രപേർ പിരിമുറുക്കത്തിനു പ്രാധാന്യം നല്കുന്നുണ്ടെന്നു ചിന്തിച്ചാൽ വളരെ വിചിത്രമാണ്. മനോനില മോശമാക്കുകയും ഉത്കണ്ഠാകുലരാക്കുകയും മാനസികോർജ്ജം ചോർത്തിക്കളയുകയും ചെയ്യുന്ന കാര്യങ്ങൾക്കായാണ് നമ്മുടെ സമയമെല്ലാം ചെലവഴിക്കുന്നത്. നമ്മൾ അതിനെക്കുറിച്ചു ചിന്തിച്ചാൽപ്പോലും, വീണ്ടെടുക്കലും ധ്യാനവുമൊക്കെ ലിസ്റ്റിൽ എത്രയോ താഴെയാണ് വരുക. ഉത്സാഹവും വിശ്രമവുമൊക്കെ നിങ്ങളുടെ മുൻഗണനാലിസ്റ്റിൽ വന്നിട്ടു കാലമെത്രയായി? നിങ്ങൾ മറ്റുള്ളവരെപ്പോലെയാണെങ്കിൽ, കഠിനാദ്ധ്വാനത്തിനാണ് ആദ്യ പരിഗണന നല്കുക. സമയത്തിന്റെയും ഊർജ്ജത്തിന്റെയും ബാക്കിയുള്ള പൊട്ടുംപൊടിയും മറ്റു കാര്യങ്ങൾക്കും. അപ്പോൾ നിങ്ങൾ ആരോ

ഗ്യകരമായ ധ്യാനക്ലാസ്സിലേക്കു പോയി അതിനെക്കുറിച്ച് നീരസപ്പെടുന്ന സൂസിയെപ്പോലെയാകും. അവൾക്കതു ചെയ്യാനുള്ള കാര്യങ്ങളിലെ മറ്റൊരു കാര്യം മാത്രമായതാണു കാരണം. കൂടുതൽ പ്രാധാന്യമുള്ള കാര്യങ്ങൾ ചെയ്തുകഴിഞ്ഞശേഷം ദിവസത്തിന്റെ അവസാനം ശ്രദ്ധിക്കേണ്ട ഒന്നല്ല വിശ്രമവും ഉല്ലാസവും എന്നും അതു പ്രധാനവും മുൻഗണനയിലേക്കു വരേണ്ടതുമാണെന്നും ചിന്താഗതി മാറുകയാണു വേണ്ടത്. ജീവിതത്തിലെ ഏറ്റവും പ്രധാനപ്പെട്ട വിഭവമാണ് പോസിറ്റീവ് സമീപനം—എന്തുകൊണ്ട് ഇത്തരത്തിലുള്ള നല്ല തോന്നലുകളെ ഉത്സാഹത്തോടെ വളർത്തുന്നില്ല?

അമിതചിന്തയുള്ളവർക്ക് അമിത ഉത്തരവാദിത്വത്തിന്റെ പ്രശ്നങ്ങളുമുണ്ടാകും. അവർ ബോധപൂർവ്വമല്ലാതെ സ്വന്തം ക്ഷേമവും സന്തോഷവും പിന്നോട്ടുവയ്ക്കും. എന്നിട്ട്, ജീവിതത്തിലെ എല്ലാം അരോചകമായ ജോലികൾക്കും മുഖ്യപരിഗണന നല്കും. സ്വന്തം വിശ്രമവും ആനന്ദവും അവരെ സംബന്ധിച്ചിടത്തോളം ലിസ്റ്റിലുള്ള എല്ലാ കാര്യങ്ങളും ചെയ്തുതീർത്തശേഷമുള്ള അപൂർവ്വ ആഘോഷമാണ്. അതാണെങ്കിൽ ഒരിക്കലുമുണ്ടാകുകയുമില്ല!

സമ്മർദ്ദ മാനേജ്മെന്റ് എന്നാൽ ആവശ്യമില്ലാത്ത സമ്മർദ്ദ സാഹചര്യങ്ങളെ ഒഴിവാക്കുന്നതാണ്. അതു മാത്രമല്ല, നമ്മൾ ആസ്വദിക്കുന്നതും നമ്മെ നവോന്മേഷത്തിലേക്കും പുതുജീവനിലേക്കും നയിക്കുന്നതുമായ കാര്യങ്ങൾക്കായി ഉത്സാഹത്തോടെ സമയവും സൗകര്യവുമുണ്ടാക്കുന്നതുമാണ്. ആസ്വദിക്കാവുന്ന എന്തെങ്കിലും ചെയ്തുവേണം ദിവസമാരംഭിക്കാൻ. ദുഷ്കരകാര്യങ്ങളിലേക്കും വീട്ടുജോലികളിലേക്കും നേരിട്ടു കടക്കരുത്. ഓരോ മണിക്കൂറിലും പത്തുമിനിറ്റ് ഹെർബൽ ചായയ്ക്കും ചെറിയ നടത്തത്തിനുമൊക്കെയായി മാറ്റിവയ്ക്കുന്നതു ശീലമാക്കണം. മുന്നോട്ടു നോക്കാൻ എല്ലാ ദിവസവും എന്തെങ്കിലും വേണം. നിങ്ങൾ ഇഷ്ടപ്പെടുന്നവരും നിങ്ങളുടെ ജീവിതം പ്രഭാമയമാക്കുന്നവരുമായുള്ള ബന്ധം എപ്പോഴും നിലനിർത്തണം. ചിരിക്കാനും കളിക്കാനും തമാശ പറയാനും സമയം കണ്ടെത്തുക. നിങ്ങളെ സന്തോഷിപ്പിക്കുന്നു എന്നതുകൊണ്ടുമാത്രം ചില കാര്യങ്ങൾ ചെയ്യുക.

ശാരീരികമായി നിങ്ങളെ പിന്തുണയ്ക്കാനും സമ്മർദ്ദം കുറയ്ക്കാനുമുള്ള ജീവിതശൈലീ മാറ്റങ്ങളെക്കുറിച്ച് നിങ്ങൾക്ക് ഇപ്പോഴേ അറിയാം : നന്നായി ഉറങ്ങുക, കാപ്പി, ചായ ഒക്കെ കുറയ്ക്കുക, വ്യായാമം ചെയ്യുക, ശരിയായി ഭക്ഷണം കഴിക്കുക... അങ്ങനെയൊക്കെ. എന്നാൽ നിങ്ങളുടെ സാമൂഹിക, വൈകാരിക, ആത്മീയ ആരോ

ഗ്യവും പ്രധാനപ്പെട്ടതാണ്. ഇക്കാര്യത്തിൽ ബോധപൂർവ്വം ഇടപെട്ടില്ലെങ്കിൽ അത് ഒരിക്കലും നടക്കില്ല.

സൂസിയെ ഓർമ്മിക്കുന്നില്ലേ? അവൾ എല്ലാ ദിവസവും രാവിലെയിരുന്ന് ചെയ്യാനുള്ള കാര്യങ്ങളുടെ ലിസ്റ്റ് ഉണ്ടാക്കുന്നു. അതനുസരിച്ച് പ്രധാനകാര്യങ്ങൾ ചെയ്യുന്നു. പക്ഷേ, വ്യായാമം ചെയ്യുന്നതോ സുഹൃത്തുക്കളും കുടുംബവുമായി സമയം ചെലവഴിക്കുന്നതോ ഇഷ്ടപ്പെടുന്ന കാര്യങ്ങൾ ചെയ്യുന്നതോ മാറ്റിവയ്ക്കുന്നു. ലിസ്റ്റിൽ ഏറ്റവും അവസാനമാണ് ഇതൊക്കെ. അതുകൊണ്ടുതന്നെ ഒരിക്കലും ഇതൊന്നും നടക്കുന്നില്ല. ഇതിനുപകരം, ബന്ധങ്ങൾ, ശാരീരികാരോഗ്യം, ആനന്ദങ്ങൾ എന്നിവ ജീവിതത്തിലെ പ്രധാനപ്പെട്ട കാര്യങ്ങളാണെന്ന് അവൾക്ക് ഉത്സാഹത്തോടെ തീരുമാനിക്കാം. അതുവഴി ദിവസത്തിൽ കുറേസമയം ഇതിനൊക്കെ വേണ്ടി ചെലവഴിക്കാനാകും. ഇതൊക്കെ ചെയ്യാനും ജോലി ചെയ്യാനും മാത്രം സമയം ഒരു ദിവസത്തിൽ അവൾക്കു കിട്ടുന്നില്ലെങ്കിലോ? അതിനർത്ഥം ആ ജോലി അവൾക്കു യോജിച്ചതല്ല എന്നതാണ്.

സമയസംവിധാനം എന്നത് ദിവസത്തിലെ ചെറിയചെറിയ ജോലികൾ കൈകാര്യം ചെയ്യുന്നതിനുള്ള ഉപരിപ്ലവമായ മാർഗ്ഗമല്ല. അത് നിങ്ങളുടെ ജീവിതം മുഴുവൻ രൂപപ്പെടുത്തുന്നതിനുള്ള കർമ്മമാണ്. ജീവിതമാർഗ്ഗത്തിന്റെ വാസ്തുവിദ്യ. അതുവഴി നിങ്ങൾക്കു തീർച്ചയായും വേണ്ട കാര്യങ്ങൾക്കായി വിഭവങ്ങളും ഊർജ്ജവും ചെലവഴിക്കാം. സ്വയം പിഴിഞ്ഞു നിങ്ങൾക്കാകാവുന്നിടത്തോളം ജോലി ദിവസവും ചെയ്യുന്നതല്ല, മറിച്ച് സമീകരണമുണ്ടാക്കി മുൻഗണനകളും അനുപാതങ്ങളും നിങ്ങളുടെ മൂല്യങ്ങളെയാണു പ്രതിഫലിപ്പിക്കേണ്ടത് എന്ന അറിവോടെ ജീവിതത്തെ നോക്കിക്കാണുക.

നമുക്കു സത്യസന്ധരാകാം : നിങ്ങളുടെ ശ്രദ്ധ ആവശ്യപ്പെടുന്നതും സമയം അപഹരിക്കുന്നതുമായ എന്തെങ്കിലുമൊക്കെ ഉണ്ടായേക്കാം. ജീവിതത്തിന്റെ ദിശ ബോധപൂർവ്വം നിർണ്ണയിച്ച് നമ്മൾക്കുള്ള സമയവും ഊർജ്ജവും പരമാവധി ഉപയോഗിക്കേണ്ടതിന്റെ ഉത്തരവാദിത്വം നമുക്കു തന്നെയാണ്. ഇതെങ്ങനെ ചെയ്യാമെന്നതിന്റെ പൊതുവായ ഉത്തമ ചട്ടക്കൂട് ഇതാ :

1. ജീവിതത്തിലെ മൂല്യങ്ങളെയും മുൻഗണനകളെയും കുറിച്ചു തീരുമാനമെടുക്കുക.
2. നിങ്ങളുടെ സമയം എങ്ങനെ ചെലവഴിക്കുന്നുവെന്ന്

ഒരാഴ്ച നിരീക്ഷിക്കുക. ഓരോ മണിക്കൂറും എന്തു ചെയ്യുന്നുവെന്നു രേഖപ്പെടുത്തുക.

3. ഈ വിവരങ്ങൾ വിശകലനം ചെയ്യുക : എവിടെയാണ് കൂടുതൽ സമയം ചെലവിടുന്നത്? കുറഞ്ഞ സമയം? ഒടുവിലായി, നിങ്ങൾ ചെലവിട്ട സമയം നിങ്ങളുടെ മൂല്യങ്ങൾ പ്രതിഫലിപ്പിക്കുന്നതാണോ എന്നു കാണുക. ഉദാഹരണത്തിന്, സ്വന്തം കുടുംബത്തെ പരിപാലിക്കുന്നതാണ്, സ്വന്തം ബിസിനസ്സ് കെട്ടിപ്പടുക്കുന്നതാണ്, മികച്ച ആരോഗ്യം കാത്തുസൂക്ഷിക്കുന്നതാണ് നിങ്ങൾ അങ്ങേയറ്റം ആഗ്രഹിക്കുന്നതെങ്കിൽ സമയത്തിന്റെ 90 ശതമാനം ജോലിസ്ഥലത്തു മാത്രം ചെലവഴിക്കുന്നതിൽ എന്താണർത്ഥം?

4. നിങ്ങളുടെ മൂല്യങ്ങളും തത്വങ്ങളുമനുസരിച്ച് നിങ്ങളുടെ മുൻഗണന പ്രതിഫലിക്കുന്ന തരത്തിൽ ഷെഡ്യൂൾ പുനഃസംഘടിപ്പിക്കുക.

5. നിങ്ങളെങ്ങനെ ചെയ്യുന്നു, എന്താണ് ഫലവത്താകുന്നത്, എന്തൊക്കെ നീക്കുപോക്കുകൾ വേണ്ടിവരും എന്നൊക്കെയറിയാൻ വീണ്ടും നിരീക്ഷിക്കുക.

ഉദാഹരണത്തിന്, ഒറ്റയ്ക്കു ചിന്തിക്കുന്ന സമയം, നിങ്ങളുടെ സ്വാതന്ത്ര്യം, സർഗ്ഗാത്മകത പുലർത്താനും കലാസൃഷ്ടികൾ നടത്താനുമുള്ള അവസരങ്ങൾ എന്നിവ നിങ്ങൾ വളരെയധികം വിലമതിക്കുന്നുണ്ടെന്ന് നിങ്ങൾ കണ്ടെത്തിയേക്കാം. സ്വയം ഒരാഴ്ച നിരീക്ഷിച്ചാൽ, ഈ മൂന്നു മൂല്യങ്ങൾക്കു വേണ്ടി നിങ്ങൾ ഉണർന്നിരിക്കുന്ന സമയത്തിന്റെ വളരെ ചെറിയ ഭാഗം മാത്രമേ ഉപയോഗിക്കുന്നുള്ളൂ എന്നു കണ്ടെത്തും. കൂടുതൽ സമയവും ചെലവഴിക്കുന്നത് ശ്രദ്ധതെറ്റിക്കുന്ന മാധ്യമങ്ങൾക്കു വേണ്ടിയും മണിക്കൂറുകൾ ആവശ്യപ്പെടുന്ന സ്വന്തം കക്ഷികൾക്കു വേണ്ടിയുമാകും.

നിങ്ങളെ സംബന്ധിച്ചിടത്തോളം, സമ്മർദ്ദനിയന്ത്രണം എന്നത് നിങ്ങളുടെ ജീവിതത്തിൽ ദിവസേന മണിക്കൂറുകളോളമുള്ള സോഷ്യൽ മീഡിയ, ടിവി ഉപയോഗവും അല്ലെങ്കിൽ, ഞെരുക്കമുള്ള കക്ഷികളെ ഉൾക്കൊള്ളാനുള്ള നൂതനവഴികൾ കണ്ടെത്താനുള്ള ഒരു ചോദ്യവുമായിരിക്കില്ല. പകരം, സമ്മർദ്ദനിയന്ത്രണം നിങ്ങളുടെ ജീവിതത്തെ സൗമ്യമായി പരിമിതപ്പെടുത്തുന്നതുപോലെ കാണ

പ്പെട്ടും. അതിനാൽ നിങ്ങളെ സന്തോഷിപ്പിക്കുന്നവ കൂടുതലും അല്ലാത്തതു കുറവുമാണ്. ഒരുപക്ഷേ, നിങ്ങൾ വൈകുന്നേരം അഞ്ചു മണിക്കുശേഷം ടിവിയോ ഫോണോ ഇല്ല എന്ന നിയമം വീട്ടിൽ നടപ്പാക്കുകയോ അല്ലെങ്കിൽ അതിരുകൾ ഭേദിക്കുന്ന കക്ഷികൾക്കായി 'ഓഫീസിൽ ഇല്ല' എന്ന ഓട്ടോമേറ്റഡ് ഇമെയിൽ സന്ദേശം സജ്ജീകരിക്കുകയോ ചെയ്യാം.

നിങ്ങളുടെ ലക്ഷ്യങ്ങളോ മുൻഗണനകളോ അറിയാതെ സമയ നിയന്ത്രണത്തെക്കുറിച്ച് സംസാരിച്ചിട്ടു കാര്യമില്ല. നിങ്ങൾ ലക്ഷ്യമാക്കുന്ന ഫലങ്ങളെ ആശ്രയിച്ചാണ് നല്ല സമയനിയന്ത്രണം. എന്താണ് നിങ്ങൾ വിലമതിക്കുന്നതെന്ന് ആദ്യം അറിയണം. നിങ്ങളുടെ മൂല്യങ്ങളെ മുൻനിർത്തി എന്താണ് പ്രധാനപ്പെട്ടത്, എന്താണ് അല്ലാത്തത് എന്നു തീരുമാനിക്കാനാകും. അതായത്, നിങ്ങൾക്ക് പ്രവർത്തനങ്ങളുടെയും ചുമതലകളുടെയും മുൻഗണന നിർണ്ണയിക്കാം.

കൂടുതൽ ശ്രദ്ധയും സമയവും വിഭവങ്ങളും ലഭിക്കുന്ന മുൻഗണനകളുമായി നിങ്ങളുടെ ദിവസം തുടങ്ങുക. രാവിലെ തന്നെ ആ ദിവസം ചെയ്യേണ്ട കാര്യങ്ങളുടെ പട്ടിക തയ്യാറാക്കുക. അതൊന്നു നോക്കി മുൻഗണന നിശ്ചയിക്കുക : **അടിയന്തരം, പ്രധാനം, അപ്രധാനം** എന്നിങ്ങനെ. അടിയന്തര കാര്യങ്ങൾ ഇന്നുതന്നെ ചെയ്യണം. അതിനാവും മുൻഗണന. ഇതു മാറ്റിയാൽ സമ്മർദ്ദം ക്ഷണിച്ചുവരുത്തുകയാകും ഫലം. പ്രധാന ചുമതലകൾ അത്ര അടിയന്തരമാകില്ല. എന്നു മാത്രമല്ല, അതിൽ ജീവിത പരിപാലന ചുമതലകൾ ഉൾപ്പെടുന്നു. അതു ചെയ്തില്ലെങ്കിൽ, ചവറ്റുകൊട്ട പുറത്തെടുത്തതുപോലുള്ള പ്രശ്നങ്ങൾ ഉണ്ടാകുന്നു.

അപ്രധാനം എന്നു അടയാളപ്പെടുത്തിയ ചുമതലകൾ മാറ്റിവയ്ക്കാവുന്നതാണ്. എന്നുവച്ചാൽ മുൻഗണനയുള്ളതല്ല. നിങ്ങളെ സംബന്ധിച്ചിടത്തോളം എന്താണ് പ്രധാനം എന്നതിനു നിങ്ങളുടേതായ നിർവ്വചനം നല്കി മുൻഗണനാ ലിസ്റ്റ് ഉണ്ടാക്കാം. എന്നാൽ ഓരോന്നും അടയാളപ്പെടുത്തുംമുമ്പ് സ്വയം ബോധ്യപ്പെടുത്തണം. അടിയന്തരം, പ്രധാനം എന്നീ കാര്യങ്ങളുടെ എണ്ണം നിജപ്പെടുത്തുന്നത് ചിലർ ഗുണകരമായി കാണുന്നു. അതായത്, അവർ സ്വയം ചോദിക്കുന്നു, 'എന്തു മൂന്നു കാര്യങ്ങളാണ് ഇന്ന് എന്റെ മുഖ്യ ശ്രദ്ധയിൽ വരേണ്ടത്?' എന്നിട്ടവർ മറ്റ് അപ്രധാനകാര്യങ്ങളെക്കുറിച്ച് വലിയ ബേജാറില്ലാതെ അന്നത്തെ ദിവസം കഴിക്കുന്നു.

വിശദമായ സമയനിയന്ത്രണത്തിനു നിരവധി സൂത്രവാക്യങ്ങളും

തന്ത്രങ്ങളുമുണ്ട്. സമർത്ഥമായ ആപ്പുകളും രീതികളും ഈ പ്രക്രിയയെ കാര്യക്ഷമമാക്കാനായി രൂപകല്പന ചെയ്തിട്ടുണ്ട്. മേൽപ്പറഞ്ഞ അടിസ്ഥാനകാര്യങ്ങൾ പിന്തുടരുകയാണെങ്കിൽ, സമയം നിങ്ങളുടെ നിയന്ത്രണത്തിൽ നിൽക്കും. നല്ല സമയനിയന്ത്രണശീലം നിങ്ങളുടെ സവിശേഷമായ ജീവിതശൈലിയും ലക്ഷ്യങ്ങളും പ്രതിഫലിപ്പിക്കും. എന്നാൽ കുറച്ചു കാര്യങ്ങൾ ശ്രദ്ധിക്കേണ്ടതുണ്ട് :

- എഴുതിവയ്ക്കുന്നതു കാര്യങ്ങളെ കൂടുതൽ മൂർത്തമാക്കും–ചെയ്യേണ്ടവയുടെ ലിസ്റ്റുണ്ടാക്കുക, കലണ്ടർ, ദിവസേനയുള്ള ലക്ഷ്യങ്ങളും അതിന്റെ പുരോഗതിയും അറിയാനായി ഏതെങ്കിലും തരത്തിലുള്ള ഷെഡ്യൂൾ തയ്യാറാക്കുക.
- വലിയ ചുമതലകൾ ഭാഗിക്കുക. എന്നിട്ടു ചെറുലക്ഷ്യങ്ങളിലൂടെ വലുതിലേക്കു മുന്നേറുക.
- ഫലത്തെക്കാളും പ്രക്രിയയെക്കുറിച്ചു ചിന്തിക്കുക. സഹായിക്കുന്ന സ്വഭാവങ്ങളിൽ ദിവസേന ശ്രദ്ധിച്ചാൽ ദീർഘകാലാടിസ്ഥാനത്തിൽ നേട്ടമുണ്ടാക്കാനാകും. പെട്ടെന്നുള്ള ഫലത്തിനും പരിപൂർണ്ണതയ്ക്കും വേണ്ടി നോക്കിയാൽ ഇതു സാദ്ധ്യമാകുകയില്ല.
- പ്രാധാന്യമില്ലാത്ത കാര്യങ്ങളെ നിഷേധിക്കുന്നതു പതിവാക്കുക. മറ്റൊരാളെ ചുമതലപ്പെടുത്തുന്നതിൽ കുഴപ്പില്ല. അല്ലെങ്കിൽ അതിരു നിശ്ചയിക്കുക.
- പ്രവർത്തനങ്ങളുടെ ഭാരം തുടർച്ചയായി വലിയ ലക്ഷ്യങ്ങളിലേക്കു നീങ്ങട്ടെ. എന്നിട്ട് ഇത് എന്നെ കൂടുതൽ അടുപ്പിക്കുമോ അതോ കൂടുതൽ അകറ്റുമോ എന്നു സ്വയം ചോദിക്കുക. അതിനനുസരിച്ചു പ്രവർത്തിക്കുക.

ഇതുപോലെ ക്രമപ്പെടുത്തിയാൽ, സമയനിയന്ത്രണം തീർച്ചയായും ലളിതമായി തോന്നും–അതു ലളിതമാണുതാനും. പക്ഷേ, എല്ലായ്പ്പോഴും എളുപ്പമല്ല. കൂടുതൽ നന്നായി അറിഞ്ഞാലും, ചിലപ്പോൾ നമുക്കെതിരേ പ്രവർത്തിക്കുന്ന സ്വഭാവത്തിന്റെ പഴയ രീതികളിലേക്കു നമ്മൾ മാറിപ്പോകാം. പാതയിലെ ഈ തടസ്സങ്ങൾ തിരിച്ചറിഞ്ഞാൽ, മുൻകൂട്ടി അവ നീക്കി പ്രവർത്തനം തുടരാം. എന്തുകൊണ്ടാണ് ചില സമയനിയന്ത്രണ രീതികൾ ചിലർക്കു മാത്രം ഉപയോഗപ്രദമാകുന്നത്? എല്ലാവരും ഒരുപോലെയല്ല എന്നതു

കൊണ്ടുതന്നെ. എല്ലാവരും ഒരുപോലെയുള്ള വെല്ലുവിളികളല്ല നേരിടുന്നതും.

സമയനിയന്ത്രണ സങ്കേതങ്ങൾ മാത്രമല്ല, വ്യക്തിഗത സമയനിയന്ത്രണശൈലികളുമുണ്ട്. നിങ്ങളെങ്ങനെ സ്വന്തം സമയം മാനേജ് ചെയ്യുന്നു (അല്ലെങ്കിൽ പരാജയപ്പെടുന്നു) എന്നത് നിങ്ങളുടെ സ്വന്തം ചരിത്രത്തിലും വ്യക്തിത്വത്തിലുമുള്ള സവിശേഷമായ വ്യത്യാസങ്ങളെ ആശ്രയിച്ചിരിക്കും.

ഉദാഹരണമായി പറഞ്ഞാൽ, എല്ലാവരുടെയും അപേക്ഷ കേൾക്കുകയും ഒരുപാടു കടപ്പാടുകളും ഉത്തരവാദിത്തങ്ങളും തലയിലേറ്റുകയും തുടർന്ന് അതിനു വേണ്ടി സഹിക്കുകയും ചെയ്യുന്നയാളാണ് **സമയരക്തസാക്ഷി.** മൂന്നു വ്യത്യസ്ത സുഹൃത്തുക്കളെ ഒരേ ദിവസം ഒന്നിനു പിറകെ ഒന്നായി കാണാമെന്നു സമ്മതിക്കുന്നു. ഇതു നടത്താൻ എത്രമാത്രം പരക്കംപാച്ചിൽ വേണ്ടിവരുമെന്നു മനസ്സിലാക്കുന്നില്ല. ദിനാവസാനം ആകെ മരവിച്ച് നിങ്ങൾ അമിതചിന്തയിലേക്കു നീങ്ങുന്നു ('സുഹൃത്തിനോട് ഗുഡ്ബൈ പറഞ്ഞപ്പോൾ അല്പം ക്രൂരമായിപ്പോയോ? സന്ദർശനം വല്ലാതെ വെട്ടിച്ചുരുക്കിയെന്ന് അവൾക്കു തോന്നിക്കാണുമോ? ഇപ്പോൾ അവൾക്കെന്നോടു കടുത്ത ദേഷ്യമാകും...').

ഇതാണു നിങ്ങളെങ്കിൽ, വളരെ തിരക്കുള്ള മനുഷ്യനെന്ന ഉപരിപ്ലവമായ അഹങ്കാരം മാത്രമേ കിട്ടൂ. പക്ഷേ, നിങ്ങളെ സംബന്ധിച്ച് യഥാർത്ഥത്തിൽ വളരെ പ്രധാനപ്പെട്ട കാര്യം ചെയ്യാനായിട്ടുണ്ടാകില്ല. വ്യതിചലനങ്ങളും ഒരേ സമയത്ത് ഒന്നിലധികം കാര്യങ്ങൾ ചെയ്യുന്നതും വെട്ടിമാറ്റുന്ന സമയനിയന്ത്രണമാർഗ്ഗങ്ങളാണ് നിങ്ങൾക്ക് അഭികാമ്യം—വളരെ കടുത്ത ഷെഡ്യൂൾ, അല്ലെങ്കിൽ, ഒരു ദിവസം മൂന്നു പ്രധാന കാര്യങ്ങൾ മാത്രം ചെയ്യുമെന്ന പരിധി.

കാര്യങ്ങൾ **നീട്ടിക്കൊണ്ടുപോകുന്നവർ,** ഇങ്ങനെയുള്ളവർക്ക് നിരവധി വെല്ലുവിളികളുണ്ട് : പലപ്പോഴും വളരെ വൈകുന്നതുവരെ ഏതെങ്കിലും പ്രവൃത്തി വൈകിപ്പിക്കുക. ചില സമ്മർദ്ദങ്ങൾ നല്ലതാണെങ്കിലും, നീട്ടിവയ്ക്കുന്നവരെ സംബന്ധിച്ചിടത്തോളം, ഉത്കണ്ഠ അവരെ കൂടുതൽ തളർത്തുന്നു.

നീട്ടിവയ്ക്കുന്നതും അമിതമായി ചിന്തിക്കുന്നതും തമ്മിൽ വളരെയധികം ബന്ധമുണ്ടെന്നു നിങ്ങൾ കരുതുന്നില്ലായിരിക്കാം. എന്നാൽ ചെയ്യേണ്ട ജോലി മാറ്റിവച്ച വ്യക്തിയെയും അതു സൃഷ്ടിക്കുന്ന സമ്മർദ്ദത്തെയും പരിഗണിക്കുക.

നീട്ടിവച്ചാൽ, വലിയ പ്രവൃത്തിയെ ചെറിയ പ്രവൃത്തികളാക്കി ഭാഗിക്കുന്നതിന്റെ ഗുണം കിട്ടിയേക്കാം. കൊച്ചുലക്ഷ്യങ്ങൾ നേടുന്നതുവഴിയുള്ള അംഗീകാരവും കിട്ടിയേക്കാം.

വ്യതിചലിക്കുന്നവർ, ഇവർക്കും ഇതുമായി ബന്ധപ്പെട്ട പ്രശ്നമുണ്ട്—അവർ തുടങ്ങും, പക്ഷേ പലപ്പോഴും വ്യതിചലനങ്ങളാൽ പാളംതെറ്റും. അവരുടെ ശ്രദ്ധ എല്ലായിടത്തേക്കുമായി ചിതറിപ്പോകും.

വ്യതിചലനവും അമിതചിന്തയും ഇതിഹാസാനുപാതത്തിൽ പരസ്പരം പോറ്റുന്നവരാണ്. ഈ പ്രവണതയുള്ളവർക്ക് ഉറച്ച അതിർത്തികൾ നിർണ്ണയിക്കുന്നതും ജോലി ചെയ്യുന്ന അന്തരീക്ഷത്തെക്കുറിച്ച് മെച്ചപ്പെട്ട പരിഗണന ഉണ്ടായിരിക്കുന്നതുമാണ് അഭികാമ്യം.

ഉദാഹരണത്തിന്, കടുത്ത നടപടികളുടെ ഭാഗമായി ചില ഓഫീസ് സമയങ്ങളിൽ ശല്യപ്പെടുത്താൻ പാടില്ല എന്ന ഉറച്ച അതിർത്തി നിർണ്ണയിക്കുന്നു. നിങ്ങളുടെ ശ്രദ്ധ ആവശ്യപ്പെട്ട് ഉയർന്നുവരുന്ന ഒട്ടേറെ കാര്യങ്ങൾ കുറയുകയും അതുവഴി സമ്മർദ്ദവും അമിതചിന്തയും അധികരിക്കുകയും ചെയ്യും.

കാര്യങ്ങൾ കുറച്ചുകാണുന്നവർ, പ്രവൃത്തികൾക്കു ശരിക്കുമുള്ളതിനേക്കാൾ കുറച്ചുസമയമേ എടുക്കൂ എന്നു തെറ്റായി കരുതും. അമിതശുഭപ്രതീക്ഷ കാരണം അവരുടെ സമയപരിധികൾ മാറിപ്പോകും. ഇവിടെ അനുയോജ്യമായ സമയത്ത് പടിപടിയായി പദ്ധതികൾ കൈകാര്യം ചെയ്യുന്ന രീതിയിൽ സമയനിയന്ത്രണം പ്രവർത്തിക്കുന്നു. ഇതുവഴി യാഥാർത്ഥ്യബോധത്തോടെ കാര്യങ്ങൾ തീർക്കാനാകും. ഇതു താരതമ്യേന എളുപ്പം പരിഹരിക്കാവുന്നതാണ്. എന്നാൽ പരിഹരിക്കാനാകാത്തവ നാശം വിതയ്ക്കും.

അഗ്നിശമനസേനാംഗം, തീയണപ്പുപോരാളിയുടെ മനസ്സുള്ള ഇവർ എല്ലായ്പ്പോഴും പ്രതിപ്രവർത്തന മാനസികാവസ്ഥയിലാണ്. എല്ലായിടത്തും തീയണയ്ക്കുകയും, ഒരു സാഹചര്യം പ്രതിസന്ധിയിലേക്കു നീങ്ങുമ്പോൾ, ആയിരം കാര്യങ്ങൾ ഒരുമിച്ചു ചെയ്യുകയും ചെയ്യുന്നു. പൊള്ളൽ തടയാൻ അയാൾക്കു കൂടുതൽ ഫലപ്രദമായി കൈകാര്യം ചെയ്യാൻ പഠിക്കാനും പ്രധാനപ്പെട്ടതും അടിയന്തിരവുമായ പ്രശ്നങ്ങൾ തമ്മിൽ നന്നായി വേർതിരിച്ചറിയാനും കഴിയും.

ഇടയ്ക്കിടെ പ്രശ്നം പരിഹരിക്കാൻ ഓടേണ്ടിവരുന്നത് തുടക്കത്തിൽ ചെയ്യേണ്ട കാര്യങ്ങൾ ചെയ്തില്ലെന്നതിന്റെ സൂചനയാകാം.

ഇതുവഴി കാര്യങ്ങൾ നിയന്ത്രിക്കാൻ കൂടുതൽ ബുദ്ധിമുട്ടാകുന്നതു വരെ കൈവിട്ടുപോകാൻ അനുവദിക്കുകയും ചെയ്യുന്നു. പ്രശ്നം എ-യെക്കുറിച്ച് പരിഭ്രാന്തനായി ശ്രദ്ധ പതറുകയും തളരുകയും ചെയ്ത ഒരാളെക്കുറിച്ച് ചിന്തിക്കുക. അയാൾ പ്രശ്നം ബി-യെക്കുറിച്ചുള്ള സുപ്രധാന ചുമതല പൂർണ്ണമായും അവഗണിച്ച് അയാൾക്കു തന്നെ കുഴപ്പമുണ്ടാക്കുന്നു. പ്രശ്നം എ – വേണ്ടത്ര പരിഹരിക്കാതെ വീണ്ടും പ്രശ്നം ബി-യിലേക്കു തിരിയുമ്പോഴും അതുതന്നെ സംഭവിക്കുന്നു...

പെർഫെക്ഷനിസ്റ്റ്, നീട്ടിവയ്ക്കുന്നയാളെപ്പോലെ പരിപൂർണ്ണതാവാദിയും കാര്യങ്ങൾ വേണ്ടവിധം ചെയ്യുന്നില്ല. കാരണം അയാളുടെ ഉള്ളിലുള്ള പരിപൂർണ്ണമായ ഫലത്തിന്റെ ചിത്രവുമായി ചെയ്യുന്നതൊന്നും യോജിക്കുന്നില്ല. പരിപൂർണ്ണതാവാദം ചിലപ്പൊഴെങ്കിലും അന്തിമഫലത്തെക്കുറിച്ചുള്ള ഭയം ഒളിക്കുന്നുണ്ടെന്നതാണു സത്യം. അല്ലെങ്കിൽ, പഠനഗ്രാഫിൽ വീഴുന്ന 'മതിയായ നല്ല' എന്ന വിശേഷണത്തോടുകൂടിയ ഫലങ്ങളോടുള്ള അസഹിഷ്ണുത. ഇത്തരത്തിലുള്ളവർ ഒരുപാടു ചിന്തിച്ച് എല്ലാംതികഞ്ഞ പിറന്നാൾ സമ്മാനം വാങ്ങുമ്പോഴേക്കും സമയം കഴിഞ്ഞിരിക്കും. അതിരുകൾ നിശ്ചയിക്കുക, യാഥാർത്ഥ്യമറിഞ്ഞുള്ള തയ്യാറെടുപ്പ്, ചുമതലപ്പെടുത്തൽ എന്നിവ ഇത്തരക്കാരെ സഹായിക്കും.

മുകളിൽ പറഞ്ഞവയിൽ ഒന്നോ അതിലധികമോ നിങ്ങൾ തിരിച്ചറിഞ്ഞാലും, അല്ലെങ്കിൽ നിങ്ങളുടെ സമയ മാനേജ്മെന്റ് ശൈലി പൂർണ്ണമായും മറ്റെന്തെങ്കിലും ആണെന്നു കണ്ടെത്തിയാലും, നിങ്ങൾ നിലവിൽ എങ്ങനെ പ്രവർത്തിക്കുന്നുവെന്നു മനസ്സിലാക്കാൻ അത് ഉപയോഗപ്രദമാണ്. അതിനാൽ നിങ്ങൾക്കു മെച്ചപ്പെടുത്താനുള്ള നടപടികൾ സ്വീകരിക്കാം. പാറ്റേണുകൾ ശ്രദ്ധിക്കുകയും എന്റെ സമയം കൂടുതൽ നന്നായി മാനേജ് ചെയ്യുന്നതിൽ നിന്നും എന്നെ തടയുന്നതെന്താണെന്നു ചോദിക്കുകയും ചെയ്യുക. എല്ലാറ്റിലുമുപരി, *നിങ്ങളുടെ* ജീവിതത്തിൽ *നിങ്ങൾക്കു*വേണ്ടി ശരിയായി പ്രവർത്തിച്ചാൽ മാത്രമേ ഏതൊരു സമയ മാനേജ്മെന്റ് രീതിയും ഉപകാരപ്രദമെന്നു പറയാനാകൂ.

നിങ്ങളുടെ സമയം, ഊർജ്ജം, നിക്ഷേപങ്ങൾ എന്നിവ എങ്ങനെ കൈകാര്യം ചെയ്യാം

നിങ്ങളുടെ സവിശേഷമായ സമയ മാനേജ്മെന്റ് പരിമിതികളെ

മറികടക്കാനുള്ള ചില തന്ത്രങ്ങളെ അടുത്തു പരിചയപ്പെടാം. നിങ്ങളുടെ സ്വന്തം സമയ മാനേജ്മെന്റ് വ്യക്തിത്വവും ജീവിത ശൈലിയും മനസ്സിൽ വച്ചുകൊണ്ടു നിങ്ങൾക്കു വേണ്ട അളവിൽ ഇനിപ്പറയുന്നവ പരീക്ഷിക്കാം.

അലൻസ് നിക്ഷേപ പ്രക്രിയാ തന്ത്രം

ഈ തന്ത്രം നീട്ടിവയ്ക്കലുകാർക്കും തീയണപ്പുകാർക്കും വ്യതിചലനക്കാർക്കും ഉത്തമമാണ്. എങ്കിലും, നമ്മുടെ വിവരപൂരിതലോകത്തുതുഴയാൻ ആഗ്രഹിക്കുന്ന ആർക്കും ഇതു സഹായകമാകും. ഈ ടെക്നിക്കിൽ ഡാറ്റയെയാണ് നിക്ഷേപങ്ങൾ (ഇൻപുട്ട്) എന്നു വിളിക്കുന്നത്. അതായത്, പരിസരത്തുനിന്നുള്ള എന്തെങ്കിലും ഉത്തേജനം : മീറ്റിംഗുകൾ, ഇമെയിൽ, ഫോൺവിളികൾ, സോഷ്യൽ മീഡിയ, ടിവി, മറ്റു മനുഷ്യർ അങ്ങനെ... നിങ്ങളുടെ ശ്രദ്ധ പിടിച്ചു പറ്റാനെത്തുന്ന ഈ കൊച്ചുകൊള്ളുത്തുകളോട് നിങ്ങളെങ്ങനെയാണു പ്രതികരിക്കുക? എങ്ങനെ പ്രതികരിക്കണമെന്നു നിങ്ങൾ മുൻകൂട്ടി ആസൂത്രണം ചെയ്യുന്നില്ലെങ്കിൽ, അതു ഉപയുക്തമായാണു ചെയ്യുകയെന്ന് അലൻസ് ടെക്നിക്ക് അവകാശപ്പെടുന്നു.

വ്യക്തമായ ആസൂത്രണമുണ്ടെങ്കിൽ, വരുന്ന ഓരോ ഇൻപുട്ടും സൂക്ഷ്മനിരീക്ഷണം നടത്താൻ വിലയേറിയ സമയവും, ഊർജ്ജവും പാഴാക്കേണ്ട കാര്യമില്ല. പെട്ടെന്നൊരു തീരുമാനമെടുത്തിട്ടു കൂടുതൽ പ്രധാനപ്പെട്ട കാര്യത്തിലേക്കു പോകാം. ആദ്യം ദൈനംദിന ജീവിതം നിരീക്ഷിച്ചു നിങ്ങളുടെ പ്രാഥമിക ഇൻപുട്ടുകൾ തിരിച്ചറിഞ്ഞോ എന്നു നോക്കുക. അതെന്താണെന്നതു ശരിക്കും വലിയ കാര്യമല്ല. എങ്കിലും അതു നിങ്ങളുടെ ശ്രദ്ധ പിടിച്ചുപറ്റുന്നു, തുടർന്നു വലിയ ഒരു ചോദ്യം : നിങ്ങളെങ്ങനെ പ്രതികരിക്കും? *ഈ ഇൻപുട്ട് കാരണം നിങ്ങൾ എന്തെങ്കിലും പ്രവർത്തിക്കുമോ?*

ഒരു ഇൻപുട്ട് നിങ്ങളുടെ പ്രതികരണം അർഹിക്കുന്നുവോ, ഉണ്ട് അല്ലെങ്കിൽ ഇല്ല എന്നു നിങ്ങൾ തീരുമാനിക്കേണ്ടിയിരിക്കുന്നു. ഉത്തരം ഇല്ല എന്നാണെങ്കിൽ നിങ്ങൾക്കതു പിന്നീടു ചെയ്യാം, അല്ലെങ്കിൽ പൂർണ്ണമായും അവഗണിക്കാം. ഉണ്ട് എന്നാണെങ്കിൽ നിങ്ങൾക്കു പ്രതികരിക്കാം. കേൾക്കുമ്പോൾ എളുപ്പം. അല്ലേ? ഈ നിക്ഷേപങ്ങൾ കുനകൂടാൻ അനുവദിച്ച് അത് സമ്മർദ്ദകാരണമാകുന്നതാണു പ്രശ്നം. ഉദാഹരണമായി, ഇമെയിലിൽ ഒരു സന്ദേശം വരുന്നു, നിങ്ങൾ അത് തുറന്നിട്ട് മാറ്റിവയ്ക്കുന്നു, പിന്നീട് നിങ്ങൾ

അത് കൈയിലെടുത്ത് വായിച്ചിട്ട് വീണ്ടും അത് നിങ്ങളുടെ മേശയുടെ മറുഭാഗത്തേക്കു മാറ്റിവയ്ക്കുന്നു. അവസാനം എന്തെങ്കിലും ചെയ്യുന്നതിനു മുമ്പ് ഇതുപോലെ നാലോ അഞ്ചോ തവണ ഈ ഒരേയൊരു കത്തിലേക്കു ശ്രദ്ധ നൽകേണ്ടിവരുന്നു—ഓരോ തവണയും നിങ്ങൾ ചെറുതായി സമ്മർദ്ദത്തിലാകുന്നു! ആദ്യം കൈയിലെടുത്തയുടനെ പെട്ടെന്നൊരു തീരുമാനമെടുക്കുന്നതാണ് എത്രയോ നല്ലത്—സന്ദേശം ചവറ്റുകൊട്ടയിലേക്കു പോകട്ടെ എന്നു തീരുമാനിച്ചെന്നു കരുതാം. അതവിടെ തീർന്നു. ജോലിസ്ഥലം വെടിപ്പായി. അതുപോലെ നിങ്ങളുടെ മനസ്സും.

എന്തായാലും പ്രവർത്തിക്കേണ്ടതാണെങ്കിൽ, ഇപ്പോൾത്തന്നെ വേണോ എന്നു ചോദിക്കുക. അടിയന്തിര പ്രവൃത്തികൾ ഉടൻ പൂർത്തിയാക്കുക. എന്നാൽ എന്തെങ്കിലും പിന്നീടു ചെയ്താൽ മതിയെങ്കിൽ, അതു മാറ്റിവച്ച നിങ്ങളുടെ മനസ്സിനുള്ളിൽ ശല്യമാകാനനുവദിക്കരുത്. അത് എപ്പോൾ കൈകാര്യം ചെയ്യാനാകുമെന്ന് ഉടൻതന്നെ നിങ്ങളുടെ ദൈനംദിന ഷെഡ്യൂളിൽ ഉൾപ്പെടുത്തുക. അല്ലെങ്കിൽ ഓർമ്മപ്പെടുത്താനുള്ള കാര്യം ചെയ്യുക. എന്തു ചെയ്യണമെന്നും എപ്പോൾ ചെയ്യണമെന്നും സൂക്ഷ്മമായിത്തന്നെ രേഖപ്പെടുത്തുക. അല്ലെങ്കിൽ പൂർണ്ണമായും മറ്റൊരാളെ ഏൽപ്പിക്കുക. അതോടെ അതിനെ മറക്കാം. കുറിപ്പുകൾ എഴുതാൻ പറ്റിയ ഫോൺ ആപ്പോ കലണ്ടറോ നിങ്ങളെ സഹായിക്കും. പക്ഷേ, നിങ്ങളുടെ സ്ഥിരതയാണു പ്രധാനപ്പെട്ട കാര്യം.

നിങ്ങളുടെ പ്രക്രിയ ഇതുപോലെ സുസംഘടിതമാക്കിയാൽ നിങ്ങൾ യഥാർത്ഥത്തിൽ ഊർജ്ജവും ശ്രദ്ധയും സ്വതന്ത്രമാക്കുന്നു എന്നതാണ് ആശയം. ഇതു കൂടുതൽ ശാന്തത പകരുന്നു. കൂടുതൽ നിയന്ത്രണവും. ചിന്തിക്കാൻ കുറച്ചേ ഉള്ളൂ എന്നതിനാൽ അമിതചിന്ത കുറയും. മൊത്തത്തിൽ തളർച്ചയും മറ്റു കുഴപ്പങ്ങളും കുറഞ്ഞതായും തോന്നും.

നിങ്ങൾക്ക് സ്ഥിരതയുണ്ടാകണം. ജോലികൾ കുന്നുകൂടാൻ അനുവദിക്കരുത്. എപ്പോഴും കാര്യങ്ങളുടെ മുകളിൽത്തന്നെയുണ്ടാകണം. നിങ്ങളുടെ ശ്രദ്ധ ആവശ്യമുള്ള ഏതെങ്കിലും പുതിയ പ്രശ്നം വരുമ്പോൾ ചടുലമായി നീങ്ങണം. എന്തു ചെയ്യണമെന്ന തീരുമാനം എത്രയും പെട്ടെന്നെടുക്കണം : സുഹൃത്ത് അയച്ച ലിങ്ക് പിന്തുടരുന്നതിന് ഇപ്പോൾ മുൻഗണന കൊടുക്കണോ? ബാങ്കിൽ നിന്നു ലഭിച്ച ഇമെയിൽ പ്രധാനപ്പെട്ടതാണോ? പാൽ തീർന്നുപോയതിൽ പെട്ടെന്നു ചെയ്യാവുന്ന കാര്യം എന്താണ്?

തിരക്കുള്ള മനുഷ്യർക്കു ചിലപ്പോൾ അവരവർക്കെതിരെ പ്രവർത്തിക്കാനാകും : പ്രധാനപ്രവൃത്തികൾ മാറ്റിവച്ചതിന്റെ പേരിൽ അവർ വളരെ പരവശരാണ്. ആ പ്രവൃത്തികൾ പിന്നീട് ഗുരുതര മായി മാറും. തുടക്കത്തിൽ തന്നെ കൈകാര്യം ചെയ്തിരുന്നെങ്കിൽ ഉണ്ടാകുമായിരുന്നതിനേക്കാൾ സമ്മർദ്ദമാവും ഈ സന്ദർഭത്തിൽ.

ഐസനോവേഴ്സ് രീതി

മുകളിലത്തെ രീതി നിങ്ങൾക്കു ബോദ്ധ്യമായെങ്കിൽ, നല്ല സമയ മാനേജ്മെന്റ് ഇപ്പൊഴോ പിന്നെയോ നിങ്ങളുടെ മുൻഗണനകൾ മനസ്സിലാക്കാൻ സഹായിക്കും. അതു നിങ്ങളുടെ പ്രവൃത്തികളെയും ലക്ഷ്യം നിർണ്ണയിക്കുന്നതിനേയും ഉണർത്തുകയും ചെയ്യും. താഴെപ്പ റയുന്ന രീതി തീയണപ്പു സ്വഭാവക്കാർക്കും പരിപൂർണ്ണതാവാദി കൾക്കും സമയരക്തസാക്ഷികൾക്കും വളരെ അനുയോജ്യമാണ്. ഒരു പ്രശ്നത്തെ ശരിയായി നേരിടാൻ ആവശ്യമായ സമയമോ വിഭവങ്ങളോ കൈയിലില്ലാത്തപ്പോൾ ഈ രീതി പരീക്ഷിക്കാം.

ഒരുപാടു ബാദ്ധ്യതകൾ, വളരെക്കുറച്ചു സമയവും വിഭവങ്ങളും എന്ന അവസ്ഥയിൽ ഒരുപാട് അമിതചിന്തകളുണ്ടാകും. ഇതു സമ്മർ ദ്ദമുണ്ടാക്കും. അതു വീണ്ടും അമിതചിന്തയിലേക്കു നയിക്കും. സമ യസമ്മർദ്ദം ഒഴിവാക്കാനാകില്ലെങ്കിൽ, തീർച്ചയായും അതു മാറ്റണം. അല്ലെങ്കിൽ അതിനോടു പൊരുത്തപ്പെടണം. മിക്കയാളുകൾക്കും കുറഞ്ഞ സമയത്തിൽ വളരെ കൂടുതൽ കാര്യങ്ങൾ ചെയ്യാനുണ്ടെ ന്നതു ദുഃഖകരമാണ്. മുൻ അമേരിക്കൻ പ്രസിഡന്റ് ഐസനോവ റിന്റെ അടിയന്തിര/പ്രധാന ടെക്നിക്ക് സഹായിക്കും. യഥാർ ത്ഥത്തിൽ പ്രാധാന്യമുള്ളതും ശ്രദ്ധ വ്യതിചലിപ്പിക്കുന്നതുമായ കാര്യങ്ങൾ എന്താണെന്നു വേർതിരിച്ചറിയാനാകും.

> **അടിയന്തിര** പ്രവൃത്തി എന്നാൽ പലപ്പോഴും അങ്ങനെ ചെയ്യാ ത്തതിനു പിഴയുള്ളതിനാൽ അടിയന്തിരശ്രദ്ധ വേണ്ടവയാണ്.
>
> **പ്രധാന** പ്രവൃത്തികൾ എന്നാൽ അതിന്റെ ഫലം നമ്മുടെ ലക്ഷ്യത്തോട് അടുപ്പിക്കുന്നവയാണ്.

ഈ വേർതിരിവാണ് തീയണപ്പുവിഭാഗക്കാരുടെ മനോനില യിലില്ലാത്തത്. അവർ എല്ലാ ജോലിയും അടിയന്തിരമായി കാണും– അങ്ങനെയല്ലെങ്കിലും. മുന്നിലുള്ള ജോലികളും പ്രവർത്തനങ്ങളും

ലിസ്റ്റ് ചെയ്തുകൊണ്ട് ഈ രീതി പ്രവൃത്തിപഥത്തിലേക്കു നീക്കാം. ദിവസംതോറുമോ, ആഴ്ചയിലോ ഇതു ചെയ്യാം. ഓരോ പ്രവൃത്തിക്കും സാദ്ധ്യതയുള്ള നാലു ലേബലുകളിലൊന്ന് ഒട്ടിക്കാം :

- പ്രധാനവും അടിയന്തിരവും,
- പ്രധാനം പക്ഷേ അടിയന്തിരമല്ല,
- പ്രധാനമല്ല, പക്ഷേ അടിയന്തിരം,
- പ്രധാനമോ അടിയന്തിരമോ അല്ല.

അടുത്തതായി, മുകളിൽ പറഞ്ഞ ക്രമത്തിൽ ഈ പ്രവൃത്തികളെ റാങ്ക് ചെയ്യാം.

പ്രധാനവും അടിയന്തിരവുമായ പ്രവൃത്തികൾക്ക് : *ഉടൻ ചെയ്യുക.* ഇതാണ് നിങ്ങളുടെ മുൻഗണന. ദൈനംദിന പട്ടികയിൽ അപ്രതീക്ഷിത കാര്യങ്ങൾക്കു സമയം കണ്ടെത്തുകയെന്നത് നല്ല ആശയമാണ്. എന്നാൽ ഇവ കൂടുതലാണെങ്കിൽ പുനർവിശകലനം വേണ്ടിവരും. അതിനുവേണ്ടി എങ്ങനെ ആസൂത്രണം ചെയ്യാമെന്നു നോക്കണം.

പ്രധാനവും പക്ഷേ അടിയന്തിരമല്ലാത്തതുമായ കാര്യങ്ങൾ : *എപ്പോൾ ചെയ്യണമെന്ന തീരുമാനമാണ് ഇവിടെ ആവശ്യം.* നിങ്ങളുടെ ദീർഘകാല ലക്ഷ്യങ്ങളിലേക്കു നയിക്കുന്ന പ്രവൃത്തികളാണിവ. എന്നാൽ ഇപ്പോൾത്തന്നെ ചെയ്യേണ്ട അത്യാവശ്യവുമില്ല. ദിവസേനയുള്ള വ്യായാമം, ബജറ്റ് ക്രമപ്പെടുത്തൽ, ബന്ധങ്ങൾ നിലനിർത്തൽ തുടങ്ങിയവ ഉത്സാഹത്തോടെ ചെയ്യേണ്ടതാണെങ്കിലും *എപ്പോൾ* എന്നത് അൽപ്പം വഴക്കത്തോടെ നമുക്കു തീരുമാനിക്കാനാവും. അതു അടിയന്തിരം ആയി മാറുന്നതിനു മുമ്പുതന്നെ ചെയ്യണമെന്നു മാത്രം. പതിവുകാര്യങ്ങളും ഷെഡ്യൂളിൽ ഉൾപ്പെടുത്തുക. അപ്പോൾ അതേക്കുറിച്ചു വേറെ ചിന്തിക്കേണ്ടി വരില്ല. ഉദാഹരണത്തിന്, രാവിലത്തെ ഓട്ടമോ നടത്തമോ, ബജറ്റ് ചിന്ത, ശനിയാഴ്ചകളിലോ ആഴ്ചയിലൊരിക്കലോ അമ്മയെ ഫോൺ വിളിക്കൽ.

പ്രാധാന്യമില്ലെങ്കിലും അടിയന്തിരമായ കാര്യങ്ങൾ : *പകരക്കാരെ ഏൽപ്പിക്കാം.* ഈ കാര്യങ്ങൾ നിങ്ങളിൽ സമ്മർദ്ദം ചെലുത്തുന്നുണ്ട്. എന്നാൽ നിങ്ങളുടെ ജീവിതത്തെ പുഷ്ടിപ്പെടുത്തുകയോ

ലക്ഷ്യത്തിലേക്കു അടുപ്പിക്കുകയോ ചെയ്യുന്നില്ല. നല്ല അതിർത്തികൾ ഉണ്ടാക്കി അനാവശ്യ ഉത്തരവാദിത്തങ്ങളോടേ പറ്റില്ലെന്നു തന്നെ പറയുക.

പ്രാധാന്യമില്ലാത്തതും അടിയന്തിരമല്ലാത്തതുമായ പ്രവൃത്തികൾ : *മായ്ച്ചുകളയാം!* ഇത്തരം കാര്യങ്ങൾക്കായി സമയമോ അദ്ധ്വാനമോ പാഴാക്കേണ്ടതില്ല. അവഗണിക്കുകയോ എത്രയും പെട്ടെന്ന് അവയിൽ നിന്നു മാറിപ്പോകുകയോ ചെയ്യുക. ഭാവിയിൽ അത്തരം കാര്യങ്ങളുടെ ആവൃത്തി പറ്റുമെങ്കിൽ കുറയ്ക്കുകയും ചെയ്യുക. കഥയില്ലാത്ത ഇന്റർനെറ്റ് ശ്രദ്ധതിരിക്കൽ, ടിവിയിലെ ബ്ലാബ്ലാ, ഗെയിമുകൾ, അനാവശ്യ സോഷ്യൽ മീഡിയ ഇടപെടൽ എന്നിവയൊക്കെ ഈ വിഭാഗത്തിൽപ്പെടും.

ഈ ടെക്നിക്ക് ഉപയോഗിക്കുന്നതു ചിലപ്പോൾ പെട്ടെന്നു പ്രവർത്തിക്കേണ്ടിവരുന്നതിൽ നിന്നോ, ഉത്തരവാദിത്തങ്ങൾ ഏറ്റെടുക്കുന്നതിൽ നിന്നോ, ഒരു കാര്യത്തിനു വേണ്ടി മറ്റൊന്നു മാറ്റിവയ്ക്കുന്നതിൽനിന്നോ നിങ്ങളെ മോചിപ്പിക്കില്ല. പക്ഷേ. മുൻഗണന നിശ്ചയിക്കുന്നതും ഈ ജോലികൾ ക്രമപ്പെടുത്തുന്നതും നിങ്ങളുടെ നിയന്ത്രണത്തിൽത്തന്നെ നിർത്തും. എന്നുവച്ചാൽ നിങ്ങൾക്കധികം പരവശനാകേണ്ടി വരില്ല. അപ്പോൾ കുറച്ചു ഉത്കണ്ഠ മാത്രം. ഓർക്കുക—സ്വയം നിയന്ത്രണം എത്രത്തോളം അനുഭവപ്പെടുന്നുവോ അത്രത്തോളം നിങ്ങൾ അമിതചിന്തയ്ക്കും അമിതവിശകലനത്തിനും അടിമപ്പെടാതെയിരിക്കും. ഒരു പ്രവൃത്തിയെ നോക്കി അക്ഷരാർത്ഥത്തിൽ 'ഞാൻ നിന്നെ എന്റെ മനസ്സിൽ നിന്നു കളയാൻ പോകുകയാണ്, കാരണം, എന്റെ ദീർഘകാല ലക്ഷ്യങ്ങൾക്കു നിന്റെ ആവശ്യമില്ല, അടിയന്തിരകാര്യവുമല്ല. ശ്രദ്ധയൂന്നുന്നതു വേറെ കാര്യത്തിലാണ്'' എന്നു പറയണം.

നിങ്ങളുടെ മൊത്തം സംഘാടനത്തെ വിലയിരുത്താൻ ഈ രീതി ഉപയോഗിക്കാം. ചുരുങ്ങിയ കാലത്തേക്കുള്ള ദൈനംദിന പട്ടികയും വിലയിരുത്താനാകും. ജോലികളിലൂടെ കടന്നുപോകുമ്പോൾ സ്വയം ചോദിക്കുക :

- ഇതിനുവേണ്ടി അങ്ങേയറ്റം പരിശ്രമിക്കേണ്ടതുണ്ടോ? ഇതിനെ പൂർണ്ണമായും ഒഴിവാക്കുകയാണോ നല്ലത്?

- ഈ പ്രവൃത്തി എന്റെ ലക്ഷ്യത്തിലേക്കു നയിക്കുന്നതാണോ? എന്റെ മൂല്യങ്ങളെ തൃപ്തിപ്പെടുത്തുന്നതാണോ? എന്നെക്കുറിച്ചുള്ള മാതൃകാകാഴ്ചപ്പാടിനു യോജിച്ചതാണോ?
- ഈ ജോലി ഇപ്പോൾത്തന്നെ കൈകാര്യം ചെയ്യേണ്ടതാണെങ്കിൽത്തന്നെ അതു *മുഴുവനും* ഇപ്പോൾ ചെയ്യേണ്ടതുണ്ടോ? ഇതിന്റെ ഏതു ഭാഗമാണ് ശരിക്കും പ്രധാനപ്പെട്ടത്?

സ്മാർട്ട് (SMART) ലക്ഷ്യം നിർണ്ണയിക്കൽ

സൂക്ഷ്മവും സമയബന്ധിതവുമായ, അല്ലെങ്കിൽ ചുറുചുറുക്കുള്ള (SMART) നല്ല ലക്ഷ്യങ്ങളെക്കുറിച്ചുള്ള ആശയം നിങ്ങൾക്ക് ഇതിനകം പരിചിതമായിക്കഴിഞ്ഞു. *The Power of SMART Goals: Using Goals to Improve Student Learning* എന്ന പഠനറിപ്പോർട്ടിൽ ജാൻ ഒ'നീൽ വ്യക്തവും നേടാവുന്നതുമായ ലക്ഷ്യങ്ങളും അളക്കാവുന്ന വിജയവും തമ്മിലുള്ള ബന്ധത്തെക്കുറിച്ചുള്ള തെളിവുകളാണ് പരിശോധിക്കുന്നത്. കൃത്യമായ ലക്ഷ്യങ്ങൾ സജ്ജീകരിക്കുന്നതിനാവശ്യമായ ശ്രദ്ധയാണ് അവയുടെ പൂർത്തീകരണത്തിനുള്ള ഏറ്റവും വലിയ പ്രവചനമെന്ന് ഒ'നീലും മറ്റനേകം വിദ്യാഭ്യാസ വിദഗ്ധരും വീണ്ടും വീണ്ടും കണ്ടെത്തിയിട്ടുണ്ട്. ലക്ഷ്യം നിർണ്ണയിക്കലാണ് "അദൃശ്യമായതിനെ ദൃശ്യമാക്കുന്നതിലെ ആദ്യപടി" എന്നു പ്രചോദനാത്മക പ്രഭാഷകൻ ടോണി റോബിൻസ് വ്യക്തമാക്കുന്നുണ്ട്. മറ്റൊരു തരത്തിൽ പറഞ്ഞാൽ, അവ നമ്മെ സാധ്യമായതിൽ നിന്നു യാഥാർത്ഥ്യത്തിലേക്കു നയിക്കുന്നു.

അമിതചിന്തയിലേക്കു വരുമ്പോൾ, ലക്ഷ്യം നിർണ്ണയിക്കുകയെന്നതു നമ്മെ വിജയിക്കാൻ സഹായിക്കുന്ന ശക്തിയായി മാത്രം കണ്ടാൽപ്പോരാ. ഉത്കണ്ഠയുടെയും അയവിറക്കലിന്റെയും വലിയ സ്രോതസ്സ് അനിശ്ചിതത്വവും വ്യക്തതയില്ലായ്മയും വ്യാപനസാദ്ധ്യതയുമായതിനാലാണ് ലക്ഷ്യനിർണ്ണയം പ്രധാനമാകുന്നത്. മറുവശത്ത്, കൂടുതൽ ഉത്സാഹത്തോടെ അനിശ്ചിതത്ത്വവുമായി കൂട്ടുകൂടുമ്പോൾ (അതായത്, അതിനൊരു രൂപം നല്കാൻ ലക്ഷ്യം നിർണ്ണയിക്കുന്നു) കൂടുതൽ നിയന്ത്രണത്തിൽ വന്നതായി നമുക്കു തോന്നും. വഴിയിലും മൂല്യത്തിലും വ്യക്തതയില്ലാത്തവർക്കു തളർച്ചയും ചെറിയ സമ്മർദ്ദത്തിൽപ്പോലും ഉത്കണ്ഠയും തോന്നും.

അതേസമയം, എന്താണ് വേണ്ടതെന്നും അത് എന്തുകൊണ്ടാണെന്നും അറിയുന്നവർക്കു കൂടുതൽ ആഴത്തിലേക്കു പോകാനും വലിയ വെല്ലുവിളികളും തിരിച്ചടികളും ഉഴുതുമറിക്കാനുമാകും.

ലക്ഷ്യത്തിന് അരാജകത്വത്തെയും അശ്രദ്ധയെയും മറികടക്കാനാകും. അങ്ങനെ ജീവിതത്തിനു വ്യക്തതയും ഊന്നലും കിട്ടും. പക്ഷേ നമ്മുടെ മൂല്യങ്ങളെക്കുറിച്ചുള്ള ബോധം ലക്ഷ്യം നിർണ്ണയിക്കുന്നതിൽ സ്വാഭാവികമായും നിങ്ങളെ മികച്ചവരാക്കില്ല. പൂർത്തിയാക്കാൻ പറ്റുന്ന ലക്ഷ്യമാണു നിർണ്ണയിക്കുന്നതെന്നു ബോധപൂർവ്വം ഉറപ്പാക്കണം. SMART ലക്ഷ്യങ്ങൾ, നിങ്ങളെവിടെയാണോ അവിടെ നിന്നു നിങ്ങൾ എവിടെയായിരിക്കണമെന്നു ആഗ്രഹിക്കുന്നുവോ അവിടേക്കുള്ള റോഡ് മാപ്പുകളാണ് :

S എന്നാൽ specific (നിശ്ചിതമായത്). വ്യതിചലനങ്ങളെ അകറ്റുന്നതാണിതെന്നു വാക്കിൽ നിന്നുതന്നെ അറിയാം. ആവുന്നത്ര വ്യക്തമാവുക. എന്തു സംഭവിക്കുമെന്നു വെറുതെ പറയാതെ, നിങ്ങളെന്തു ചെയ്യുമെന്നു വിശദമായും വ്യക്തമായും പറയുക.

M എന്നാൽ measurable (അളക്കാനാകുന്നത്). നല്ല ലക്ഷ്യം അളക്കാനാകുന്നതോ കണക്കാക്കാനാകുന്നതോ ആണ്. പരിണതഫലം അവ്യക്തമോ വ്യാഖ്യാനിക്കാവുന്നതോ അല്ല. ലക്ഷ്യമെത്തിയെന്നു ഞാനെങ്ങനെയറിയും എന്ന ചോദ്യത്തിനുത്തരം നൽകുക.

A എന്നാൽ attainable (പ്രാപ്യമായത്). നിങ്ങൾക്കും നിങ്ങളുടെ സാഹചര്യത്തിനും തീർത്തും അനുയോജ്യമാണെന്നാണ് ഇതിനർത്ഥം. ലക്ഷ്യം അതിനപ്പുറത്തേക്കു നീങ്ങാൻ വെല്ലുവിളിക്കുന്നതാകണം. പക്ഷേ അതു സാദ്ധ്യമാകുന്നതും ന്യായവുമായിരിക്കണം.

R എന്നാൽ relevant (പ്രസക്തമായത്). ഈ ലക്ഷ്യം യഥാർത്ഥത്തിൽ നിങ്ങളുടെ വിശാലമായ മൂല്യങ്ങളെക്കുറിച്ചു സംസാരിക്കുന്നുണ്ടോ? ചെറിയ ലക്ഷ്യങ്ങൾ വലുതിനോടു യോജിച്ചുപോകുന്നുണ്ടോ? നമ്മുടെ സാഹചര്യത്തിൽ അതിനു പ്രസക്തിയുണ്ടോ?

T എന്നാൽ time-bound (സമയബന്ധിതമായത്). എപ്പോൾ ലക്ഷ്യത്തിലെത്തണമെന്നതിന് സമയപരിധി നിശ്ചയിക്കുക. അല്ലെങ്കിൽ, ചില സമയപരിധികളുടെ രൂപരേഖ തയ്യാറാക്കുക. എപ്പോഴെങ്കിലുമാകട്ടെ എന്നതരത്തിലുള്ള ലക്ഷ്യങ്ങൾ ഒരിക്കലും യാഥാർത്ഥ്യമാകില്ല.

സാമാന്യം മോശമായ ലക്ഷ്യത്തിന് ഉദാഹരണമിതാ : "എനിക്കു കൂടുതൽ ആരോഗ്യവാനാകണം."

ഇതേ ലക്ഷ്യം SMART മാനദണ്ഡങ്ങൾക്കനുസരിച്ചെഴുതിയാൽ : "പൊതുവിൽ മികച്ച ഭക്ഷണം കഴിക്കുന്നതിന്റെ ഭാഗമായി എനിക്കു ദിവസവും ചുരുങ്ങിയത് അഞ്ചു വ്യത്യസ്ത പഴങ്ങളും പച്ചക്കറികളും കഴിക്കണം. (ഓരോ തവണയും 80 ഗ്രാം വീതം). എനിക്കിതു മാസത്തിലെ അവശേഷിക്കുന്ന എല്ലാദിവസവും നടപ്പാക്കുകയും വേണം."

ഇവിടെ ലക്ഷ്യം നിശ്ചിതമാണ് (അഞ്ചു വ്യത്യസ്ത പഴങ്ങളും പച്ചക്കറികളും ഒരു ദിവസം), അളക്കാവുന്നതാണ് (80 ഗ്രാം), പ്രാപ്യമാണ് (അത്ര അയഥാർത്ഥമല്ല), പ്രസക്തമാണ് (മെച്ചപ്പെട്ട ഭക്ഷണമെന്ന വിശാല ലക്ഷ്യത്തിനോടു നീതി പുലർത്തുന്നു), സമയബന്ധിതമാണ് (ദിവസവും എന്നതിൽ ഹ്രസ്വകാല ലക്ഷ്യവും മാസം മുഴുവൻ എന്നു പറഞ്ഞതിനാൽ ദീർഘകാല ലക്ഷ്യവും).

SMART ലക്ഷ്യങ്ങൾ നിങ്ങളുടെ മുന്നിലുള്ള ജോലിയുടെ കാഠിന്യം കുറയ്ക്കില്ല. പക്ഷേ അവ കാഴ്ചപ്പാട് രൂപപ്പെടുത്താനും അതു നിർവ്വചിക്കാനും നിങ്ങളെ സഹായിക്കും. അങ്ങനെ നിങ്ങൾക്കു കൂടുതൽ മികവോടെ പ്രവർത്തിക്കാം. നിങ്ങൾ യഥാർത്ഥത്തിൽ എന്താണു ചെയ്യുന്നതെന്നും എങ്ങനെയാണു ചെയ്യുന്നതെന്നും നിങ്ങളെക്കൊണ്ടു കൂടുതൽ ശ്രദ്ധയോടെ ചിന്തിപ്പിക്കും. പദ്ധതികളിലേക്കു വളരെക്കുറച്ച് ആശയങ്ങളും വിശദാംശങ്ങളുമായി പ്രവേശിക്കുന്ന പലരും പദ്ധതി പൊളിഞ്ഞു നിരാശരായി അവസാനിപ്പിക്കാറാണുള്ളത്. SMART ഗോളിലൂടെ അടിസ്ഥാനപരമായി നിങ്ങൾ വർത്തമാനകാലത്തിൽ നിന്നു ഭാവിയിലേക്കുള്ള യാത്ര ആസൂത്രണം ചെയ്യുകയാണ്. വ്യക്തവും യുക്തിസഹവുമായ ആസൂത്രണമുള്ള ഏതു പ്രവൃത്തിയും കൂടുതൽ വിജയത്തിലെത്തുമെന്നുറപ്പാണ്.

നിങ്ങളുടെ ലക്ഷ്യങ്ങൾ കടലാസ്സിലേക്കു പകർത്തുന്നത് അൽപ്പം വ്യക്തവും രസകരവുമാണെന്നു തോന്നിയേക്കാം. പക്ഷേ, ഒന്നു പരീക്ഷിക്കുക. കാഴ്ച യഥാർത്ഥത്തിൽ എത്രത്തോളം വ്യക്തമല്ലെന്നു നിങ്ങൾ ആശ്ചര്യപ്പെട്ടേക്കാം. പക്ഷേ അവ്യക്തമായ ലക്ഷ്യം നിങ്ങളുടെ ജീവിതത്തിൽ ശരിക്കും കൂടുതൽ സമ്മർദ്ദം കൊണ്ടുവരികയല്ലേ എന്നു സത്യസന്ധമായി സ്വയം ചോദിക്കുക. ആ സമ്മർദ്ദം ഒഴിവാക്കുന്നതെങ്ങനെയെന്ന വ്യക്തമായ തോന്നൽ തരാതെയല്ലേ ഈ സമ്മർദ്ദവും പിരിമുറുക്കവുമൊക്കെ?

ലക്ഷ്യത്തെ അൽപ്പം മുറുക്കിപ്പിടിക്കുക. പൂർണ്ണമായും എത്തിച്ചേരാൻ പറ്റാത്തതാണെങ്കിൽ അൽപ്പം അയച്ചു വിടുക! അപ്പോൾ കാര്യങ്ങൾക്കു മേലുള്ള വ്യക്തവും ഉത്സാഹഭരിതവും യോജിച്ചതുമായ ഊന്നൽ നിങ്ങളെ ആസൂത്രണത്തിൽ കൂടുതൽ നിശ്ചയദാർഢ്യമുള്ളവരും കുറച്ചു മാത്രം പിരിമുറുക്കമുള്ളവരുമാക്കുമെന്നു കണ്ടെത്താനാകും.

കൻബാൻ രീതി

ഇതിൽപ്പറയുന്ന മിക്ക രീതികളും ഒരു അടിസ്ഥാനതത്ത്വം പങ്കുവയ്ക്കുന്നുണ്ട്. കൂടുതൽ വിവരങ്ങൾ നിങ്ങളുടെ തലയിൽ നിന്നു പുറത്തെടുക്കാൻ കഴിഞ്ഞാൽ (അതായത് നിങ്ങൾ കൂടുതൽ സംഘടിതവും കഴിവുള്ളതുമാണ്) നിങ്ങൾക്കു കുറച്ചേ വിഷമിക്കേണ്ടിവരുന്നുള്ളൂ, അമിതചിന്തകളും കുറച്ചേയുണ്ടാകൂ. തൊഴിലൊഴുക്ക് മാനേജ് ചെയ്യാനുള്ള കാഴ്ചാരൂപത്തിലുള്ള ചാർട്ടാണ് കൻബാൻ. പക്ഷേ, അതിലെ പല തത്ത്വങ്ങളും നിങ്ങളുടെ വ്യക്തിപരമായ ഉത്പാദനക്ഷമത വർദ്ധിപ്പിക്കുന്നതിനായി ഉപയോഗിക്കാൻ പറ്റും.

നിർമ്മാണമേഖലയുമായി ബന്ധപ്പെട്ടാണ് ജാപ്പനീസ് കൻബാൻ രൂപവത്കരിച്ചത്. ഫാക്ടറി പോലുള്ള സ്ഥാപനങ്ങളിൽ പരമാവധി കാര്യക്ഷമത ഉറപ്പാക്കാനുള്ള വഴി. വ്യക്തിജീവിതത്തിൽ പ്രയോഗിച്ചാൽ, കൻബാൻ നിലവിൽ പ്രവർത്തിച്ചുകൊണ്ടിരിക്കുന്ന സംവിധാനങ്ങളും പ്രക്രിയകളും പരിശോധിക്കാനും മെച്ചപ്പെടുത്താനും വളരെ നല്ലതാണ്. ശ്രദ്ധിക്കുക, ലക്ഷ്യങ്ങൾ കണ്ടെത്താനോ സംവിധാനങ്ങളൊരുക്കാനോ അതു സഹായിക്കില്ലെങ്കിലും, ഇതിനകം തുടങ്ങിയിട്ടുള്ള സംവിധാനങ്ങളെ കാര്യക്ഷമമായി കൊണ്ടുപോകാൻ സഹായിക്കും.

നാല് അടിസ്ഥാനതത്ത്വങ്ങൾ ഓർമ്മിക്കേണ്ടതുണ്ട് :

1. നിങ്ങൾ ചെയ്തുകൊണ്ടിരിക്കുന്നതിൽ നിന്ന് ആരംഭിക്കുക.
2. മികച്ചതിനുവേണ്ടി സ്ഥിരവും വർദ്ധനയുള്ളതുമായ മാറ്റങ്ങൾ വരുത്തുക.
3. നിലവിലെ നിയമങ്ങളെയും പരിമിതികളെയും മാനിക്കുക (തുടക്കത്തിലെങ്കിലും).
4. സാധ്യമാകുന്നിടത്തെല്ലാം നേതൃത്വത്തെ പ്രോത്സാഹിപ്പിക്കുന്നതിനെക്കുറിച്ചു ചിന്തിക്കുക.

വ്യക്തികൾ എന്ന നമ്മുടെ ഉദ്ദേശ്യത്തിൽ (ടൊയോട്ട ഫാക്ടറിയൊന്നുമല്ല) സ്ഥിരമായ മാറ്റങ്ങളെന്ന രണ്ടാമത്തെ തത്വത്തിലാണു താത്പര്യമുള്ളത്. ഭയപ്പെടുത്തുന്ന, വലിയ കുതിച്ചുചാട്ടത്തിനുപകരം, ചെറിയ സഞ്ചിത ശിശ്രൂഘട്ടങ്ങൾ പിന്തുടരുന്നതിലൂടെ നിങ്ങൾ യഥാർത്ഥത്തിൽ കൂടുതൽ നേട്ടം കൈവരിക്കുന്നു എന്നതാണ് ആശയം. കൻബാനിൽ, ഒഴുക്കിനെ രൂപപ്പെടുത്തുന്നതിന് ആറു പ്രധാന പ്രവർത്തനങ്ങൾ ഉപയോഗിക്കുന്നു. അതു ക്രമേണ മെച്ചപ്പെട്ടതും മികച്ചതുമായ ഒന്നിലേക്കു മെല്ലെമെല്ലെ നീക്കുക.

1. ജോലിയുടെ ഒഴുക്ക് ദൃശ്യവത്കരിക്കുക. ഇത് അക്ഷരാർത്ഥത്തിൽ നിങ്ങളുടെ തൊഴിലോ മറ്റെന്തെങ്കിലും ജോലിയോ (നോവലെഴുത്ത്, വ്യായാമം) ആണെങ്കിലും അതു ഒരു ബോർഡിൽ വയ്ക്കുക. അങ്ങനെ നിങ്ങൾക്കതു ദൃശ്യപരമായി, ഘട്ടംഘട്ടമായി കാണാം. നിങ്ങളുടെ പ്രക്രിയയുടെ വിവിധ ഘട്ടങ്ങൾ അടുക്കിവയ്ക്കാൻ വ്യത്യസ്ത നിറങ്ങളോ ചിഹ്നങ്ങളോ കോളങ്ങളോ ഉപയോഗിക്കുക. ഓർക്കുക, നിങ്ങൾക്ക് അവിടെനിന്ന് എത്രമാത്രം *പുറത്തെടുക്കാൻ* കഴിയുമോ അത്രയധികം നിങ്ങൾ *ഇവിടെ* വിഷമിക്കേണ്ടിവരില്ല.

2. മുന്നേറിക്കൊണ്ടിരിക്കുന്ന ജോലികൾ ഒഴിവാക്കുക. തീയണപ്പ്, സമയരക്തസാക്ഷി വിഭാഗങ്ങൾക്കു പറ്റിയതാണ്. അടിസ്ഥാനപരമായി ഒരേസമയം ഒന്നിൽക്കൂടുതൽ ജോലികൾ ഒഴിവാക്കുക. ഒരു കാര്യം എടുക്കുക. അതിനു മുഴുവൻ ശ്രദ്ധയും നല്കുക. ജോലി പൂർത്തിയാക്കുക. അടുത്തതെടുക്കുക. എപ്പോഴും വരിയിൽ നിൽക്കുന്ന അടുത്ത പണിയെക്കുറിച്ചു ചിന്തിക്കാനുള്ള പ്രലോഭനം (അമിതചിന്ത!) തടയാൻ ഈ മനോഭാവം സഹായിക്കും. പൂർത്തിയാക്കാത്ത ജോലികൾ സമ്മർദ്ദത്തിനും നിങ്ങളെ തളർത്താനും വിട്ടുകൊടുക്കാതിരിക്കുക.

3. ഒഴുക്കു നിയന്ത്രിക്കുക. എങ്ങനെയാണ് ശ്രദ്ധ, സമയം, ഊർജ്ജം എന്നിവ ജോലിയിൽ നിന്നു ജോലിയിലേക്കു ഒഴുകുന്നതെന്ന് നോക്കുക. കാത്തിരിപ്പിലും യാത്രയിലും ഒരുപാടു സമയം നഷ്ടപ്പെടുന്നുണ്ടോ? നിങ്ങൾ പലപ്പോഴും ജോലികൾ മാറുകയും അതേത്തുടർന്നു നിരന്തരം ഒഴുകേണ്ട സമയം നഷ്ടപ്പെടുകയും ചെയ്യുന്നുണ്ടോ? എവിടെയാണതു സംഭവിക്കുന്നതെന്നു നോക്കി പ്രക്രിയ സുഗമമാക്കുക. ഒരു കാർ യാത്രയിൽ രണ്ടു കാര്യങ്ങൾ ചെയ്യാമെന്നിരിക്കെ, രണ്ടു യാത്രകളിലൂടെ സമയവും ഇന്ധനവും നഷ്ടപ്പെടുത്തേണ്ടതില്ല എന്നതുപോലെ ലളിതമത്രേ ഇത്.

4. ഫീഡ്ബാക്ക് ലൂപ്പുകൾ സജ്ജമാക്കുക. ബിസിനസ്സ് ലോകത്ത് ഇതു 'വേഗത്തിൽ പരാജയപ്പെടുക, പലപ്പോഴും പരാജയപ്പെടുക' എന്നറിയപ്പെടുന്നു. നിങ്ങളെങ്ങനെയാണ് ചെയ്യുന്നതെന്നു സ്ഥിരമായി പരിശോധിക്കാനും ക്രമീകരിക്കാനും ആവർത്തിക്കുന്നതിനും നിങ്ങൾ കൃത്യസമയത്ത് ഉണ്ടാകേണ്ടതുണ്ട് എന്നാണ് ഇതിന്റെ അർത്ഥം. നിങ്ങളുടെ പ്രക്രിയ നോക്കുക. ഒപ്പം ശ്രമവും. അവ ശരിക്കും പ്രവർത്തിക്കുന്നുണ്ടോ എന്നു കാണുക (അളക്കാവുന്ന, SMART ലക്ഷ്യങ്ങൾ നിർണ്ണയിച്ചതിനാൽ ഇതു നിങ്ങൾക്കാകും). സ്ഥിരമായ ഫീഡ്ബാക്ക് ലൂപ്പുകൾ ഉപയോഗിച്ചാൽ നിരന്തരമായ പുരോഗതി വരും.

5. "സഹകരിച്ചു മെച്ചപ്പെടുത്തുക. പരീക്ഷണാത്മകമായി വികസിപ്പിക്കുക". ഈ തത്ത്വം സാധാരണ ജീവിതത്തിൽ അധികം ബാധകമല്ല. പക്ഷേ വാണിജ്യപരമല്ലാത്ത സംവിധാനത്തിൽ, നമ്മൾ ചെയ്യുന്നതിലെല്ലാം ശാസ്ത്രീയരീതി അവലംബിക്കാൻ നമ്മെ പഠിപ്പിക്കും. നമുക്കൊരു സിദ്ധാന്തം ഉണ്ടാക്കാം. അതു പരീക്ഷിക്കാം. നിരന്തരപരീക്ഷണങ്ങളിലൂടെ നമ്മുടെ അറിവ് സംസ്കരിക്കുകയും ചെയ്യാം.

അമിതചിന്തയൊഴിവാക്കാൻ ശ്രമിക്കുന്ന സാധാരണക്കാരനെ സംബന്ധിച്ചിടത്തോളം ഇതെല്ലാം അല്പം അമൂർത്തമായി തോന്നിയേക്കാം. എന്നാൽ പ്രയോഗിച്ചിടത്തെല്ലാം ഈ തത്ത്വങ്ങൾ വളരെ നല്ല ഫലം തന്നിട്ടുണ്ട്. ഉദാഹരണത്തിന് ഭക്ഷണമുണ്ടാക്കുന്നതും പലചരക്കുകടയിൽ പോകുന്നതും നിങ്ങളെ സ്ഥിരമായി സമ്മർദ്ദത്തിലാക്കുന്നുവെന്നു കരുതുക. അത്താഴത്തിനെന്തുണ്ടാക്കുമെന്ന അവസാനിക്കാത്ത ചോദ്യം പിരിമുറുക്കമുണ്ടാക്കുന്നു. അപ്പോൾ നിങ്ങൾ വീട്ടിലിരുന്ന്, സാധനങ്ങൾ വാങ്ങുന്നതു മുതൽ ഭക്ഷണമുണ്ടാക്കുന്നതുവരെ ദൃശ്യവത്കരിക്കുന്നു. (ഫ്രിഡ്ജിൽ ഒന്നുമില്ലാത്തപ്പോഴുള്ള അടിയന്തര പുറത്തുപോകലും).

ഒരിക്കൽ ഇത് ദൃശ്യവത്കരിച്ചുകഴിഞ്ഞാൽ എവിടെയാണ് ഒഴുക്കു മുറിയുന്നതെന്നു മനസ്സിലാകും. യഥാർത്ഥത്തിൽ കുറെ ഭക്ഷണം നിങ്ങൾ വലിച്ചെറിയുകയാണെന്നും അതൊടൊപ്പം വാരാന്ത്യത്തിൽ ഭക്ഷണമില്ലാതാകുകയും സമ്മർദ്ദത്തിലാവുകയും ചെയ്യുകയാണെന്നും നിങ്ങൾ കണ്ടെത്തും. ഒഴുക്കു നിയന്ത്രിക്കാൻ തീരുമാനിക്കുന്ന നിങ്ങൾ പുതിയ സംവിധാനം കൊണ്ടുവരും. ഭക്ഷണ

ത്തിന്റെ ഡേറ്റ് അനുസരിച്ച് ക്രമപ്പെടുത്തും. നിങ്ങൾ ഇത് ഒരാഴ്ച പരീക്ഷിച്ചശേഷം എന്തെന്നു നോക്കും, (a) നിങ്ങളുടെ ഭക്ഷണപ്രക്രിയ മെച്ചപ്പെട്ടു, (b) നിങ്ങളുടെ സമ്മർദ്ദം കുറഞ്ഞു വരും, വർദ്ധിച്ചുവരുന്ന പുരോഗതിയാണ് ലക്ഷ്യമെന്നറിഞ്ഞുകൊണ്ട്, നിങ്ങൾ ചില മാറ്റങ്ങൾ വരുത്തി വീണ്ടും ശ്രമിക്കും.

ശരിയാണ്, ഈ പ്രശ്നത്തെക്കുറിച്ച് കൂടുതൽ ചിന്തിക്കുകയാണെന്ന തോന്നൽ തുടക്കത്തിലുണ്ടാകും. പക്ഷേ ഇവിടെ, മോശം പരിണാമമുണ്ടാക്കുന്ന ഉപയോഗശൂന്യമായ അയവിറക്കലല്ല ഈ ചിന്തകൾ. പകരം, മാറ്റങ്ങളുണ്ടാക്കുവാൻ സ്വയം ശക്തിപ്പെടുത്തുകയാണ്. ഒപ്പം നിങ്ങളുടെ ദൈനംദിനജീവിതത്തിന്റെ ചുമതലയേൽക്കുകയും എന്താണു ശരിയാകുക എന്നു കണ്ടെത്തുകയും. പ്രധാനമായും, നിങ്ങൾ നിങ്ങൾക്കു ചുറ്റും ഒരു ജീവിതം നിർമ്മിക്കുകയാണ്. സമ്മർദ്ദം എടുത്തുകളയുന്ന തികഞ്ഞ ജീവിതം!

അവസാനമായി, ഒരു വലിയ പ്രക്രിയയിൽ ഇത് എങ്ങനെ ചേരുമെന്നു ചിന്തിച്ചു കഴിഞ്ഞാൽ, ഓരോ ജോലിക്കും നമ്മൾ അനുവദിച്ച സമയത്തെ ഫലപ്രദമായി വിനിയോഗിക്കാനുള്ള കൗശലം നോക്കാം.

സമയപ്പടവുകൾ

നമ്മളെല്ലാവരും ദിവസത്തിൽ നല്ലൊരു സമയം ജോലി ചെയ്യുകയാണ്. എന്നിട്ടും മീറ്റിംഗുകളിലും ഇമെയിലിലും അമിതചിന്ത വളർത്തുന്ന 'തിരക്കിട്ട' പണികളിലും മുഴുകി സമയം പാഴാക്കുകയാണ്. തീയണപ്പുകാർക്കും പരിപൂർണ്ണതാവാദികൾക്കും സമയരക്തസാക്ഷികൾക്കും പറ്റിയതാണ് ടൈംബ്ലോക്കിംഗ് അഥവാ സമയപ്പടവുകൾ. പ്രതിക്രിയ, വ്യതിചലന മോഡിൽ നിന്നു പുറത്തുകടക്കാൻ അതു നിങ്ങളെ സഹായിക്കും. തടസ്സപ്പെടുത്തുകയോ കുഴപ്പത്തിലാകുകയോ ചെയ്ത ആ ദിവസങ്ങളെ തടയാനുമാവും. ഒരേ സമയം പല പണി ചെയ്യുക, അതിനുമിതിനുമിടയിൽ അതിവേഗം മാറിക്കൊണ്ടിരിക്കുക എന്നതിനുപകരം നിങ്ങളുടെ ഷെഡ്യൂളിലെ ഒരു ജോലിക്ക്, ആ ജോലിക്കു മാത്രം, ചില സമയപ്പടവുകൾ സമർപ്പിക്കുകയാണ് ടൈം ബ്ലോക്കിംഗിലൂടെ ചെയ്യുന്നത്.

മുൻകൂട്ടി ആസൂത്രണം ചെയ്യുന്നതിലൂടെ, നിങ്ങൾ സമയം പാഴാക്കാതെ, ഇച്ഛാശക്തിയിലൂടെ എന്തു ചെയ്യണമെന്ന തീരുമാനമെടുക്കുന്നു. മുൻഗണനയ്ക്കനുസരിച്ച് തുടങ്ങുന്നുവെന്ന് എപ്പോഴും

ഉറപ്പാക്കാം. പല കാര്യങ്ങളിലും ശ്രദ്ധ വിഴുങ്ങുന്നതിനു പകരം, ആഴത്തിലുള്ള ജോലി പ്രോത്സാഹിപ്പിക്കാനും നിങ്ങൾ ചെയ്യുന്ന കാര്യങ്ങളിൽ മുഴുകാനും നിങ്ങൾ ആഗ്രഹിക്കുന്നു. ഇതു ഫലപ്രദ മെന്നു മാത്രമല്ല, (അതായത്, നിശ്ചിതസമയത്തിനുള്ളിൽ കൂടുതൽ കാര്യങ്ങൾ ചെയ്തുകിട്ടുന്നു) സമ്മർദ്ദം വളരെ കുറഞ്ഞതുമാണ്. കുറച്ചു മാനസിക, വൈകാരിക ശ്രമം കൊണ്ടു ജോലിയിൽ നിന്നു കൂടുതൽ ഫലം കിട്ടുന്നു.

"അടിയന്തരവും പ്രധാനവും", "പ്രധാനമാണ് എന്നാൽ അടിയന്തരമല്ല" എന്നീ വിഭാഗങ്ങളിൽപ്പെടുന്ന ജോലികളെയാണ് ആഴത്തിലുള്ള ജോലിയെന്നു പറയുന്നത്. അതേസമയം, ബാക്കി യെല്ലാം വിഴുങ്ങൽ ജോലിയാണ്—ആരെയെങ്കിലും ഏൽപ്പിക്കാ നാഗ്രഹിക്കുന്നതോ പൂർണ്ണമായും ഒഴിവാക്കാനാഗ്രഹിക്കുന്നതോ ആയവ. യഥാർത്ഥമായും നിങ്ങളുടെ ജീവിതം പരിപോഷിപ്പിക്കു ന്നതും ലക്ഷ്യത്തിലെത്താൻ സഹായിക്കുന്നതും ആയ ജോലിക ളിൽ കൂടുതൽ സമയം ചെലവഴിക്കുന്നതാണ് നല്ല ദിവസം. വിഴു ങ്ങൽ ജോലികൾ പരമാവധി ഒഴിവാക്കി അതു നിങ്ങളെ എത്ര ത്തോളം സമ്മർദ്ദത്തിലാക്കുമെന്നു തിരിച്ചറിയണം. ടൈം ബ്ലോക്കിംഗ് പരിപൂർണ്ണതാവാദിയുടെ പ്രേരണയെ തടയുകയും കാര്യങ്ങൾ എത്ര സമയമെടുക്കുമെന്ന യഥാർത്ഥ ആശയം കിട്ടുകയും ചെയ്യും.

- ഒരു ദിവസത്തിലോ ആഴ്ചയിലോ എന്തു നേട്ടമെന്നാണ് പ്രതീക്ഷിക്കുന്നതെന്ന ചോദ്യത്തോടെ തുടങ്ങാം. ഏതൊക്കെ മുൻഗണനകളിലാണ് ഊന്നൽ നൽകുന്നതെന്നും. ഇതു നിങ്ങളുടെ സമീപനത്തെ നയിക്കും.
- ഓരോ ദിവസത്തിന്റെയും തുടക്കത്തിലും ഒടുക്കത്തിലും നിങ്ങൾ സ്ഥാപിക്കാനാഗ്രഹിക്കുന്ന പതിവുകാര്യങ്ങൾ നോക്കുക. ഉദാഹരണത്തിന്, രാവിലെ നിങ്ങൾ വ്യായാമത്തോടെയാകും തുടങ്ങുക. അല്ലെങ്കിൽ ധ്യാനം. ദിവസം അവസാനിപ്പിക്കുന്നതാകട്ടെ, സാന്ത്വനിപ്പിക്കുന്ന വായനയിലോ കുടുംബത്തിനൊപ്പമോ ആയിരിക്കും. തീർച്ചയായും നിങ്ങളുടെ മുൻഗണനകളും മൂല്യങ്ങളും (നിങ്ങളുടെ സവിശേഷമായ ഉറക്കം/ഉണരൽ ശീലം പരാമർശിച്ചിട്ടില്ല) അനുസരിച്ചാവും ഇതൊക്കെ ചെയ്യുക.

- അടുത്തതായി, മുൻഗണനാ ജോലികൾക്ക് സമയബ്ലോക്കുകൾ ചേർക്കുക. നിങ്ങൾ ഏറ്റവും ജാഗ്രതയും ഊർജ്ജസ്വലതയും കാണിക്കുന്ന അവസരത്തിലേക്ക് അവ ആസൂത്രണം ചെയ്യുക. ഈ സമയബ്ലോക്കുകൾ കഴിയുന്നത്ര അവിഭാജ്യമായി സൂക്ഷിക്കുക.
- നിങ്ങൾ അത്രത്തോളം കാര്യക്ഷമമല്ലാത്ത സമയത്തേക്കായി പ്രാധാന്യം കുറഞ്ഞ വിഴങ്ങൽ ജോലികൾ ഷെഡ്യൂൾ ചെയ്യുക.
- നിങ്ങൾക്കു പ്രവചിക്കാൻ കഴിയാത്ത ജോലികൾക്കായി എല്ലാ ദിവസവും ഒരു സമയം വേണ്ടിവരുമെന്ന തീർച്ച. ആ നിമിഷത്തിൽ വരുന്ന ഇമെയിലുകൾക്കു മറുപടി കൊടുക്കുക തുടങ്ങിയ ജോലികൾ. അവ നിങ്ങളെ സമ്മർദ്ദത്തിലാഴ്ത്തുംമുമ്പ് കുറച്ച സമയം അവയ്ക്കു കൊടുക്കുക. നിശ്ചിത ജനാലയ്ക്കുപുറത്തുള്ള പ്രതിക്രിയാ ജോലികളെ ആത്മവിശ്വാസത്തോടെ മറക്കാനും ഈ സമയം ഉപകാരപ്പെടും.
- നിങ്ങളുടെ ഷെഡ്യൂൾ പരിശോധിക്കുക. കുറച്ചുദിവസത്തേക്ക് അതുതന്നെ തുടരുക. അതൊരു സുവിശേഷമല്ല—എന്താണു പ്രയോജനപ്പെടുന്നത് എന്നു നോക്കി അങ്ങനെയല്ലാത്തതു മാറ്റുക.

പലരും ബോധപൂർവ്വം വിശ്രമവേളയോ വിനോദനേരമോ ഷെഡ്യൂളിൽ ഉൾപ്പെടുത്താറുണ്ട്. ചിലർ ഓരോ ചുമതലയ്ക്കിടയിലും കുറച്ചു കരുതൽസമയം ഉണ്ടാകുമെന്നും ഉറപ്പുവരുത്താറുണ്ട്. ആഴ്ചയിൽ ഒരു ദിവസം 'ഒപ്പമെത്താനുള്ളതോ' 'കവിഞ്ഞൊഴുകാനോ' ഉണ്ടാകാൻ നിങ്ങളാഗ്രഹിച്ചേക്കാം. അതിനാൽ, നിങ്ങൾക്ക് എല്ലാം അല്ലെങ്കിൽ ഒന്നുമില്ലെന്നു തോന്നരുത്.

ഓർക്കുക, നിങ്ങളുടെ ഷെഡ്യൂൾ സ്വയം നിയന്ത്രിക്കാൻ സഹായിക്കാനാണ്. അതു നിങ്ങളെ നിയന്ത്രിക്കലല്ല. എന്തെങ്കിലും കാര്യം വേണ്ടവിധമായില്ലെങ്കിൽ അതു മാറ്റുക. വ്യത്യസ്ത ഷെഡ്യൂൾ മാനേജിംഗ് ആപ്പുകളും കലണ്ടറുകളും ഓർമ്മക്കുറിപ്പുകളും പരീക്ഷിക്കുക. വലുതും ചെറുതുമായ ടൈംബ്ലോക്കുകൾ പരീക്ഷിക്കുക. എല്ലാ ദിവസവും ഒരു സമയകാലം എങ്ങനെ ചെയ്തു, എന്തിനു ചെയ്തു എന്നു വിലയിരുത്താനായി മാറ്റിവയ്ക്കാം. സമയത്തിൽ, ഷെഡ്യൂളിനു

നിങ്ങളുടെ ഏറ്റവും ശക്തമായ സമ്മർദ്ദലഘൂകരണ ഉപകരണമാകാൻ കഴിയും—അതിനു എത്രയോ എത്രയോ കൂടുതൽ ഉത്പാദനക്ഷമത നല്കാൻ കഴിയുമെന്നു പറയേണ്ടതുമില്ല.

ഓർമ്മിക്കാൻ

- ഉത്കണ്ഠയുടെ ഏറ്റവും വലിയ സ്രോതസ്സ് മോശം സമയ മാനേജ്മെന്റാണ്. നമ്മൾ ആസ്വദിക്കുന്ന കാര്യത്തിനു സമയം കൊടുക്കാതെ ദുരിതമുണ്ടാക്കുന്ന കാര്യങ്ങൾക്കു മുൻഗണന കൊടുക്കുന്നു. വിനോദത്തിനും വിശ്രമത്തിനും വേണ്ടത്ര സമയം കൊടുക്കാൻ ശ്രദ്ധിക്കാറില്ല. ഉത്കണ്ഠനില മെച്ചപ്പെടുത്തണമെങ്കിൽ വിനോദത്തിനും വിശ്രമത്തിനും സമയം കണ്ടെത്തണം. പതിവായി ചെയ്യേണ്ട കാര്യങ്ങളുടെ ലിസ്റ്റുണ്ടാക്കുക, നിങ്ങളുടെ യഥാർത്ഥ മുൻഗണനയനുസരിച്ച് ജോലികളെ റാങ്ക് ചെയ്യുക. ലക്ഷ്യങ്ങൾ ചെറിയ കഷണങ്ങളായി ഉടയ്ക്കുക.
- സമയത്തെ ഫലപ്രദമാക്കാൻ സഹായിക്കുന്ന മറ്റു തന്ത്രങ്ങളുമുണ്ട്. ഇതിലൊന്നാണ് അലൻസ് ഇൻപുട്ട് പ്രോസസ്സിംഗ് മെത്തേഡ്. ഇതിൽ ഇൻപുട്ടെന്നാൽ ബാഹ്യമായ ഏതു ഉത്തേജനവുമാകാം. ഏറ്റവും ചെറിയ ഉത്തേജനത്തോട് (ഫോൺകോൾ, ഇമെയിൽ) പോലും നമ്മളെങ്ങനെ പ്രതികരിക്കുന്നുവെന്നു രേഖപ്പെടുത്തി വിശകലനം ചെയ്യുക. നിലവിലുള്ള പ്രതികരണങ്ങളെ അടിസ്ഥാനമാക്കി പ്രതികരിക്കാനുള്ള മികച്ച വഴി ആസൂത്രണം ചെയ്യുകയും അതുവഴി ചില ഉത്തേജനങ്ങൾക്കു മറ്റുള്ളവയേക്കാൾ മുൻഗണന നല്കുകയും ചെയ്യാം.
- മറ്റൊരു ഉപകാരപ്രദമായ ടെക്നിക്കാണ് SMART ലക്ഷ്യങ്ങൾ. നിശ്ചിതമായത് (specific) അളക്കാവുന്നത് (measurable), പ്രാപ്യമായത് (attainable), പ്രസക്തമായത് (relevent), സമയബന്ധിതമായത് (time-bound) എന്നതാണ് SMART. നിങ്ങളുടെ ലക്ഷ്യങ്ങൾ വളരെ സവിശേഷവും വിശദവുമായി എഴുതിവയ്ക്കുക. അതുവഴി എന്തുചെയ്യണമെന്ന് ശരിയായി മനസ്സിലാക്കാം. ലക്ഷ്യം നേടിയോ എന്ന് എങ്ങനെ അറിയുമെന്നതിനു മാനദണ്ഡം നിശ്ചയിക്കണം.

ലക്ഷ്യം എത്തിച്ചേരാൻ സാധ്യമെന്ന് ഉറപ്പാക്കണം. അതു വിചിത്രമായതാവരുത്. ഈ ലക്ഷ്യം നിങ്ങളുടെ മൂല്യവ്യവസ്ഥയ്ക്ക് അനുയോജ്യമെന്നു ഉറപ്പുവരുത്തുകയും ലക്ഷ്യം നേടുന്നതോടെ ജീവിതത്തിലെ എന്ത് ഉദ്ദേശ്യമാണു നിറവേറുകയെന്നു വിലയിരുത്തുകയും ചെയ്യുക. അവസാനമായി ഈ ലക്ഷ്യം പൂർത്തീകരിക്കുന്നതിനായി സമയപരിധി നിശ്ചയിക്കുക.

അദ്ധ്യായം നാല്

തത്ക്ഷണ സെൻ എങ്ങനെ കണ്ടെത്താം

നിങ്ങളുടെ മൂല്യങ്ങൾക്കും ലക്ഷ്യങ്ങൾക്കും അനുസൃതമായി നിങ്ങളുടെ സമയം ചിട്ടപ്പെടുത്താനും ക്രമീകരിക്കാനും നിങ്ങൾ ശ്രമിക്കുകയാണെങ്കിൽ, സ്വാഭാവികമായും നിങ്ങളുടെ സമ്മർദ്ദനിലകൾ കൈകാര്യം ചെയ്യാവുന്ന നിലയിലാവുന്നതും അമിതമായി ചിന്തിക്കുന്നത് അൽപ്പം കുറയുന്നതും നിങ്ങൾ കണ്ടെത്തും. നിങ്ങളുടെ മനസ്സ് ആവർത്തിക്കുന്ന ആകുലതകളാൽ നിറഞ്ഞിരുന്ന സ്ഥാനത്ത്, നിങ്ങൾക്ക് അല്പം ആശ്വാസം കൊള്ളാം. നിങ്ങൾക്കു പ്രാധാന്യമുള്ളതനുസരിച്ച് നിങ്ങൾ ചെയ്യാൻ ആഗ്രഹിക്കുന്ന ബോധപൂർവ്വമായ പ്രവർത്തനങ്ങളെക്കുറിച്ചു ചിന്തിക്കുകയും ചെയ്യാം.

എങ്കിലും നിങ്ങൾക്കു ജീവിതത്തിലെല്ലാം ആസൂത്രണം ചെയ്യാനാകില്ല. അപ്രതീക്ഷിതസംഭവങ്ങൾ ഉണ്ടായേക്കുമെന്നും ഉണ്ടാകുമെന്നുമുള്ളതിനും തർക്കമില്ല. എത്ര നല്ല ആസൂത്രണം നടത്തിയാലും ചിലപ്പോൾ അമിതചിന്തയുടെയും ഉത്കണ്ഠയുടെയും പിടിയിൽപ്പെടാം.

ഈ അദ്ധ്യായത്തിൽ ഉത്കണ്ഠ ഇതിനകം പിടിമുറുക്കിക്കഴിഞ്ഞ സാഹചര്യത്തിൽ അതു കുറയ്ക്കാനുള്ള പ്രായോഗിക വഴികളാണ് പരിശോധിക്കുന്നത്. ഇവിടെ ചർച്ച ചെയ്യുന്ന ടെക്നിക്ക് ദിവസേനയുള്ള പ്രതിരോധമാർഗ്ഗമായും ഒരു പ്രത്യേകനിമിഷത്തേക്കുള്ള പരിഹാരമായും ഉപയോഗിക്കാം. ഒരു കാര്യം വ്യക്തമാണ് : ശാന്തതയെന്നതും മറ്റേതൊരു സ്വഭാവവും പോലെ പരിശീലിക്കേണ്ടതാണ്. ശാന്തതയെന്നത് സ്വയം സംഭവിക്കുമെന്നു വിശ്വസിക്കാനാകില്ല. ഇതിനകം തെക്കോട്ടുപോയ സാഹചര്യങ്ങൾക്കായി ഈ സാങ്കേതിക വിദ്യകൾ കരുതിവയ്ക്കാൻ ഒരു കാരണവുമില്ല. പകരം, നമുക്കു അവ എപ്പോൾ വേണമെങ്കിലും ചെയ്യാം.

നിങ്ങൾ വിശ്രാന്തിയിലാകുമ്പോൾ, ഹൃദയമിടിപ്പ്, ശ്വസനം, രക്തസമ്മർദ്ദം എന്നിവ കുറയുന്നു. ദഹനവും രക്തത്തിലെ പഞ്ചസാരയുടെ അളവും മെച്ചപ്പെടുന്നു. നിങ്ങളുടെ ശരീരത്തിലെ മിതമായ സമ്മർദ്ദ ഹോർമോണുകൾ തളർച്ചയും പേശീവേദനയും കുറയ്ക്കുന്നു, ഏകാഗ്രതയും ഉറക്കവും ആത്മവിശ്വാസവും കൂട്ടുന്നു. ഇവയെല്ലാം

ഉത്കണ്ഠയും കാരണമില്ലാത്ത ചിന്തകളും കുറയ്ക്കുന്നു. ഈ പുസ്തക ത്തിലെ മറ്റു സാങ്കേതികവിദ്യകളുമായി സംയോജിപ്പിച്ചാൽ വിശ്രാന്തി എന്നത് ജീവിതസമ്മർദ്ദം ലഘൂകരിക്കുന്നതിനുള്ള ശക്തമായ ഉപകരണമാണ്.

നമ്മളിവിടെ മൂന്നു പ്രധാന സാങ്കേതികവിദ്യകളാണ് പരിഗ ണിക്കുന്നത് : **ഓട്ടോജെനിക് റിലാക്സേഷൻ, പ്രോഗ്രസീവ് മസിൽ റിലാക്സേഷൻ, വിഷ്വലൈസേഷൻ.** നിങ്ങളുടെ മനസ്സിനെ ശാന്തമായ ഏകാഗ്രതയിലേക്കും ശരീരത്തിന്റെ അവബോധത്തി ലേക്കും അമരാൻ അതേനിമിഷം പ്രേരിപ്പിക്കുന്നതിനാൽ 5-4-3-2-1 ടെക്നിക്ക് പോലെ ഇത് മൂന്നും ഫലപ്രദമാകും. മനസ്സിലെ ചിന്ത കളുടെ കൊടുങ്കാറ്റിലേക്കല്ല അവ നയിക്കുന്നത്. ഒരു പ്രഫഷണ ലിന്റെ സഹായത്തോടെ കൂടുതൽ ഔപചാരികമായി ഇതു പരിശീ ലിക്കാം. അല്ലെങ്കിൽ, എല്ലാ ദിവസവും കുറച്ചുസമയം മാറ്റിവച്ച് വീട്ടിൽ വച്ചും പരിശീലിക്കാം. ഇതുമായി പരിചയപ്പെട്ടു കഴിഞ്ഞാൽ, എപ്പോൾ വേണമെങ്കിലും ഉപയോഗിക്കാൻ പറ്റുന്ന സമ്മർദ്ദമാനേ ജ്മെന്റ് തന്ത്രങ്ങളുടെ വലിയൊരു പട്ടിക തന്നെ നിങ്ങളുടെ പക്കലുണ്ടാകും.

ഓട്ടോജെനിക് ട്രെയിനിംഗ്

'ഓട്ടോ' എന്നാൽ സ്വയം 'ജെനിറ്റോസ്' എന്നാൽ ജനിക്കുന്നത്. നിങ്ങളുടെ ഉള്ളിൽ നിന്നു വരുന്നതാണ് ഓട്ടോജെനിക് റിലാക്സേ ഷൻ. ദൃശ്യങ്ങളും ശ്വസനവും ശരീരത്തെക്കുറിച്ചുള്ള അവബോധവും സംയോജിപ്പിച്ചുകൊണ്ടു സ്വയം ശാന്തമാക്കാൻ ശ്രമിക്കുന്നു. ഒരർ ത്ഥത്തിൽ ഈ പുസ്തകത്തിലെ എല്ലാ ടെക്നിക്കുകളും ഓട്ടോജെ നിക് ആണ്. കാരണം, സമ്മർദ്ദാവസ്ഥയിൽ നിന്നു താരതമ്യേന ശാന്തതയിലേക്കു മാറാനുള്ള നിങ്ങളുടെ കഴിവിനെയാണ് അവ ആശ്രയിക്കുന്നത്. കൂടാതെ ശരീരത്തിന്റെ സഹജമായ സമ്മർദ്ദ വിരുദ്ധ സംവിധാനങ്ങളുമായും ചേർന്നു പ്രവർത്തിക്കുന്നു.

ഈ തരത്തിലുള്ള സമീപനം 1920-കളിൽ യോഹാൻസ് ഷുൾസ് ആണ് മുന്നോട്ടുവച്ചത്. ഹിപ്നോസിസ് പോലുള്ള അഗാധ ശാന്തതയുടെ മറ്റു രീതികളിലും അദ്ദേഹത്തിനു താത്പര്യമുണ്ടായി രുന്നു. ശരീരത്തിന്റെയും മനസ്സിന്റെയും ഈ ശാന്തമായ അവസ്ഥ കളെ വ്യവസ്ഥാപിതമായി പ്രേരിപ്പിക്കുന്നതാണ് ഓട്ടോജെനിക് പരിശീലനം. ഉത്കണ്ഠ അനുഭവിക്കുന്നവർക്കു മികച്ചതാണ്. നഴ്സു

മാർക്ക് ഓട്ടോജെനിക് പരിശീലനം ലഭിച്ചപ്പോൾ ആത്മനിഷ്ഠമായ സമ്മർദ്ദപ്രതികരണം വളരെയധികം മെച്ചപ്പെട്ടതായി *ഏഷ്യൻ നഴ്സിംഗ് റിസർച്ച്* ജേർണലിൽ പ്രസിദ്ധീകരിച്ച ഒരു പഠനം കണ്ടെത്തി. അതിനിടെ, അടുത്തകാലത്ത് 2021-ൽ റിവേരയും സംഘവും *ഫ്രോണ്ടിയേഴ്സ് ഇൻ സൈക്കോളജി* എന്ന ജേർണലിൽ പ്രസിദ്ധീകരിച്ച ഗവേഷണ പ്രബന്ധത്തിൽ കോവിഡ്-19 മഹാമാരിക്കാലത്ത് സമ്മർദ്ദം നിയന്ത്രിക്കുന്നതിൽ ഓട്ടോജെനിക് പരിശീലനം സ്പെയിനിൽ പ്രകടമായ സ്വാധീനം ചെലുത്തുന്നുവെന്നു കണ്ടെത്തി.

ഇന്ന് ഷുൾസിന്റെ ഗവേഷണം അടിസ്ഥാനമാക്കുന്ന ഓട്ടോജെനിക് പരിശീലനകേന്ദ്രങ്ങൾ ലോകമെമ്പാടുമുണ്ട് (കൂടുതലും ബ്രിട്ടനിലും ജപ്പാനിലും ജർമ്മനിയിലും). അംഗീകൃത സൈക്കോതെറാപ്പിസ്റ്റിൽ നിന്നും നിങ്ങൾക്കു പരിശീലനം തേടാവുന്നതാണ്. എന്നാൽ അടിസ്ഥാനതത്ത്വങ്ങൾ മനസ്സിലാക്കാൻ ഔപചാരിക പരിശീലനമോ ഗവേഷണമോ ആവശ്യമില്ല. കേന്ദ്രനാഡീവ്യവസ്ഥയെ ബോധപൂർവ്വം ശാന്തമാക്കുകയെന്നതാണ് ഇതെല്ലാം. ജീവശാസ്ത്രപരമായി പറഞ്ഞാൽ അവിടെയാണ് ഉത്കണ്ഠയും അമിതചിന്തയുമെല്ലാം തുടങ്ങുന്നത്. സംഭ്രമജനകമായ ചിന്തകൾക്കും സംവേദനകൾക്കും മുന്നിൽ പകച്ച് പ്രതികരിക്കുന്നതിനും നിസ്സഹായരായിരിക്കുന്നതിനും പകരം, നിങ്ങളുടെ സ്വന്തം വൈകാരികാവസ്ഥയേയും മാനസിക ഉത്തേജനത്തേയും നിയന്ത്രിക്കാനും നയിക്കാനും നിങ്ങൾ പഠിക്കുന്നു.

ശരീരത്തിലും മനസ്സിലുമായി വ്യാപിച്ചുകിടക്കുന്ന ആറു പ്രധാന രീതികളുണ്ട്. ഇരുപതു മിനിറ്റു നീളുന്നതാണ് ഓരോ ഔപചാരിക സെഷനും. സുഖപ്രദമായ രീതിയിൽ തുടക്കക്കാർക്ക് ആരംഭിക്കാം. ശരീരസംവേദനങ്ങളെക്കുറിച്ചുള്ള അവബോധത്തിലേക്ക് ശ്രദ്ധയെത്തിക്കാൻ പരിശീലകൻ വാക്കാലുള്ള സൂചനകൾ ഉപയോഗിക്കും. ഉദാഹരണത്തിന്, പരിശീലകൻ അഞ്ചോ ആറോ തവണ 'ഞാൻ പൂർണ്ണമായും ശാന്തനാണ്'' എന്നു പറയും. തുടർന്ന്''എന്റെ വലത്തെ കൈ ഭാരമുള്ളതാണ്'', 'ഞാൻ പൂർണ്ണമായും ശാന്തനാണ്'', 'എന്റെ ഇടത്തെ കൈ ഭാരമുള്ളതാണ്'' എന്നിങ്ങനെ ശരീരത്തിലൂടെ സഞ്ചരിച്ചുകൊണ്ട് ഈ സൂചനകൾ ആവർത്തിച്ചുകൊണ്ടിരിക്കും. സെഷന്റെ അവസാനം ഈ പ്രക്രിയ തിരിച്ചാകും. ഉദാഹരണത്തിന്, 'എന്റെ ഭുജം ഉറച്ചിരിക്കുന്നു', 'ഞാൻ ജാഗരൂകനാണ്'' തുടങ്ങിയ വാക്യങ്ങളിലൂടെ ശാന്താവസ്ഥയിൽനിന്നുണർത്തുന്നു.

ആറു രീതികൾ അഥവാ പാഠങ്ങൾ താഴെപ്പറയുന്നവയെക്കു റിച്ച് അവബോധമുണ്ടാക്കുന്ന സൂചകങ്ങളാണ് ഉപയോഗിക്കുന്നത് :

- ഭാരം
- ഊഷ്മളത
- ഹൃദയമിടിപ്പിനെക്കുറിച്ചുള്ള അവബോധം
- ശ്വസനത്തെക്കുറിച്ചുള്ള അവബോധം
- ഉദരത്തിലെ സംവേദനങ്ങളെക്കുറിച്ചുള്ള അവബോധം
- നെറ്റിയിലെ തണുപ്പിൽ ശ്രദ്ധകേന്ദ്രീകരിക്കുക.

ഓരോ സെഷന്റേയും അവസാനം ശാന്തമാകാൻ മാത്രമല്ല ട്രെയി നികൾ പഠിച്ചത്. എല്ലാ തരത്തിലുമുള്ള സംവേദനത്തെക്കുറിച്ചും അവരുടെ സ്വന്തം അവബോധത്തിന്മേൽ നിയന്ത്രണമുള്ളവരാകു വാനാണ്. ഈ ടെക്നിക്കുകൾ പരിശീലിക്കുന്നതിലൂടെ നിങ്ങളുടെ ആന്തരികലോകത്തിനുമേൽ കൂടുതൽ അധികാരവും നിയന്ത്രണ വുമുണ്ടാകുന്നു. വാസ്തവത്തിൽ, *അപ്ലൈഡ് സൈക്കോഫിസി യോളജി ആൻഡ് ബയോഫീഡ്ബാക്ക്* എന്ന ജേർണലിൽ നട ത്തിയ മെറ്റാ അനാലിസിസിൽ ഉയർന്ന രക്തസമ്മർദ്ദം മുതൽ, വിഷാദം, ആസ്തമ, മൈഗ്രേൻ, ഉത്കണ്ഠ, ഭയം, വേദന, ഉറക്കമി ല്ലായ്മ തുടങ്ങിയ നിരവധി അവസ്ഥകളെ ചികിത്സിക്കുന്നതിനുള്ള സാങ്കേതികവിദ്യകളുടെ ഫലപ്രാപ്തിക്കു തെളിവുകൾ കാണിച്ചു. പതിവു പരിശീലനത്തിന് ദൈനംദിന ജീവിതത്തിലെ സാധാരണ സമ്മർദ്ദവും പിരിമുറുക്കവും ഒഴിവാക്കാനും ഈ പ്രക്രിയയിൽ ആത്മാ ഭിമാനം വർദ്ധിപ്പിക്കാനും കഴിയില്ല എന്നതിന് ഒരു കാരണവുമില്ല. നിങ്ങൾക്കു സ്വന്തമായി ഒരു സെഷൻ എങ്ങനെ ശ്രമിക്കാമെന്നതിന് ചെറിയൊരു പരിശീലനം ഇതാ :

1. സൗകര്യപ്രദമായി ഇരിക്കുകയോ കിടക്കുകയോ ചെയ്യാം. സാവധാനം കുറച്ചു നീണ്ട ശ്വാസമെടുക്കുക. എന്നിട്ട് 'ഞാൻ പൂർണ്ണമായും ശാന്തമാണ്' എന്നു സ്വയം ആറുതവണ ആവർത്തിച്ചുകൊണ്ടു തുടങ്ങുക. നിങ്ങൾ രണ്ടാമത്തെ പാഠമാണു ചെയ്യുന്നതെങ്കിൽ ഊഷ്മളതയിൽ ശ്രദ്ധ കേന്ദ്രീകരിക്കാം. ശരീരത്തിലെ ഊഷ്മളതയുടെ സംവേ ദനങ്ങളിലേക്കു നിങ്ങളുടെ അവബോധമെത്തിക്കുക.

2. തുടർന്ന്, 'എന്റെ ഇടതുകൈ ചൂടുള്ളതാണ്' എന്ന് ആറു തവണ ആവർത്തിക്കുക. 'ഞാൻ പൂർണ്ണമായും ശാന്തമാണ്' എന്നു വീണ്ടും ആറുതവണ. സംവേദനങ്ങളെ ശരിക്കും ഉൾപ്പെടുത്തിക്കൊണ്ട് സാവധാനം വേണം പറയാൻ. ശ്വാസം സാവധാനമാക്കി ശരീരത്തിൽ മാത്രം ശ്രദ്ധിച്ച്.
3. മറ്റേ കൈയും രണ്ടു കാലുകളും നെഞ്ചും ഉദരവും ഉപയോഗിച്ച് ആവർത്തിക്കുക. 'ഞാൻ പൂർണ്ണമായും ശാന്തമാണ്' എന്നത് ഇടവിട്ട് ആവർത്തിക്കുക.
4. 'കൈകൾ ഉറച്ചതാണ്', 'ഞാൻ ജാഗരൂകനാണ്' എന്നിങ്ങനെ തുടങ്ങി പറഞ്ഞുകൊണ്ട് പ്രക്രിയ വിപരീതമാക്കുക. അവസാനം സെഷൻ അവസാനിക്കുമ്പോൾ 'കണ്ണുകൾ തുറന്നു' എന്നു പറയുക. ആകെ പതിനഞ്ചു മുതൽ ഇരുപതു മിനിറ്റേ ഇതിനെല്ലാം കൂടി എടുക്കൂ.

ഓരോ തവണയും ഈ പ്രക്രിയ ശ്രമിക്കുമ്പോൾ, വ്യത്യസ്തമായ സംവേദനത്തിൽ ശ്രദ്ധിക്കുക. അതായത്, ഭാരം ആദ്യം, പിന്നെ ഊഷ്മളത, പിന്നെ ഹൃദയമിടിപ്പ്, എന്നിങ്ങനെ എല്ലാം ആറുതവണ. ഒരിക്കൽ ചെയ്താൽ നിങ്ങൾക്കിതു ഒരു സെഷനിലേക്കു സംയോജിപ്പിക്കാം. ഉദാഹരണമായി :

'എന്റെ കൈകൾ ഭാരമേറിയതാണ്.'

'എന്റെ കാലുകൾ ചൂടുള്ളതാണ്.'

'എന്റെ ഹൃദയ മിടിപ്പ് ശാന്തവും സ്ഥിരതയുള്ളതുമാണ്.'

'എന്റെ ശ്വാസം ശാന്തവും സ്ഥിരതയുള്ളതുമാണ്.'

'എന്റെ ഉദരം വിശ്രാന്തിയിലാണ്.'

'എന്റെ നെറ്റി സന്തോഷപ്രദമാം വിധം തണുപ്പുള്ളതാണ്.'

നിങ്ങളുടേതായ സമയമെടുക്കുന്നുവെന്നതും സംവേദനങ്ങളിലേക്കു ശരിക്കും ആഴ്ന്നിറങ്ങുന്നുവെന്നതുമാണ് ഇതിലുടനീളം പ്രധാനമായിട്ടുള്ളത്. നിങ്ങളുടെ ഉള്ളിലെ ശാന്തമായ വികാരത്തെ നയിക്കാൻ ശരിക്കും ട്യൂൺ ചെയ്യുക. 'ഞാൻ ശാന്തനാണ്' എന്നു നിങ്ങൾ പറയുമ്പോൾ നിങ്ങളുടെ ശരീരം യഥാർത്ഥത്തിൽ എങ്ങനെ ശാന്ത

മാകുന്നുവെന്നു അനുഭവിക്കുക. മാജിക്! ഗുണഫലങ്ങളുടെ പൂർണ്ണത കാണിക്കുവാൻ ഓട്ടോജെനിക് പരിശീലനം അൽപ്പസമയമെടുക്കുമെന്നു ഊന്നിപ്പറയേണ്ടത് പ്രധാനമാണ്. ഈ വ്യായാമത്തിനു സമർപ്പണവും പ്രതിബദ്ധതയും ആവശ്യമാണ്. എന്നിരുന്നാലും, നിങ്ങൾക്കു കഠിനാദ്ധ്വാനം ചെയ്യാൻ കഴിഞ്ഞാൽ, നിങ്ങളുടെ അദ്ധ്വാനത്തിന്റെ ഫലം അനന്തമായിരിക്കും. കാരണം, എപ്പോൾ വേണമെങ്കിലും എവിടെയും ചെയ്യാവുന്ന ലളിതമായൊരു വ്യായാമത്തിലൂടെ നിങ്ങളുടെ സമ്മർദ്ദം നിയന്ത്രിക്കാനുള്ള കലയിൽ നിങ്ങൾ വൈദഗ്ധ്യം നേടിയിരിക്കും. പൊതുവെ നമ്മുടെ ഇച്ഛാശക്തിക്കു വഴങ്ങാത്ത ഹൃദയമിടിപ്പ്, ശരീരോഷ്മാവ്, രക്തസമ്മർദ്ദം തുടങ്ങിയ ആന്തരിക ജീവശാസ്ത്ര പ്രക്രിയകൾക്കു മേലും ചെറിയ നിയന്ത്രണം ചെലുത്താൻ നിങ്ങൾക്കു കഴിയും. ദിവസത്തിൽ കുറച്ചുസമയം, പറ്റുമെങ്കിൽ പലതവണയെടുത്തു ഈ പ്രക്രിയ സ്ഥിരമായി പരിശീലിക്കുക. അമിതചിന്ത നിർത്തുന്നതിൽ ഇത് എത്രമാത്രം ഫലപ്രദമാണെന്നു നിങ്ങൾക്കു ബോദ്ധ്യമാകും.

ഈ ടെക്നിക് കൊള്ളാമെന്നു തോന്നിയാൽ, കൂടുതൽ വിശദാംശങ്ങൾ ലഭിക്കാനായി പ്രഫഷണലുകളേയും നിങ്ങളുടെ സ്ഥലത്തു ലഭ്യമായ കോഴ്സുകളെക്കുറിച്ചും അന്വേഷിക്കാനിടയുണ്ട്. തുടക്കക്കാരനെങ്കിൽ കാര്യങ്ങൾ എളുപ്പമാക്കാൻ പ്രക്രിയയുടെ വിവിധഘട്ടങ്ങളെ സൂചിപ്പിക്കുന്ന ഓൺലൈൻ ഉപകരണങ്ങളും ശബ്ദലേഖനങ്ങളും കണ്ടെത്താനാകും. തീർച്ചയായും നിങ്ങൾക്കു തന്നെ ലളിതമായ ഓഡിയോ റിക്കാർഡിംഗ് ഉണ്ടാക്കാനാകും. ഇടയ്ക്കു വേണ്ടത്ര നിറുത്തലുകളോടെ നിർദ്ദേശങ്ങളും സൂചനകളും റിക്കാർഡ് ചെയ്ത് ഓരോ സെഷനിലും ഉപയോഗിക്കാനാകും.

പരിശീലനം ലഭിച്ച പ്രഫഷണലിന്റെ കീഴിലല്ലാതെ ഈ ടെക്നിക്കുകൾ സ്വന്തമായി പരീക്ഷിച്ചാൽ ചില അപകടങ്ങളുണ്ടെന്നു ശ്രദ്ധിക്കണം. അപൂർവ്വം അവസരങ്ങളിൽ, ഈ രീതികൾ ചിലരിൽ കൂടുതൽ ഉത്കണ്ഠയും വിഷാദവും വരുത്തുന്നതായി കണ്ടിട്ടുണ്ട്. എങ്കിലും, പ്രഖ്യാപിത മാനസികാരോഗ്യപ്രശ്നങ്ങളില്ലാത്തവർക്കു സുരക്ഷിതമായി ഓട്ടോജെനിക് പരിശീലനത്തിലെ ചില ലളിത രീതികൾ ശ്രമിക്കാവുന്നതാണ്. പ്രമേഹമോ, ഹൃദ്രോഗമോ ഉള്ളവർക്ക് ഓട്ടോജെനിക് പരിശീലനം അഭികാമ്യമല്ല എന്നോർക്കണം. ഓട്ടോജെനിക് പരിശീലനത്തിന്റെ ഫലമായി ചിലർക്ക് ഉയർന്നതോ താഴ്ന്നതോ ആയ രക്തസമ്മർദ്ദം അനുഭവപ്പെടാം. ഇതിലേതെങ്കിലും ആരോഗ്യപ്രശ്നം അനുഭവപ്പെട്ടവർ ഡോക്ടറുമായി

ബന്ധപ്പെട്ട് ഓട്ടോജെനിക് പരിശീലനം സുരക്ഷിതമാണെന്ന് ഉറപ്പുവരുത്തണം.

നിയന്ത്രിതഭാവനയും ദൃശ്യവത്കരണവും

ഓട്ടോജെനിക് വിശ്രാന്തി പരിശീലിക്കുമ്പോൾ, സ്വയം വിചാരിക്കുക പോലും ചെയ്യാതെ നിങ്ങൾ ദൃശ്യവത്കരണം നടത്തിയിട്ടുണ്ടാകും. മിക്കവാറും, നിങ്ങളനുഭവിച്ച ഊഷ്മളതയെ നിങ്ങളുടെ ശരീരത്തിനുചുറ്റുമുള്ള മങ്ങിയ ചെമന്ന തിളക്കമായി ഭാവന ചെയ്തിട്ടുണ്ടാകും. അല്ലെങ്കിൽ, നിങ്ങളനുഭവിച്ച ഭാരം, നിങ്ങളുടെ കാലുകൾ ഈയം കൊണ്ടുണ്ടാക്കിയതുകൊണ്ടാണെന്നും മൃദുവായ മേഘത്തിലേക്ക് ആഴ്ന്നിറങ്ങുകയാണെന്നും, ഇതുപോലുള്ള മാനസിക ചിത്രങ്ങൾ നിങ്ങളുടെ മാനസിക, ശാരീരിക ലോകങ്ങളെ കൂട്ടിയിണക്കാൻ പ്രവർത്തിക്കുന്നു. അതുവഴി നിങ്ങളുടെ അവബോധത്തേയും ചിന്തകളേയും സംവേദനങ്ങളേയും വർത്തമാനകാലത്തിന്റെ വിന്യാസങ്ങളിലേക്കു കൊണ്ടുവരുന്നു. സാധാരണയായി അമിതചിന്തയിലൂടെ സമ്മർദ്ദത്തിലാക്കുന്ന അതേ മനോയന്ത്രത്തെ നമ്മെ സമതുലിതരും ശാന്തരുമാക്കുന്നതിലേക്കു നയിക്കുന്നതുപോലെയാണിത്.

നിങ്ങളുടെ തലച്ചോറിനു മണിക്കൂറിൽ ആയിരം മൈൽ വേഗത്തിൽ പോകാനാകും. യാഥാർത്ഥ്യവുമായി ബന്ധമില്ലാത്ത ഉത്കണ്ഠാജനകമായ കാഴ്ചകൾ ഭാവനയിൽ കാണാനും അതിനാകും... പക്ഷേ, നിങ്ങളുടെ ശരീരം പതുക്കെയാണ്. നിങ്ങളുടെ ഇന്ദ്രിയങ്ങളാകട്ടെ, എല്ലായ്പ്പോഴും ചുറ്റുപാടുകളെക്കുറിച്ചുള്ള കൃത്യമായ വിവരം തരുന്നു. അതിനായി വേണ്ടത്ര ബോധത്തോടെ അതുമായി ചേർന്നിരിക്കണമെന്നു മാത്രം. വേഗത്തിൽ മാറ്റം വരുത്താനും, വേഗം കുറയ്ക്കാനും ഓടിപ്പോകുന്ന മസ്തിഷ്കത്തെ നിയന്ത്രണത്തിലാക്കാനും ദൃശ്യവത്കരണം സഹായിക്കുന്നു. ദൃശ്യപരമായ ഭാവനയെക്കുറിച്ചു മാത്രമല്ലെങ്കിലും എത്ര കൂടുതൽ ഇന്ദ്രിയങ്ങൾ ഉൾക്കൊള്ളുന്നുവോ അത്രയും നല്ലത്. പോസിറ്റീവ് ആയി തോന്നുന്ന, ആശ്വാസം നല്കുന്ന സ്ഥലത്തെക്കുറിച്ച് മനസ്സുകൊണ്ട് ഭാവന ചെയ്യുമ്പോൾ അതിനു കാഴ്ച, ശബ്ദം, സ്പർശം, രുചി, ഗന്ധം എന്നിവ ഉപയോഗിച്ച് നിറം പകരാം. എല്ലാത്തിലുമുപരി, നമ്മൾ അമിതമായി ചിന്തിക്കുമ്പോൾ ഇതിനു നേർവിപരീതമാണു ചെയ്യുന്നത്. വേദനാജനകമായ വിശദാംശങ്ങളോടുകൂടിയ ദുരിതപൂർണ്ണമായ സാങ്കല്പികലോകം വരച്ചിട്ടു നമ്മളെത്തന്നെ അതിനുള്ളിലിടുക!

ഈ ടെക്‌നിക്, തനിച്ചോ പ്രഹർഷണലിനൊപ്പമോ, അല്ലെങ്കിൽ ഉച്ചരിച്ച സൂചനകളുടെ റിക്കാർഡിംഗിനൊപ്പമോ (*ഗൈഡഡ് ഇമേജറി* എന്നാണിതിനെ പറയുന്നത്) ചെയ്യാം. ഇതിനെ സന്ദേശങ്ങളു മായോ പ്രോഗ്രസ്സീവ് മസിൽ റിലാക്‌സേഷനമായോ (ഇതേക്കു റിച്ച് പിന്നാലെ വിശദമാക്കും) ഓട്ടോജെനിക് സങ്കേതങ്ങളുമായോ അതുമല്ലെങ്കിൽ യോഗയോടു പോലുമോ ഇണചേർക്കാം. ആശയം വളരെ പരിചിതമാണ് : വിശ്രമിക്കുന്ന ഒരു രംഗം ഉള്ളിൽ സങ്ക ല്പിക്കാനായാൽ, നമ്മുടെ സ്വന്തം സമ്മർദ്ദപ്രതികരണം നിയന്ത്രി ക്കാനാകും. അമിതചിന്തയ്ക്കും സമ്മർദ്ദ അസന്തുലിതാവസ്ഥയ്ക്കും പകരം നമുക്കു തന്നെ വിശ്രമത്തിന്റെ ശാന്തി അനുഭവിക്കാം വെറും ശ്രദ്ധ തെറ്റിക്കലിനപ്പുറത്തേക്കതു പോകുന്നുണ്ട്. കാരണം. നിങ്ങളുടെ അവബോധത്തെ വിശ്രമത്തിന്റെ സംവേദനങ്ങളായി പുനഃക്രമീ കരിക്കുകയാണ്.

നിങ്ങളുടെ ശരീരവും മനസ്സും ഒരുമിച്ച് പ്രവർത്തിക്കുന്നു. നല്ല തുപോലെ നീരുള്ള, ഒരു ചെറുനാരങ്ങയെ അതിന്റെ എല്ലാ വിശ ദാംശങ്ങളോടും കൂടി കണ്ണടച്ച് ഭാവനയിൽ കണ്ടാൽ, നിങ്ങളുടെ വായിൽ എന്തായാലും വെള്ളം നിറയും. ചെറുനാരങ്ങ യഥാർത്ഥ ത്തിലുള്ളതല്ലാഞ്ഞിട്ടുപോലും. ഈ യുക്തിയനുസരിച്ച്, ശാന്തമായ സ്ഥലത്തു വളരെ ആശ്വാസത്തോടെ നിൽക്കുകയാണ് നമ്മളെന്ന രീതിയിൽ പെരുമാറാൻ മനസ്സിനെ ഉപയോഗിക്കുകയാണ്. രംഗ ത്തെയും രംഗത്തെക്കുറിച്ചുള്ള *ചിന്തയേയും* വേർതിരിച്ചറിയാനാ കാതെ ശരീരം ഇതു പിന്തുടരുന്നു. ദൃശ്യവത്കരണം പതിവായി പരിശീലിക്കുകയാണെങ്കിൽ, നിങ്ങൾക്ക് ആവശ്യമുള്ളപ്പോഴെല്ലാം നിങ്ങളുടെ സന്തോഷകരമായ സ്ഥലത്തേക്കു മടങ്ങിക്കൊണ്ട് ആ മാനസികാവസ്ഥയിലേക്കു വേഗത്തിൽ പ്രവേശിക്കാൻ കഴിയുന്ന ഒരു സൂചന ഉപയോഗിച്ച് നിങ്ങൾ സ്വയം പരിശീലിപ്പിക്കുകയാണ്.

അത് അതിൽത്തന്നെ ഒരു വെളിപാടാണ് : നാം നമ്മുടെ ശരീരത്തിന്റെ ഇംഗിതത്തിനോ നമ്മുടെ മനസ്സിന്റെ ക്രമരഹിതമായ ചാഞ്ചല്യത്തിനോ വിധേയരല്ല, മറിച്ച് *നമ്മുടെ മാനസികാവസ്ഥയെ ബോധപൂർവ്വം രൂപപ്പെടുത്താൻ കഴിയും.* നമ്മൾ എത്രത്തോളം പരിശീലിക്കുന്നുവോ അത്രത്തോളം നമുക്കു വൈദഗ്ധ്യം നേടാനാകും. ധ്യാനത്തിൽ, നമ്മൾ അവബോധം നിർമ്മിച്ച് ഈ നിമിഷത്തി ലേക്കു വരികയാണ്; നയിക്കപ്പെടുന്ന ചിത്രങ്ങളും ദൃശ്യവത്കരണവും വഴി ഇതുതന്നെയാണ് ചെയ്യുന്നതും. പക്ഷേ, ഒരിക്കൽ നമ്മൾ സമ്മർദ്ദചിന്തകളിൽ നിന്നു വേർപെട്ടാൽ, നമ്മുടെ അവബോധത്തെ

നമുക്കിഷ്ടമുള്ള ലക്ഷ്യത്തിലേക്ക നയിക്കുകയാണ്. ധ്യാനവും ദൃശ്യവത്കരണവും അതിസുന്ദരമായി ഒരുമിക്കും.

ദൃശ്യവത്കരണത്തെക്കുറിച്ചുള്ള വലിയ കാര്യം എന്താണെന്നവച്ചാൽ, തുടക്കത്തിന വേണ്ടതെല്ലാം നിങ്ങളുടെ കൈയിലുണ്ടെന്നതാണ്. നിങ്ങൾക്കത് എവിടെയും ചെയ്യാം. നിങ്ങൾ ഇഷ്ടപ്പെടുന്ന കാലത്തോളം, നിങ്ങൾ ഇഷ്ടപ്പെടുന്നത്ര തവണയും അതിന്റെ പരിധി അക്ഷരാർത്ഥത്തിൽ നിങ്ങളുടെ ഭാവന തന്നെയാണ്. ആരംഭത്തിൽ അല്പം ക്ഷമയും സമർപ്പണവും ആവശ്യമാണെന്നു മാത്രം. നിങ്ങൾ അത് ചെയ്യുമ്പോൾ, തടസ്സമോ ശ്രദ്ധ മുറിക്കലോ ഇല്ലാത്ത സ്ഥലവും സമയവും ആവശ്യമാണ്.

2018-ൽ ജെസ്സിക്ക ഊയനും എറിക് ബ്രൈമറും ചേർന്ന *Nature-Based Guided Imagery as an Intervention for State Anxiety* എന്നൊരു പഠനം പ്രസിദ്ധീകരിച്ചിരുന്നു. പ്രകൃതിയിൽ നിന്നുള്ള സുന്ദരവും സമാധാനപൂർണ്ണവുമായ ദൃശ്യങ്ങൾ സങ്കല്പ്പിക്കുന്നത് സമ്മർദ്ദ പ്രതികരണം കുറയ്ക്കാനും ക്ഷേമജീവിതത്തിനും നഗരദൃശ്യങ്ങളും മറ്റു ദൃശ്യങ്ങളും ചെയ്യുന്നതിനേക്കാളും സഹായിക്കുമെന്നു കണ്ടെത്തിയിരുന്നു. ശാന്തമായ വനങ്ങളോ അതിഗംഭീരമായ സമുദ്രതീരങ്ങളോ നിങ്ങൾ സങ്കല്പിക്കേണ്ടതില്ലെങ്കിലും, പ്രകൃതിയിൽ നിന്നുള്ള ചിത്രങ്ങൾ ഉൾപ്പെടുത്തുന്നതിന ഗണ്യമായ നേട്ടങ്ങളുണ്ടെന്നു ഗവേഷണം സൂചിപ്പിക്കുന്നു. കൂടാതെ, വീടിനു പുറത്തിറങ്ങാനാകാത്തവർക്ക് ഇതൊരു വലിയ പരിഹാരമാണ്.

പൊതുവായ സങ്കേതങ്ങൾ ഇപ്രകാരമാണ് :

- സുഖപ്രദമായ സ്ഥാനം കണ്ടെത്തി ശ്വസനം ശാന്തമാക്കുക. അവനവനിലേക്കു ശ്രദ്ധിച്ചു കണ്ണുകൾ അടയ്ക്കുക.
- നിങ്ങളിൽ സന്തോഷവും സമാധാനവും ഉത്സാഹവും ഉണ്ടാകുന്നതുവരെ, കഴിയാവുന്നത്ര വിശദാംശങ്ങളോടെ, നിങ്ങൾക്കിഷ്ടമുള്ള സ്ഥലം ഭാവനയിൽ കാണുക. ശീതം തഴുകുന്ന നിഗൂഢവനമോ, കടൽത്തീരമോ ഒരു ലൈബ്രറിയിലെ നെരിപ്പോടിനു സമീപത്തെ പുതപ്പോ, വിദൂരത്തുള്ള ഏതോ അതിശയഗ്രഹത്തിലെ കണ്ണാടിമാളികയോ നിങ്ങൾക്കു തെരഞ്ഞെടുക്കാം. (നിങ്ങളുടെ ഭാവനയാണ്, നിങ്ങൾക്ക് ഇഷ്ടമുള്ളതു ചെയ്യുക)
- അതിന്റെ ഗന്ധം, നിറം, ശബ്ദങ്ങൾ, പോരാതെ അതെ

ങ്ങനെ അനുഭവപ്പെടുന്നു, രുചിക്കുന്നു തുടങ്ങിയ വിശദാംശങ്ങൾ സങ്കൽപ്പിക്കുന്നതിനൊപ്പം നിങ്ങൾക്കെങ്ങനെയാണു തോന്നേണ്ടതെന്നും കരുതുക. ഒരു പക്ഷേ, ശാന്തിയും സന്തുഷ്ടിയും; ഒരു പക്ഷേ, സന്തോഷവും തൃപ്തിയും. നിങ്ങൾ സങ്കൽപ്പിക്കുന്ന സ്ഥലത്ത് എത്തിയതായി കാണുക. അവിടെ നിങ്ങൾ പുഞ്ചിരിക്കുന്നതായോ എവിടെയെങ്കിലും ശാന്തമായി ഇരിക്കുന്നതായോ സ്വയം അറിയുക.

- സ്വന്തമായൊരു കൊച്ചു കഥ നിർമ്മിക്കാം. നിങ്ങളുടെ സമ്മർദ്ദം ഒഴുക്കിക്കളയുന്ന തിളങ്ങുന്ന ജലധാരയിൽ കുളിക്കുന്നതായോ സ്നേഹമുള്ള മാലാഖയോടു സംസാരിക്കുന്നതായോ മനോഹരമായ പൂക്കൾ ശേഖരിക്കുന്നതായോ. നിങ്ങളുടേതായ സമയമെടുക്കുക. ചുരുങ്ങിയത് അഞ്ചോ പത്തോ മിനിറ്റ് ഈ സ്ഥലത്തു ചെലവഴിക്കുക.
- തയ്യാറായെന്നു തോന്നുമ്പോൾ, പതുക്കെ ഭാവനയിൽ നിന്നു പുറത്തുവരിക. കണ്ണുതുറന്ന ശേഷം ലഘുവായി മൂരിനിവരുക. നിങ്ങൾ കണ്ട ചിത്രത്തിൽത്തന്നെ ഒരു സമാപനവും കൂടി ഉൾക്കൊള്ളിക്കാൻ നിങ്ങൾക്കാകും. ഉദാഹരണത്തിന്, ഒരു പെയിന്റിംഗ് എന്നോണം നിങ്ങളുടെ ദൃശ്യം മടക്കി പിന്നീടു നിവർത്തുന്നതിനായി കീശയിൽ വയ്ക്കുന്നതായി സങ്കൽപ്പിക്കാം. ആഗ്രഹിക്കുമ്പോഴെല്ലാം ഇവിടേക്കു വരാൻ കഴിയുമെന്ന് സ്വയം പറയുക.

ഓട്ടോജെനിക് ടെക്നിക്കുകൾ പോലെ, നിങ്ങളുടെ വൈകാരികാവസ്ഥയിൽ ശ്രദ്ധ കേന്ദ്രീകരിക്കേണ്ടതുണ്ട്. 'എനിക്ക് ശാന്തതയും സംതൃപ്തിയും തോന്നുന്നു' എന്നതുപോലെ എന്തെങ്കിലും പറയാൻ ശ്രമിക്കുക. അല്ലെങ്കിൽ ഇഷ്ടപ്പെട്ട ഏതെങ്കിലും മന്ത്രം. അതുമല്ലെങ്കിൽ നിങ്ങളുടെ നിയന്ത്രിതഭാവനയെ ഊഷ്മളമായ സംവേദനങ്ങളിൽ ഊന്നിക്കൊണ്ടു സംയോജിപ്പിക്കുക. ഉദാഹരണത്തിന്, നിങ്ങളുടെ ശ്രദ്ധ ഓരോ അവയവത്തിലും ഊന്നുക. അതേസമയം എല്ലാ പിരിമുറുക്കവും ആശങ്കകളും ചെറിയ കുമിളകളായി നിങ്ങളെ വിട്ട് ഒഴുകിപ്പോകുന്നതായി സങ്കൽപ്പിക്കുക. അതല്ലെങ്കിൽ, വളരെ മനോഹരമായ, ഉണർവ്വേകുന്ന അരുവിയിലാണെന്നും തണുപ്പു നെറ്റിയെ തഴുകുന്നതായും ശരീരത്തിലേക്കു വെള്ളം തെറിപ്പിക്കു

ന്നതായും മനസ്സിൽ കാണുക. അതെത്രമാത്രം ആശ്വാസം നല്കു ന്നതും സുന്ദരവുമാണെന്ന് അറിയുക.

നിയന്ത്രിതഭാവന ഉത്കണ്ഠയുടെ തോതു കുറയ്ക്കാൻ സഹായി ക്കുക മാത്രമല്ല, ഉപബോധമനസ്സിൽ ചേർത്തുവച്ച വിവേകത്തി ലേക്കു വഴിതുറക്കുകയും ചെയ്യുന്നു. ഈ രീതി വളരെ എളുപ്പവും അതുപോലെ ഫലപ്രദവുമാണ്. അതിനാൽ ഇതു മനഃശാസ്ത്രപരമായ ചികിത്സയുടെ അനുബന്ധരൂപമായി പരമ്പരാഗത രീതികൾ ക്കൊപ്പം കൂടുതലായി സംയോജിപ്പിക്കുന്നു. മാനസികാഘാതത്തെ ത്തുടർന്നുള്ള പിരിമുറുക്കം, ലൈംഗിക ദുരുപയോഗം, അധിക്ഷേപം, വിഷാദം തുടങ്ങിയ ഗുരുതര പ്രശ്നങ്ങളുള്ളവരും ഈ രീതി സമ്മർദ്ദം കുറയ്ക്കുന്നതായും അതിനെ കൂടുതൽ നിയന്ത്രിക്കാൻ കഴിയുന്നതായും കണ്ടെത്തിയിട്ടുണ്ട്.

നിങ്ങൾ അമിതമായി ചിന്തിക്കുകയോ വിശകലനം ചെയ്യു കയോ ഉത്കണ്ഠാകുലരാകുകയോ ചെയ്യുകയാണെങ്കിൽ, ഈ രീതി ഒരു ജോലി എന്നതിനേക്കാൾ കൂടുതൽ വിനോദമാണെന്നു സ്വയം ഓർമ്മിക്കുക. എന്താവണം നിങ്ങളുടെ ദൃശ്യവത്കരണം എന്നതു മറക്കുക—മറിച്ച്, മനസ്സിൽ കാൽനീട്ടിയിരുന്നു നിങ്ങൾക്കിഷ്ടമുള്ള ലോകം സൃഷ്ടിച്ച് ഭാവനയുടെ ആനന്ദം അനുഭവിക്കുക.

ഞങ്ങൾ പറഞ്ഞതുപോലെ, അതു മനസ്സിലാക്കാൻ കുറച്ചു സമയമെടുത്തേക്കാം. കാരണം, നിങ്ങൾ സ്വയം സൃഷ്ടിക്കുന്ന കഥകൾ വിശ്രാന്തിയുണർത്തുന്ന തരത്തിൽ വേണ്ടത്ര വിശദമായിരിക്കണം. നിങ്ങൾ സ്വയം ഒരു അമിതചിന്താഗതിക്കാരനാണെന്നു കരുതു ന്നുവെങ്കിലും, ഇക്കാര്യത്തിൽ നിങ്ങളുടെ ചിന്തകൾ അതിശയക രമാംവിധം പരന്നതും ശൂന്യവുമാണ്. മാത്രമല്ല, യഥാർത്ഥത്തിൽ വ്യക്തമായ നിറവും ആഴവുമില്ലെന്നും നിങ്ങൾ കണ്ടെത്തിയേക്കാം.

നിങ്ങൾക്ക് അവ്യക്തവും വ്യതിരിക്തവുമായ ചിന്തകൾ ഉണ്ടെന്നു കണ്ടെത്തുകയാണെങ്കിൽ, അവയെ ബോധത്തിലേക്കു തിരികെ കൊണ്ടുവരാൻ ശ്രമിക്കുക. 'മനഃശാന്തി'യെന്നു വെറുതെ *ചിന്തിക്കാതെ* ഇന്ദ്രിയങ്ങൾ കൊണ്ടു നിങ്ങളുടെ മനക്കണ്ണിൽ *അത നുഭവിക്കാൻ* ശ്രമിക്കുക. ഏതു നിറമാണു ശാന്തമായത്? നിങ്ങളുടെ വിരലുകൾക്കു താഴെ എന്തു ഘടനയാണ്? അതിന്റെ രൂപവും മണവും ശബ്ദവും എന്താണ്? ഈ ആശയത്തിനൊപ്പം നിങ്ങൾക്കായി എന്തു പ്രവർത്തനങ്ങളും പ്രതീകങ്ങളും കഥകളുമാണു പോകുന്നത്?

പ്രവർത്തനം തുടക്കത്തിൽ ഇത്തിരി ആശയക്കുഴപ്പമുണ്ടാക്കു ന്നതും അരോചകവുമായി തോന്നിയേക്കും. മനോചിത്രത്തിൽ

പൂർണ്ണമായും സ്വയം മുഴുകാൻ നിങ്ങൾ പാടുപെട്ടേക്കും. കാര്യങ്ങൾ എളുപ്പമാക്കാൻ ചിലർ ശാന്തമായ ഇടത്തേക്കു സ്വയം പോകുന്ന തിനു പകരം നയിക്കാനായി ജ്ഞാനിയായ ഒരു വഴികാട്ടിയെ സങ്കൽപ്പിച്ചേക്കും. എങ്ങനെ ചെയ്താലും, നിയന്ത്രിതഭാവന സ്വയംസൃഷ്ടമായ മോഹനിദ്ര *(സെൽഫ് ഹിപ്നോസിസ്)* പോലെതന്നെയാണ്. ആഴത്തിലുള്ള വിശ്രാന്തിയിലേക്കാണതു നയിക്കുക. തുടങ്ങിയതിനേക്കാൾ മെച്ചപ്പെട്ട പോസിറ്റീവ് ചട്ടക്കൂ ടിലേക്കാണു നിങ്ങളെത്തുക.

ബോധപൂർവ്വമായ പേശീനിയന്ത്രണം

അവസാനമായി, ശക്തമായ ഒരു സങ്കേതം കൂടി നമുക്കു കൂട്ടിച്ചേർക്കാം. നമ്മുടെ പേശികളുടെ ബോധപൂർവ്വമായ നിയന്ത്രണവും അവബോ ധവും. നീണ്ട സമ്മർദ്ദത്തിനൊപ്പം ശരീരത്തിന്റെ പ്രതികരണവും വരും. മുന്നേറാനോ പിന്മാറാനോ ശരീരത്തെ സജ്ജമാക്കുന്ന ന്യൂറോ ട്രാൻസ്മിറ്ററുകളുടേയും ഹോർമോണുകളുടേയും പ്രവാഹത്തിനായി മസ്തിഷ്കം ശരീരത്തെ ജാഗരൂകമാക്കും. ഈ ഹോർമോണുകളുടെ ജോലി പേശികളെ പിരിമുറുക്കമുള്ളതാക്കുക എന്നതാണ്. അതു കൊണ്ടാണ് കടുത്ത സമ്മർദ്ദം വരുമ്പോൾ കഴപ്പും, വേദനയും പേശീസങ്കോചവും, തലവേദനയുമൊക്കെ ഒപ്പമെത്തുന്നത്.

സാമൂഹിക ഉത്കണ്ഠാരോഗമുള്ളവർക്ക് വിശേഷിച്ചും സമ്മർ ദ്ദത്താൽ പേശികളിലെ പിരിമുറുക്കം വരാനുള്ള സാദ്ധ്യത കൂടുത ലാണ്. അവർ അത് ചിലപ്പോൾ അറിയുകയുമില്ല. ശരീരവും മനസ്സും ഒന്നാണെന്ന് ഓർക്കുക. നിങ്ങൾ അമിതമായി ചിന്തിക്കുമ്പോൾ, നിങ്ങളുടെ മസ്തിഷ്കത്തിലുണ്ടാകുന്ന വൈദ്യുതരാസപ്രവർത്തനം ശരീരത്തിലെ ജീവശാസ്ത്രപരമായ യാഥാർത്ഥ്യമായി മാറുന്നു. ശരീ രത്തിലെ സന്ദേശവാഹകരായ ഹോർമോണുകൾ വഴിയാണ് ഇതു സാധിക്കുന്നത്. നിങ്ങളുടെ ശരീരത്തിനു പിരിമുറുക്കമുണ്ടാകുകയും ചുരുങ്ങുകയും ചെയ്യുന്നു.

നിങ്ങൾ അമിതചിന്തയുള്ളയാളാണെന്നു നിങ്ങൾ ശ്രദ്ധിച്ചിരിക്കാം. എന്നാൽ, അതു യഥാർത്ഥത്തിൽ നിങ്ങളുടെ ശരീരകലകളിലും അവയവങ്ങളിലും പ്രതിഫലിക്കുന്നത് എങ്ങനെയായിരിക്കും? അല്ലെങ്കിൽ നിങ്ങളുടെ ദഹനനാളത്തിൽ? നമ്മൾ സമ്മർദ്ദത്തിലാ കുമ്പോൾ നമ്മുടെ മുഴുവൻ ശരീരവും പ്രതികരിക്കുന്നു. തലയോട്ടി ക്കകത്തുമാത്രം സംഭവിക്കുന്ന എന്തോ ഒന്നല്ല സമ്മർദ്ദം. അമിത

ചിന്തക്കാർ അവരുടെ ശരീരവുമായി ബന്ധമില്ലാത്ത അവസ്ഥയിലാ യേക്കാം. ഉദാഹരണത്തിന്, അവരുടെ കടുത്ത ചുമൽവേദനയും പല്ലുകടിക്കലും ഉത്കണ്ഠയും ഒരേ പ്രശ്നമാണെന്ന് അവരൊരിക്കലും തിരിച്ചറിയുന്നില്ല. മസ്തിഷ്കം പിരിമുറുക്കത്തിലാണ്. അതുപോലെ തന്നെ ശരീരവും.

എന്നാൽ അതു കൂടുതൽ രസകരമാകുകയാണ്. 2017-ൽ *ക്രോണിക് സ്ട്രെസ്* ജേർണലിൽ പ്രസിദ്ധീകരിച്ച പഠനത്തിന്റെ തലക്കെട്ട് 'കടുത്ത വേദനയും കടുത്ത സമ്മർദ്ദവും : ഒരേ നാണയ ത്തിന്റെ രണ്ടു വശങ്ങളോ?' എന്നായിരുന്നു. പേശീവേദനയും വിട്ടു മാറാത്ത സമ്മർദ്ദവും നെഗറ്റീവ് ചിന്തകൾ, വികാരങ്ങൾ, ഓർമ്മകൾ എന്നിവ നിയന്ത്രിക്കാൻ കഴിയാത്തതിന്റെ മൂലകാരണം പങ്കുവയ്ക്കു ന്നുവെന്നും അതുവഴി മൊത്തത്തിലുള്ള സന്തുലിതാവസ്ഥയെ തകി ടംമറിക്കുന്നുവെന്നും ഗവേഷണകണ്ടെത്തലുകൾ സൂചിപ്പിക്കുന്നു. സൂക്ഷ്മപരിശോധനയിൽ, മാനസികക്ഷതം (പിടിഎസ്ഡി), വിഷാദം, തുടർച്ചയായ പേശിവേദന എന്നിവ വലിയ അവസ്ഥയുടെ പ്രത്യേക ലക്ഷണങ്ങളായി കണ്ടു. ഇതിനു മദ്ധ്യസ്ഥത വഹിക്കുന്നതാകട്ടെ ഹൈപ്പോഥലാമസ്-പിറ്റിയൂട്ടറി-അഡ്രീനൽ ആക്സിസും (എച്ച്പിഎ ആക്സിസ്). സമ്മർദ്ദത്തിന് അക്ഷരാർത്ഥത്തിൽത്തന്നെ നമ്മുടെ പേശികളെ വലിച്ചുമുറുക്കാനും അതുവഴി വേദനയുണ്ടാക്കാനും കഴിയും. എന്നാൽ വേദനയെക്കുറിച്ചുള്ള നമ്മുടെ *ആത്മനിഷ്ഠമായ ധാരണ യിൽ* അതു കൈകടത്തുകയും ചെയ്യും.

ശ്രേണീകൃത പേശീ വിശ്രാന്തിയിലൂടെ (പ്രോഗ്രസ്സീവ് മസിൽ റിലാക്സേഷൻ-പിഎംആർ) നമുക്കു രണ്ടുതരത്തിലുള്ള പിരിമുറു ക്കവും ക്രമഭംഗവും ഒഴിവാക്കാനാകും.

പേശീമുറുക്കം ഒഴിവാക്കുന്നതിനുപുറമെ, പി.എം.ആറിനു രണ്ടു മെച്ചം കൂടിയുണ്ട്—മികച്ച ദഹനാരോഗ്യം നൽകുകയും കൂടിയ രക്ത സമ്മർദ്ദം താഴ്ത്തുകയും. മാനസികപിരിമുറുക്കവും വദനനാള ത്തിലെ പേശീസങ്കോചവും തമ്മിൽ ശക്തമായ ബന്ധമുണ്ട്.

പ്രോഗ്രസീവ് മസിൽ റിലാക്സേഷനിൽ നിങ്ങളുടെ പേശി കളുടെ നിയന്ത്രണം ഏറ്റെടുക്കുകയാണ്, ബോധപൂർവ്വം അയവ് വരുത്താനും വിശ്രാന്തിയിലെത്തിക്കാനും. അതുപോലെ, ഈ സംവേദനങ്ങളെക്കുറിച്ചുള്ള അവബോധം കൂട്ടാനും അവയ്ക്കുമേലുള്ള നിയന്ത്രണത്തിന്റെ തോതുയർത്താനും. ഒരു പേശി ശക്തിയായി വലിച്ചുമുറുക്കിയശേഷം അയച്ചുവിട്ടാൽ അതു മുറുക്കുന്നതിനുമുമ്പുണ്ടാ യിരുന്ന സമ്മർദ്ദം കുറഞ്ഞ് കൂടുതൽ ശാന്തമാകുമെന്നു ഡോക്ടർമാർ

നേരത്തേ കണ്ടെത്തിയിട്ടുണ്ട്. ഇതു പ്രതീക്ഷയ്ക്കു വിപരീതമായി തോന്നിയേക്കാം. നേരത്തെതന്നെ പിരിമുറുക്കത്തിലുള്ള പേശികളെ ശാന്തമാക്കാൻ ശ്രമിക്കുന്നതിനു പകരം ആദ്യം മുറുക്കിയശേഷം അയച്ചുവിടുമ്പോൾ പേശികൾക്കു ആഴത്തിലുള്ള ശാന്തത അനുഭവിക്കാനാകും.

ഒരാൾ ശാരീരികമായി ശാന്തമാകുമ്പോൾ, *മാനസികമായും* ശാന്തമാകാതെ തരമില്ലെന്നു 1930-ൽ തന്നെ എഡ്മണ്ട് ജേക്കബ്സൺ വ്യക്തമാക്കിയിരുന്നു. പേശീ വിശ്രാന്തി സങ്കേതം ദിവസേന പത്തു മുതൽ ഇരുപതു മിനിറ്റുവരെ ചെയ്യാനാണ് അദ്ദേഹത്തിന്റെ ഉപദേശം. ഈ പരിശീലനം ഒരു ധ്യാനദിനചര്യയിലേക്കോ വ്യായാമത്തിന്റെ അവസാനത്തിലോ തുടക്കത്തിലോ എളുപ്പത്തിൽ ചേർക്കാം. അല്ലെങ്കിൽ, എല്ലാ ദിവസവും ഉറങ്ങുന്നതിനുമുമ്പുള്ള ദിനചര്യയുടെ ഭാഗമായും ഇതു ചെയ്യാനാകും. ചില ദൃശ്യവത്കരണം, ജേർണലിംഗ്, സൗമ്യമായ വായന അല്ലെങ്കിൽ പ്രാർത്ഥന, സംഗീതം എന്നിവയുമായി ചേർക്കുകയുമാകാം.

ഈ ടെക്നിക് എളുപ്പമാണ് :

- കണ്ണടച്ചു സ്വസ്ഥമായ അവസ്ഥയിൽ നിങ്ങളുടെ ശ്രദ്ധ ഒരു ശരീരഭാഗത്തു നിന്ന് അടുത്തതിലേക്കു മാറ്റുക. ആദ്യം പേശികൾ കഴിയാവുന്നത്ര മുറുക്കിയിട്ട് ആ മുറുക്കം പൂർണ്ണമായും ഒഴിവാക്കിയശേഷം വേണം അടുത്ത ശരീരഭാഗത്തേക്കു നീങ്ങാൻ.
- കൈവിരലുകൾ, കാൽവിരലുകൾ പോലെ ഏറ്റവും അഗ്രഭാഗങ്ങളിൽ നിന്ന് ആരംഭിക്കുക. എന്നിട്ട് ഉള്ളിലേക്കു വന്ന് ഉദരത്തിലും നെഞ്ചിലും അവസാനിപ്പിക്കുക. പിന്നീട് മുഖത്തെയും ശിരോചർമ്മത്തിലെയും ചെറിയ പേശികളും, തലയിൽ തുടങ്ങി താഴോട്ടു വരികയുമാകാം; നിങ്ങൾക്കതാണു കൂടുതൽ സൗകര്യപ്രദമെങ്കിൽ.
- ശ്വാസംപിടിച്ചുകൊണ്ട് അഞ്ചോ പത്തോ വരെ എണ്ണുന്നതിനൊപ്പം പേശികളെ ആകാവുന്നത്ര കട്ടപ്പത്തിൽ സങ്കോചിപ്പിക്കുക. പേശികളെ പെട്ടെന്നു പൂർണ്ണമായി വിട്ടുകൊണ്ടു മുഴുവനായും ശ്വാസംവിടുക. പേശികളിലെ സംവേദനത്തിൽ എന്തെങ്കിലും വ്യത്യാസമുണ്ടോ എന്നു ശ്രദ്ധിക്കുക. (ഇത്തിരി നിയന്ത്രിതഭാവന ഇവിടെ സഹാ

യിക്കും—പേശികളിൽ നിന്നു സ്പോഞ്ചുപോലെ സമ്മർദ്ദം ഞെക്കിപ്പിഴിഞ്ഞു കളയുന്നതായി സങ്കല്പിക്കുക).

- കുറച്ചു ദീർഘശ്വാസമെടുത്തും കൈയും കാലും നീട്ടിയും അവസാനിപ്പിക്കുക. എന്ത് തോന്നുന്നുവെന്ന ശ്രദ്ധിക്കുക. ശാരീരികമായി വിശ്രാന്തിയിലാകുന്നതിനു സഹായിക്കുന്നതിനു പുറമെ ഈ ടെക്നിക്, ശാരീരിക അവബോധവും വർദ്ധിപ്പിക്കും. നിങ്ങളുടെ ശരീരത്തിൽ സമ്മർദ്ദം, അടിഞ്ഞുകൂട്ടുന്നിടത്തു ശ്രദ്ധിക്കാനും നിങ്ങളെ പഠിപ്പിക്കുന്നു. നിങ്ങളുടെ ശരീരത്തെ കൂടുതൽ ആഴത്തിൽ 'വായിക്കാൻ' കഴിയുന്നതിനാൽ നിങ്ങളുടെ മൊത്തത്തിലുള്ള ആരോഗ്യത്തെക്കുറിച്ചുള്ള ഉൾക്കാഴ്ചയും മെച്ചപ്പെടുന്നതായി പരിശീലനവുമായി മുന്നോട്ടുപോകുംതോറും അറിയാൻ കഴിയും.

ശരീരത്തിന്റെ വിവിധഭാഗങ്ങളെ നിങ്ങൾ വിവിധതരത്തിൽ മുറുക്കേണ്ടി വരും. കൈകാലുകൾ, മുകൾഭാഗം, തുട എന്നിവ മുറുക്കിപ്പിടിക്കാൻ കഴിയുമെങ്കിലും തോളുകൾ ചെവിയിലേക്കു കുത്തനെ ഉയർത്തി വയ്ക്കേണ്ടിവരും. നെറ്റി നന്നായി ചുളിക്കണം. കണ്ണുകൾ മുറുക്കിയടച്ച് ഉറക്കുകയാണു വേണ്ടത്. പിന്നീട് താടിയെല്ലും മുഖപേശികളും മുറുക്കാൻ പറ്റാവുന്നേടത്തോളം വിശാലമായി ചിരിക്കണം. വയറിനു പിരിമുറുക്കമുണ്ടാക്കാൻ ഉള്ളിലേക്കു പരമാവധി വലിച്ചെടുക്കാം. അതേസമയം, പുറംഭാഗം കുത്തനെ ആർച്ചുപോലെ വളയേണ്ടതുണ്ട്. ഇതു കുറേ ഓർമ്മിക്കാനുണ്ടെന്നു തോന്നിയേക്കാം. എന്നാൽ, കുറച്ചു തവണ ചെയ്യുന്നതോടെ എല്ലാം സ്വാഭാവികമാകുകയും അതനുസരിച്ചു പേശികൾ വലിയുകയും ചെയ്തുകൊള്ളും.

പ്രോഗ്രസീവ് മസിൽ റിലാക്സേഷൻ പരിശീലിക്കുന്നതുകൊണ്ട് ഉത്കണ്ഠ കുറയ്ക്കുന്നതിനു പുറമെ വേറെയും ഗുണങ്ങളുണ്ട്. ഉറക്കത്തിന്റെ ഗുണമേന്മ കൂട്ടും, കഴുത്ത് ആയാസരഹിതമാകും, പുറംവേദന കുറയ്ക്കും, മൈഗ്രേയ്ന്റെ ആവൃത്തി കുറയ്ക്കും, അതുപോലെ മറ്റ് ആരോഗ്യപ്രശ്നങ്ങളും തടയും.

ഓട്ടോജെനിക് പരിശീലനം, ദൃശ്യവത്കരണം, പേശീവിശ്രാന്തി എന്നിവയെല്ലാം ഒരുതരത്തിൽ ഒരേ ആശയത്തിന്റെ വ്യത്യസ്ത രീതികളാണ് : നിങ്ങളുടെ അവബോധം ഉറയ്ക്കുന്ന ഇട

ത്തിന്റെ നിയന്ത്രണം ഏറ്റെടുക്കാനും ആ അവബോധത്തെ നിങ്ങളുടെ ശരീരത്തിലേക്കും വർത്തമാനനിമിഷത്തിലേക്കും പഞ്ചേന്ദ്രിയങ്ങൾ പകരുന്നവയിലേക്കും നയിക്കാനും സമ്മർദ്ദപൂരിതമായ ചർവിതചർവണങ്ങളിൽനിന്നും അമിതമായ ചിന്തകളിൽനിന്നും മാറിനിൽക്കാനും പഠിക്കേണ്ടതുണ്ട്. മാനസികവും വൈകാരികവുമായ വൈദഗ്ധ്യം വരുന്നതു നിങ്ങളുടെ ചിന്തകളുടെ മാത്രമല്ല, നിങ്ങളുടെ വികാരങ്ങളുടെയും ശരീരത്തിന്റെയും *നിയന്ത്രണം നിങ്ങളിലാണെന്ന* പടിപടിയായി പഠിക്കുന്നതിൽ നിന്നാണ്.

ആകുലത മാറ്റിവയ്ക്കൽ

ഉത്കണ്ഠയ്ക്കും ആകുലതയ്ക്കും ബ്രേക്കിടാനുള്ള അദ്ഭുതകരമാംവിധം ലളിതമായ ടെക്നിക്കാണ് ആകുലത മാറ്റിവയ്ക്കൽ. ഇതുപയോഗിച്ച് നേട്ടമുണ്ടാകുന്നതിന് ഉത്കണ്ഠ ബാധിക്കണമെന്നു പോലുമില്ല. ഇത് എല്ലാവിധത്തിലുമുള്ളൊരു സമ്മർദ്ദനിയന്ത്രണരീതിയാണ്. ഒരു സമ്മർദ്ദ ബജറ്റുണ്ടാക്കുന്നതു പോലെ.

ലെയ്ഡൻ സർവ്വകലാശാലയിലെ ആൻകെ വെർസ് ലൂയിസിന്റെ നേതൃത്വത്തിലുള്ള ക്രമരഹിതമായ പരിശോധന നിങ്ങൾ ഉത്കണ്ഠ പൂർണ്ണമായും ഇല്ലാതാക്കേണ്ടതില്ല എന്ന ആശയം മുന്നോട്ടുവച്ചു. ഉടനടി ഉത്കണ്ഠപ്പെടാതിരിക്കാനായി നിങ്ങളുമായി തന്നെ ഒരു കരാറുണ്ടാക്കുക മാത്രമാണു ചെയ്യേണ്ടത്. അവരുടെ ഗവേഷണം വ്യക്തിനിഷ്ഠമായ ആരോഗ്യപരാതികൾ റിപ്പോർട്ടു ചെയ്യാനുള്ള ആളുകളുടെ പ്രവണതയിൽ ശ്രദ്ധ കേന്ദ്രീകരിക്കുന്നു. എന്നാൽ ഉത്കണ്ഠയുടെയും ആവലാതിയുടെയും മറ്റേതെങ്കിലും മാനദണ്ഡത്തിൽ പ്രയോഗിക്കാവുന്നതാണ്. അവരുടെ കണ്ടെത്തലുകളനുസരിച്ച്, ഒരു വ്യക്തിക്കും അയാളുടെ വിഷമിപ്പിക്കുന്ന ചിന്തകൾക്കും ഇടയിൽ വസ്തുനിഷ്ഠമായ അകലം പാലിക്കുന്നതിനുള്ള ഫലപ്രദമായ മാർഗ്ഗമാണ് ആകുലത മാറ്റിവയ്ക്കൽ. അതുപോലെതന്നെ മെറ്റാകോഗ്നിഷൻ (അവബോധ പെരുമാറ്റ ചികിത്സ) പരിശീലിക്കുന്നതുവഴിയും മൊത്തത്തിലുള്ള ഉത്കണ്ഠയും അമിതചിന്തയും കുറയ്ക്കാൻ കഴിയും.

ഉത്കണ്ഠയും ആശങ്കയും നിറഞ്ഞ ചിന്തകൾ ഒട്ടിപ്പിടിക്കുന്നവയാണ്. അവ നുഴഞ്ഞുകയറും. ഭീഷണിപ്പെടുത്തുന്ന ഒരു നെഗറ്റീവ് ചിന്ത ഒരിക്കൽ നിങ്ങളുടെ തലയിലെത്തിയാൽ അതിനെ മാറ്റാനോ അവഗണിക്കാനോ പ്രയാസമാണ്. 'ഓഹ്, ഇതാ ഞാൻ

വാസ്തവമായും ശ്രദ്ധിക്കേണ്ട കാര്യം' എന്ന മസ്തിഷ്കം ചിന്തിക്കുന്നതിനാൽ പെട്ടെന്നുതന്നെ ശ്രദ്ധ അങ്ങോട്ടു പതറും. അതോടെ ഈ നിമിഷത്തിൽ നിന്നു ചിന്തയെ വലിച്ചുകൊണ്ടു പോകും.

അപ്പോൾ ശരിക്കും സംഭവിക്കുകയെന്താണെന്നാൽ, ആകുലതകൾ *നിങ്ങളെ* നിയന്ത്രിക്കും; നിങ്ങൾ ആകുലതകളെയല്ല. പിരിമുറുക്കമുണ്ടാക്കുന്ന ചിന്തകൾ വന്നിട്ട് ചാട്ടവാർ വീശുമ്പോൾ നിങ്ങൾ ഉടൻ അനുസരിക്കും. ചെയ്യുന്ന തെറ്റെന്താണെന്നുവെച്ചാൽ, ഒരു നെഗറ്റീവ് ചിന്ത വരുമ്പോൾ അതിൽ ശ്രദ്ധിക്കുകയല്ലാതെ മറ്റു മാർഗ്ഗമില്ലെന്നു കരുതുന്നു എന്നതാണ്. നമ്മുടെ മസ്തിഷ്കത്തിന്റെ നിഷേധാത്മക പക്ഷപാതവും മോശം വാർത്തകൾ അക്ഷരാർത്ഥത്തിൽ പെരുപ്പിക്കാനായി പരിണമിച്ച വിവരസംസ്കരണ സോഫ്റ്റ്‌വെയറും ഓർക്കുന്നുണ്ടോ? ഭീഷണിപ്പെടുത്തുന്നതും ഭയപ്പെടുത്തുന്നതുമായ കാര്യങ്ങൾ എപ്പോഴും മുൻഗണന നേടുമെന്നാണ് അതു പറയുന്നത്.

'മുന്നിൽ നിൽക്കുന്ന കടുവ എന്നെ ആക്രമിച്ചു കൊല്ലാൻ ശ്രമിക്കുമോ?' എന്നതാണ് ആശങ്കയെങ്കിൽ തീർച്ചയായും അതിനു മുൻഗണന നല്കുക. പക്ഷേ, സാധാരണയായി 'എന്റെ അവതരണം മോശമാണെന്നു ജെന്നി കരുതുമോ എന്ന് ഞാൻ അമ്പരക്കുന്നു' എന്ന തരത്തിലോ "വ്യക്തിവിവരമോഷ്ടാക്കൾ എന്റെ ചവറ്റുകുട്ട കണ്ടെത്തി ഞാൻ ആകസ്മികമായി വലിച്ചെറിഞ്ഞ ജേർണൽ കണ്ടെത്തിയാൽ സിബിഐയിലെ എല്ലാവർക്കും എന്റെ ഭയാനകരഹസ്യങ്ങൾ അറിയില്ലേ?" എന്ന മട്ടിലോ ഉള്ളതാവും. മറ്റൊരു തരത്തിൽ പറഞ്ഞാൽ, ഇത്തരം ചിന്തകൾക്കു മുൻഗണന നല്കുക എന്ന ഒരിക്കലുമൊരിക്കലും ചെയ്യരുതാത്ത കാര്യമാണ് എപ്പോഴും ചെയ്യുക.

ആകുലത മാറ്റിവയ്ക്കൽ ആകുലതകളെ പൂർണ്ണമായും ഇല്ലാതാക്കണമെന്നു പറയുന്നില്ല. (ശരിയാണ്, ഉത്കണ്ഠാകുലരല്ലാത്തവർക്കും ആശങ്കകളുണ്ടാകും). ആകുലതകളെ അവയുടെ ശരിയായ സ്ഥാനത്തു നിർത്തണമെന്നു മാത്രമാണ് പറയുന്നത്. ഓരോ തവണയും എന്തെങ്കിലും ആശങ്ക മനസ്സിലേക്കു ചാടിക്കയറി വരുമ്പോഴൊക്കെ അതിനെ താലോലിക്കാൻ പോകാതെ അതിനോടു കാത്തിരിക്കാൻ ആവശ്യപ്പെടുക. *നിങ്ങളുടെ* ബോധപൂർവ്വമായ അവബോധം എവിടെ പോകുന്നുവെന്നതിന്റെ പൂർണ്ണാധികാരം നിങ്ങൾക്കുതന്നെയാണ്. നിങ്ങളെ വഴിതെറ്റിക്കാനോ നിങ്ങളുടെ ശ്രദ്ധ പതറിക്കാനോ ഒന്നിനെയും അനുവദിക്കരുത്.

ആകുലതാമാറ്റിവയ്ക്കൽ കേൾക്കുന്നതുപോലെ തന്നെയാണ് —ആകുലതകളെ ബോധപൂർവ്വം മറ്റൊരവസരത്തിലേക്കു *മാറ്റിവയ്ക്കുക.* 'നിങ്ങൾ വിഷമിക്കേണ്ട' എന്നു സാധാരണ പറയുന്നതുപോലെ യല്ല ഇത്. കാരണം നിങ്ങൾ ഇത് ചെയ്തിരിക്കണം. ഇതു നിയന്ത്ര ണം ഏറ്റെടുക്കലാണ്. ആശങ്കകളെ നിയന്ത്രിക്കലാണ്. ജീവിതത്തിൽ ഉണ്ടായിരിക്കണമെന്നു കരുതുന്ന പ്രഭാവം എത്രമാത്രം വേണമെന്നു സജീവമായി തീരുമാനിക്കലാണ്. ഈ സമയത്ത് ആശങ്ക വളരെ പ്രധാനപ്പെട്ടതും അടിയന്തരവുമായി തോന്നും. ഒരു വിലപേശലിനും പഴുതില്ലെന്നു തോന്നും. നിങ്ങളുടെ അസ്തിത്വത്തിന്റെ എല്ലാ നാരുകളും ആ ചിന്തകൾക്കു നേരെ തിരിക്കും. എന്നാൽ, യഥാർത്ഥത്തിൽ നിങ്ങൾക്കൊരു സാദ്ധ്യതയുണ്ട്.

ആശങ്കയെക്കുറിച്ചുള്ള നമ്മുടെ നിഷേധാത്മക *അവബോധ മാണ്*, അല്ലാതെ ആശങ്കയല്ല ഉത്കണ്ഠയിലേക്കു നയിക്കുന്നതെന്നു ചില പഠനങ്ങൾ കണ്ടെത്തിയിട്ടുണ്ട്. എങ്ങനെയാണ് 'അതീത- ആശങ്ക' (Meta-worry) അഥവാ സാധാരണ ആശങ്കയെക്കുറിച്ചുള്ള നിഷേധാത്മക വിലയിരുത്തൽ കൂടുതൽ ഗുരുതരമായ ഉത്കണ്ഠാ രോഗങ്ങളിലേക്കു നയിക്കുന്നതെന്ന് *ദ ജേർണൽ ഓഫ് എക്സ്പെ രിമെന്റൽ സൈക്കോളജി*-യുടെ 2010 എഡിഷനിൽ അഡ്രിയൻ വെൽസ് വിശദീകരിക്കുന്നുണ്ട്. അതിനാൽ, ആശങ്കയെ രോഗാവ സ്ഥയിലാക്കുകയും അതിനെ ചെറുക്കുകയും ചെയ്യുമ്പോൾ, നാമതിനെ കൂടുതൽ സുരക്ഷിതമാക്കുകയും ഉള്ളതിലും വലിയ പ്രശ്നമാക്കുകയുമാണ്. 'ഇതൊരു പ്രശ്നമല്ല. ആശങ്കയ്ക്കു വിലക്കില്ല, അതുകൊണ്ട് ഇഷ്ടംപോലെ ആശങ്കപ്പെടാം. എന്നാൽ *ഇപ്പോൾ* പറ്റില്ലെന്നുമാത്രം' എന്നു പറഞ്ഞുകൊണ്ടാണ് ആശങ്ക മാറ്റിവയ്ക്കൽ രീതി ഇതിനെ കൈകാര്യം ചെയ്യുന്നത്. ഇതുമാത്രം മതി ആശങ്കയേയും അതീത ആശങ്കയേയും (ആശങ്കയെക്കുറിച്ചുള്ള ആശങ്ക) അലിയി ച്ചുകളയാൻ.

ആകുലത മാറ്റിവയ്ക്കൽ എതാനും വ്യത്യസ്തമായ രീതികളിൽ ചെയ്യാം. എങ്ങനെയായാലും ആശങ്കകൾക്കു ബോധപൂർവ്വവും നിർ ബന്ധവുമായ അതിരു നിശ്ചയിക്കലാണത്, ഒരു ചുറ്റുവേലി വരച്ചു വയ്ക്കൽ.

ആശങ്കപ്പെടുമ്പോൾ സമയപരിധി നിശ്ചയിക്കലാണ് ഒരു രീതി. ഉദാഹരണമായി രാത്രി ഉറങ്ങാനൊരുങ്ങുമ്പോൾ നിങ്ങളുടെ മസ്തിഷ്കം ആശങ്കാമട്ടിലാകുന്നു. ചവയ്ക്കാനായി ഒരായിരം കാര്യങ്ങൾ അത് കൊണ്ടുവരുന്നു. നിങ്ങളപ്പോൾ സ്വയം പറയുന്നു : "നല്ലത്.

അതേക്കുറിച്ച് ഞാൻ ആശങ്കപ്പെടാം. പക്ഷേ ഇപ്പോൾ ഒന്നും ചെയ്യില്ല. ഇതിനായി മറ്റൊരു സമയം കണ്ടെത്താം. നാളെ രാവിലെ പത്തു മണി. അതിനുമുമ്പ് ഒരു സെക്കൻഡ് പോലും ഇക്കാര്യത്തിനായി ചെലവഴിക്കില്ല."

എന്നിട്ട് നിങ്ങളങ്ങനെ ചെയ്യുന്നു. ആ അതിപ്രാധാന്യമുള്ള, ജീവൻമരണ ചിന്തകൾക്കുമേൽ മനസ്സ് അലഞ്ഞുതിരിയുകയാണെങ്കിൽ, 'നല്ലത്, ചിന്തിക്കാം, ഇപ്പോഴല്ലെന്നുമാത്രം' എന്ന് ആത്മവിശ്വാസത്തോടെ സ്വയം പറയാം. ആശങ്കകൾ അത്ര സമയബോധമുള്ളവയല്ല, അവയധികം കാത്തിരിക്കാൻ സാദ്ധ്യതയില്ല. ഇനിയും അഥവാ പരിഗണിക്കേണ്ടതാണെങ്കിൽത്തന്നെ രാവിലെ കൂടുതൽ ഉത്സാഹഭരിതമായ മനസ്സോടെ ആ ജോലി നിർവ്വഹിക്കാം. രാത്രി സ്വയം പറയുക : "ചെയ്യേണ്ടതെല്ലാം ചെയ്തുകഴിഞ്ഞു. ആശങ്കപ്പെടൽ പട്ടികയിൽനിന്നു മാറ്റി. ഇപ്പോൾ ചെയ്യാൻ ഇനിയൊന്നും ബാക്കിയില്ല. ഉറങ്ങുക മാത്രം."

മറ്റൊരു കാര്യം ആശങ്കപ്പെടാൻ സമയപരിധി വയ്ക്കുകയാണ്. അതായത്, നിങ്ങൾ കിടക്കയിൽ എഴുന്നേറ്റിരുന്നു സ്വയം പറയുന്നു : "ശരി, ആശങ്കപ്പെടണോ? ഓക്കെ, ആയിക്കോട്ടെ. പക്ഷേ *അഞ്ചുമിനിറ്റത്തേക്ക്* മാത്രം. അതുകഴിഞ്ഞ് ഉറങ്ങും." എന്ന് ടൈമർ വയ്ക്കുക, ആവുംപോലെ ആശങ്കപ്പെടുക. കൃത്യം അഞ്ചുമിനിറ്റാകുമ്പോൾ നിർത്തുക. ഈ രണ്ടു രീതികളിലും ചില കാര്യങ്ങൾ നിങ്ങളുടെ ശ്രദ്ധയിൽപ്പെട്ടിട്ടുണ്ടാകും.

നിങ്ങൾ മാറ്റിവയ്ക്കുകയാണെങ്കിൽ മിക്കവാറും പിന്നീട് ചെയ്യാൻ നിങ്ങളാഗ്രഹിക്കില്ല എന്നതാണ് ആദ്യത്തെ കാര്യം. കുറച്ചുസമയത്തേക്ക് ആശങ്കയെ അനുവദിക്കുകയാണെങ്കിൽ, ആ സമയത്തിനു മുമ്പും ശേഷവും ആശങ്കയുടെ അളവിനു ഒട്ടും മാറ്റമുണ്ടാകുന്നില്ല എന്നു നിങ്ങളറിയും എന്നതാണ് രണ്ടാമത്തേത്. അതിന്റെയർത്ഥം ഈ ആശങ്കാസമയം ഒരു സഹായവും ചെയ്തില്ല എന്നതാണ്. ആശങ്കയ്ക്കു നിങ്ങളുടെ മേലുള്ള സ്വാധീനം നിയന്ത്രിക്കുകയും പരിമിതപ്പെടുത്തുകയുമാണ് രണ്ടവസരത്തിലും ചെയ്യുന്നത്. വേറെ സാധ്യതകളുണ്ടെന്നും ശ്രദ്ധതെറ്റിച്ചുകൊണ്ടു വലിഞ്ഞുകയറിവരുന്ന ചിന്തകളുടെ ദയയിലല്ല നിങ്ങളെന്നും പഠിപ്പിക്കുകയും ചെയ്യുന്നു.

ഈ സാങ്കേതികതകൾ നടപ്പാക്കാൻ തയ്യാറെടുപ്പും പരിശീലനവും ആവശ്യമാണ്. ഉദ്ദേശ്യത്തോടെ ആശങ്കപ്പെടാൻ ദിവസവും ഒരു സമയം നിശ്ചയിക്കുക. അസ്വസ്ഥതയില്ലാത്തതും ഏറ്റവും നല്ല മാനസികാവസ്ഥയിലുള്ളതുമാകണം ആ സമയം. അൽപ്പമൊക്കെ

പരീക്ഷണമാകാം. ശരിയാണെന്നു തോന്നുന്നതുവരെ വ്യത്യസ്ത കാര്യങ്ങൾ ശ്രമിക്കാൻ ഭയക്കേണ്ടതില്ല.

നിങ്ങളിപ്പോൾ ചിന്തിക്കുന്നത് എനിക്കു കേൾക്കാം. “ഉറപ്പാണ്. കേൾക്കുമ്പോൾ നല്ലതാണ്. എന്നാൽ ഈ സമയം ഞാൻ ശരിക്കും എന്തെങ്കിലും വിഷമിക്കേണ്ടതുണ്ടെങ്കിൽ എന്തുചെയ്യും? ഇത്തവണ അതു ഗുരുതരമാണെങ്കിൽ?” ആശങ്ക സർഗ്ഗാത്മകവും പുതുമയുള്ളതുമായ വഴിയിലൂടെയാണ് ശ്രദ്ധ പിടിച്ചുപറ്റാൻ ശ്രമിക്കുക. ഈ ഒരു പ്രാവശ്യം ആശങ്കപ്പെടുന്നതു നിർത്തിയാൽ യഥാർത്ഥത്തിൽ വിപത്തു വരുമെന്ന് നിങ്ങൾക്കു സ്വയം ബോദ്ധ്യപ്പെടുത്താൻ കഴിയുന്ന തരത്തിലാണ് ഉത്കണ്ഠയുടെ സ്വഭാവം.

ശരി, വാദത്തിനുവേണ്ടി, നമ്മുടെ ആശങ്കകളും ഭയങ്ങളും ആവർത്തിച്ചുള്ള ചിന്തകളുമൊക്കെ ഇടയ്ക്കിടെ യഥാർത്ഥത്തിൽ വളരെ പ്രധാനമാണെന്നും അത് ഉടനടി പരിഗണിക്കേണ്ടതാണെന്നും സങ്കല്പിക്കുക. അത്തരം സാഹചര്യങ്ങളെയും ശരിയായ അമിതചിന്തയെയും വേർതിരിച്ചറിയാനുള്ള മാർഗ്ഗമാണു വേണ്ടത്. നമുക്കു സ്വയം ചോദിക്കാം :

1. ഈ ആശങ്ക ഒരു യഥാർത്ഥപ്രശ്നമാണോ?
2. ഇപ്പോൾത്തന്നെ അതിൽ എന്തെങ്കിലും ചെയ്യേണ്ടതുണ്ടോ?

സത്യസന്ധരാകുക. വസ്തുനിഷ്ഠമായി നോക്കുമ്പോൾ പ്രശ്നം അതീവ ഗുരുതരമായിരിക്കണം. അതേ നിമിഷത്തിൽത്തന്നെ നടപടി വേണ്ടതുമാവണം. ജോലിസ്ഥലത്തെ ഒരുകാര്യം നിങ്ങളുടെ മനസ്സിനെ മഥിക്കുന്നുണ്ടെന്നു കരുതുക. തീർച്ചയായും വളരെ ശരിയായ പ്രശ്നം. രാത്രി വളരെ വൈകി. അതുമായി ബന്ധപ്പെട്ടു സംസാരിക്കേണ്ട വ്യക്തിയെ രാവിലെ മാത്രമേ കിട്ടൂ. അപ്പോൾ പ്രശ്നം ഗുരുതരമെങ്കിലും ഇപ്പോൾ അതിൽ ഒന്നും ചെയ്യാനില്ല. നിങ്ങളുടെ കുട്ടിക്കു പനിയുണ്ട്. പക്ഷേ മറ്റുതരത്തിൽ കുഴപ്പമൊന്നുമില്ല. എന്നാൽ, ആശുപത്രിയിൽ കൊണ്ടുപോയി പരിശോധിപ്പിക്കാം. ആ സമയം പ്രവർത്തിക്കാനാകുന്ന പ്രശ്നമാണിത്. എന്നാൽ അത്ര ഗുരുതരമോ യഥാർത്ഥമോ അല്ലതാനും. അവസാനമായി, പുതിയൊരു കക്ഷി ഒരു മോശം അഭിപ്രായം നൽകുമെന്നു നിങ്ങൾ ആശങ്കപ്പെടുന്നുവെന്നു സങ്കൽപ്പിക്കുക. യഥാർത്ഥത്തിൽ, ഇതൊരു ഗുരുതരപ്രശ്നമല്ല. (ഒരു മോശം അഭിപ്രായത്തിന്റെ പേരിൽ ഒരു ബിസിനസ്സും ഒരി

ക്കലും തകർന്നിട്ടില്ല). അതേക്കുറിച്ച് ഈ നിമിഷം നിങ്ങൾക്കൊന്നും ചെയ്യാനുമില്ല.

ഇനി ഗുരുതരമായ പ്രശ്നമാണ്. ഇപ്പോൾ അതിൽ നടപടിയുമെടുക്കാം എന്നാണെങ്കിൽ സംശയിക്കണ്ട, പ്രവർത്തിക്കൂ.

എന്നാൽ പ്രവർത്തിക്കൂ—ആശങ്കപ്പെടേണ്ട. ആശങ്കയും അമിതചിന്തയും അനാവശ്യമാണ്. വിശേഷിച്ചും, ഉചിതമായ പ്രവർത്തനമാണ് ആ നിമിഷത്തിന്റെ ആവശ്യമെങ്കിൽ. ഇവിടെ അതിലും കുറച്ച് ബേജാറായാൽ മതി. ശാന്തവും തെളിഞ്ഞതുമായ മനസ്സ് കൂടുതൽ വേഗത്തിൽ പ്രശ്നപരിഹാരം കാണാൻ നിങ്ങളെ സഹായിക്കും. നിങ്ങളുടെ ആശങ്ക ശരിക്കും ഗുരുതരമല്ലെങ്കിൽ, ഇപ്പോൾ അതിൽ ഗുണപരമായി ഒന്നും ചെയ്യാനില്ലെങ്കിൽ, മാറ്റിവയ്ക്കൂ. ആവശ്യമായ ഫോൺവിളി രാവിലെയാകാം. മറ്റൊരു സമയത്തേക്ക് പരിഗണിക്കാം. അല്ലെങ്കിൽ ഇപ്പോഴത്തേക്ക് ആ ചിന്തയെ ഉപേക്ഷിക്കൂ.

ഒരു കാര്യം ആശങ്കപ്പെടാനുള്ളതല്ലെന്നു തീരുമാനിച്ചുകഴിഞ്ഞാൽ ഒട്ടും ദയ വേണ്ട. നിങ്ങളുടെ മനസ്സ് തുടലുള്ള ഒരു നായയാണെന്നു സങ്കൽപ്പിക്കുക. അതിനെ വർത്തമാനകാലത്തിലേക്കു തിരികെ വലിച്ചുകൊണ്ടിരിക്കുക. യഥാർത്ഥ വർത്തമാനകാല നിമിഷത്തിൽ നങ്കൂരമിടാൻ പഞ്ചേന്ദ്രിയങ്ങളെ ഇടപെടുത്താനായാൽ ഇതു വളരെ എളുപ്പമാണ്. ചുറ്റുപാടുകൾ പരിശോധിച്ച് മൂന്നു കാഴ്ച, മൂന്നു ശബ്ദം, മൂന്നു ഗന്ധം എന്നിങ്ങനെ പരിശോധിക്കുക.

നമ്മൾ ആശങ്കപ്പെടാനായി മാറ്റിവച്ച സമയമെത്തുമ്പോൾ, അത്യാവശ്യം എങ്ങനെയെങ്കിലും കുറഞ്ഞിട്ടുണ്ടോ എന്നുനോക്കുക. ഒരിക്കൽ അത്യാവശ്യമായത് അതേപടി എപ്പോഴും നിലനിൽക്കില്ലെന്നു സ്വയം ഓർമ്മിപ്പിക്കുക. ആശങ്കകളെയും ഉത്കണ്ഠകളെയും പുതിയ കണ്ണുകളോടെ നോക്കുക. പ്രശ്നപരിഹാരമട്ടിലാകട്ടെ മനസ്സ്. പ്രയോജനപ്രദമായ നടപടി ആശങ്കകൾ കുറയ്ക്കുമോ എന്നു നോക്കുക. യഥാർത്ഥ ലോകത്തേക്കു വലിച്ച് അതിനെ പ്രായോഗികമായ പ്രശ്നമാക്കി മാറ്റി അതിൽ പ്രവർത്തിക്കുന്നതാണ് ചിലനേരം ആശങ്കകളുമായി ബന്ധപ്പെട്ടു ചെയ്യാവുന്ന ഏറ്റവും ഉചിതമായ കാര്യം.

ഓർമ്മിക്കാൻ

- നിങ്ങളുടെ ഉത്കണ്ഠ കടുത്ത പനിച്ചൂടിലാണെന്നോ അല്ലെങ്കിൽ അതു നിങ്ങളുടെ പിടിയിൽനിന്നു കൈവി

ട്ടുപോകുമെന്നോ തോന്നുന്ന സന്ദർഭങ്ങൾ ഉണ്ടായേക്കാം. അത്തരം സന്ദർഭങ്ങളിൽ സമ്മർദ്ദം കുറയ്ക്കാൻ പരിശോധിച്ചുറപ്പിച്ചിട്ടുള്ള ചില സങ്കേതങ്ങളെ ആശ്രയിക്കാം.

- ഇതിൽ ആദ്യത്തേത് ഓട്ടോജെനിക് ടെക്നിക്ക് ആണ്. ഇതനുസരിച്ച്, ആറു വ്യത്യസ്ത വ്യായാമങ്ങളിലൂടെയാണ് ചിന്തകളേയും വികാരങ്ങളേയും കടിഞ്ഞാണിടാൻ ശ്രമിക്കുന്നത്. ആദ്യത്തേതിന്, സ്വസ്ഥമായ സ്ഥലം കണ്ടെത്തി ഇരിക്കുകയോ കിടക്കുകയോ ചെയ്യുക. എന്നിട്ട് സ്വയം ചില ശബ്ദസൂചനകൾ നല്കുക. "ഞാൻ പൂർണ്ണമായും ശാന്തമാണ്." ഈ സമയം പതുക്കെ, സ്ഥിരമായി ശ്വാസോച്ഛ്വാസം ചെയ്യുക. ഇടവിട്ടിടവിട്ട് വാക്യം ആവർത്തിച്ചുകൊണ്ടു ശരീരത്തിന്റെ വിവിധഭാഗങ്ങളിലെ സംവേദനം അറിയുക. ഇതു പഠിച്ചെടുക്കാൻ അൽപ്പസമയമെടുക്കുമെങ്കിലും ലളിതവും എവിടെയും ഏതുസമയവും ചെയ്യാവുന്നതുമാണ്.
- രണ്ടാമത്തെ മാർഗ്ഗമാണ് നിയന്ത്രിതഭാവന. സ്വസ്ഥമായ നിലയിൽ ഇരുന്ന് ഗന്ധം, ശബ്ദം തുടങ്ങി നിങ്ങളുടെ എല്ലാ ഇന്ദ്രിയങ്ങളേയും ആനന്ദകരമായി ഉത്തേജിപ്പിക്കുന്ന ഒരു സ്ഥലം സങ്കൽപ്പിക്കുക. ഏതു സ്ഥലവുമാകാം. വിശ്രാന്തി നല്കുന്നതാകണമെന്നു മാത്രം. ഭാവനയെ പരമാവധി ഉപയോഗിച്ചു എല്ലാ വിശദാംശങ്ങളോടും കൂടി വേണം ദൃശ്യം കാണാൻ.
- മൂന്നാമതായി, പ്രോഗ്രസ്സീവ് മസ്സിൽ റിലാക്സേഷനാണ്. ശാരീരികശാന്തി മാനസിക ശാന്തിയിലേക്കു നയിക്കുമെന്ന ആശയത്തെയാണ് ഇത് ആശ്രയിക്കുന്നത്. പേശികളെ ആദ്യം മുറുക്കി പിന്നെ അയച്ചുവിട്ട് ശാരീരികമായ ശാന്തത കൈവരുത്തുകയാണ് ലക്ഷ്യം. വീണ്ടും, സ്വസ്ഥമായ നില തെരഞ്ഞെടുക്കുക. തലമുതൽ പാദം വരെയോ, തിരിച്ചോ ഓരോ ശരീരഭാഗങ്ങളെയായി വലിച്ചുമുറുക്കുകയും അയച്ചുവിടുകയും ചെയ്യുക.
- അവസാനമായി, ആകുലതകൾ മാറ്റിവയ്ക്കൽ. ഇതു നേരിട്ടുള്ളതും വളരെ ഫലപ്രദവുമായ മാർഗ്ഗമാണ്. ഇതുവഴി ഉത്കണ്ഠയുടെ ചുഴികളെ ഇല്ലാതാക്കാം. നിങ്ങൾക്കുള്ളിൽ ഉത്കണ്ഠ വളരുന്നതായി തോന്നിത്തുടങ്ങിയാൽ ആശ

ങ്കപ്പെടാനായി പിന്നീടൊരു സമയം ബോധപൂർവ്വം കണ്ടെത്തുക. എന്നിട്ട് മനസ്സിനെ തുടർച്ചയായി വർത്തമാനകാല നിമിഷത്തിലേക്ക് കൊണ്ടുവരിക. നമ്മുടെ ജീവിതത്തിൽ നിന്ന് ഉത്കണ്ഠ പൂർണ്ണമായും ഇല്ലാതാക്കാൻ കഴിഞ്ഞെന്നുവരില്ല. പക്ഷേ അതിന്റെ തുടക്ക സമയവും കാലയളവും പരിമിതപ്പെടുത്താൻ കഴിയും.

അദ്ധ്യായം അഞ്ച്

നിങ്ങളുടെ ചിന്താരീതികൾ മാറ്റുക

മുൻ അദ്ധ്യായങ്ങളിൽ, അമിതമായ ചിന്തകൾ ഉള്ളിൽനിന്ന മന സ്സിലാക്കുന്നതിനും പരിഹരിക്കുന്നതിനുമുള്ള അടിത്തറ സ്ഥാപി ച്ചിട്ടുണ്ട്. യഥാർത്ഥ സമ്മർദ്ദ മാനേജ്മെന്റ്, മനോമാതൃകകളുടെയും മനോഭാവങ്ങളുടെയും ചുമതല ഏറ്റെടുക്കൽ, ജീവിതം കൂടുതൽ പ്രശാന്തമാക്കുക, നമ്മുടെ സമയം എങ്ങനെ ഉപയോഗിക്കുന്ന എന്നതിൽ സജീവമാകുക എന്നിവയെല്ലാം ഉത്കണ്ഠാകുലമായ അമിതചിന്തയെ മനസ്സിലാക്കാനും കൈകാര്യം ചെയ്യാനുമുള്ള പഴുതുകളില്ലാത്ത മാർഗ്ഗങ്ങളാണ്. ഈ അദ്ധ്യായത്തിൽ ചിന്തക ളിലേക്കുതന്നെയാണ് നമ്മൾ തിരിയുന്നത്.

മനസ്സ്, ശരീരം, വികാരങ്ങൾ എന്നിവയെല്ലാം പരസ്പരം ബന്ധമുള്ളതും പരസ്പരം സ്വാധീനിക്കുന്നതുമാണ്. പക്ഷേ, ഉത്ക ണ്ഠയുടെ കാര്യത്തിൽ മനസ്സാണ് പ്രമുഖവേഷത്തിലെന്നതു നിങ്ങൾ മിക്കവാറും ശ്രദ്ധിച്ചിരിക്കും. നമ്മൾ ചിന്തിക്കുന്ന രീതി, നമ്മുടെ മാനസികഘടനകൾ, ലോകത്തെക്കുറിച്ചുള്ള നമ്മുടെ ആന്തരിക വൈജ്ഞാനിക വ്യാഖ്യാനം എന്നിവയാണ് നമ്മുടെ അനുഭവത്തെ രൂപപ്പെടുത്തുന്നത്. ഇതു മനസ്സിലാക്കി, *കോഗ്നിറ്റീവ് ബിഹേവി യറൽ തെറാപ്പി* അഥവാ സിബിടി, ലോകത്തെക്കുറിച്ചുള്ള നമ്മുടെ മനസ്സിന്റെ ധാരണയുടെ വേരുകളിലേക്കെത്താൻ ശ്രമിക്കുന്നു. കൂടാതെ, കൂടുതൽ സഹായകരവും അനുയോജ്യവുമായ ചിന്തകൾ സൃഷ്ടിക്കാൻ ആളുകളെ അനുവദിക്കുകയും ചെയ്യുന്നു.

2018-ൽ ജോസഫ് കാർപെന്ററും സംഘവും നടത്തിയ മെറ്റാ-വിശകലനത്തിൽ തരം തിരിവില്ലാത്ത വിധം സിബിടി ഉത്കണ്ഠ ഒഴിവാക്കുന്നതായി കണ്ടെത്തിയിരുന്നു (ചികിത്സിക്കുന്ന ഉത്ക ണ്ഠയുടെ തരത്തിനനുസരിച്ച ഫലങ്ങൾ വ്യത്യാസപ്പെടുന്നുണ്ടെങ്കിലും). ഈ പഠനം *വിഷാദവും ഉത്കണ്ഠയും* എന്ന ജേർണലിലാണ് പ്ര സിദ്ധീകരിച്ചത്. 2019-ൽ *ഫ്രോണ്ടിയേഴ്സ ഓഫ് സൈക്യാട്രി* യിൽ കോളെറ്റ് ഹിഷും കൂട്ടരും പ്രസിദ്ധീകരിച്ച പ്രബന്ധത്തിൽ, പരീക്ഷണത്തിൽ പങ്കെടുത്തവരിൽ 74 ശതമാനം പേരും സിബിടി പ്രോഗ്രാമിനുശേഷം സുഖം പ്രാപിച്ചതായി പറയുന്നു. ബാക്കിയുള്ള 26 ശതമാനത്തിന്റെ കാര്യമോ?

മുൻ അദ്ധ്യായങ്ങളിൽ പ്രതിപാദിച്ച വിഷയങ്ങൾ വേണ്ടവിധം മനസ്സിലാക്കിയില്ലെങ്കിൽ സി.ബി.ടി ടെക്നിക്ക് *സഹായിക്കില്ല* എന്നതിനാലാണ് അമിതചിന്തയുടെ ഈ വശം നമ്മുടെ പുസ്തകത്തിൽ ഇത്ര വൈകി അവതരിപ്പിക്കുന്നത്. പലരും ഇതു ബുദ്ധിമുട്ടുള്ള വഴിയായി കരുതുന്നു. അവർ അമിതചിന്തയെ പ്രശ്നമായി കാണുന്നു. അതിനാൽ അവർ മാനസികവും വൈജ്ഞാനികവുമായ തലത്തിൽ പ്രശ്നം കൈകാര്യം ചെയ്യുന്നു. അവർ അവരുടെ അമിതകാപ്പികുടി, തിരക്കുപിടിച്ച ജീവിതശൈലി, പരിഹരിക്കപ്പെടാത്ത മാനസികാഘാതങ്ങൾ, കടുത്ത ഉറക്കമില്ലായ്മ എന്നിവ അവഗണിക്കുന്നു. ലോകത്തിലെ ഏറ്റവും നല്ല ഉദ്ദേശ്യത്തോടെ, അവർ ഒരു സി.ബി.ടി പ്രോഗ്രാം ചെയ്യുന്നു. എന്നാൽ, ഒരു കുഴപ്പം പിടിച്ച മേഖലയിലെത്തുകയോ പഴയൊരു ചുഴിയിലെത്തുകയോ ചെയ്യുന്ന നിമിഷം തന്നെ തകരുന്നു.

തലച്ചോറിന്റെ വൈദ്യുതരാസപ്രവർത്തനങ്ങളിൽ നിന്നാണ് ചിന്തകൾ ഉരുത്തിരിയുന്നത്. നമ്മുടെ ശരീരത്തിന്റെ ഭാഗമായ അവയവമാണ് തലച്ചോറ്. മുകളിൽനിന്നു താഴേക്ക് അമിതമായി ചിന്തിക്കുന്നതു പരിഹരിക്കാൻ ശ്രമിക്കുന്ന ഉയർന്ന ക്രമത്തിലുള്ള ഇടപെടലുകൾ, ചിന്ത നമ്മുടെ ജൈവികപ്രവർത്തനത്തിന്റെ പ്രകടനമാണെന്നു തിരിച്ചറിയുന്ന താഴത്തെ ഇടപെടലുകളുമായി പൊരുത്തപ്പെടേണ്ടതുണ്ട്. മറ്റൊരുവിധത്തിൽ പറഞ്ഞാൽ, അമിതചിന്തയെന്ന പ്രഹേളികയുടെ മറ്റെല്ലാ വശങ്ങളും പരിഗണിക്കുന്നില്ലെങ്കിൽ ചിന്തകളുടെ തലത്തിൽ മാത്രം പ്രവർത്തിക്കുന്നതു ഫലപ്രദമാകാൻ സാദ്ധ്യതയില്ല.

നിഷേധാത്മകചിന്താരീതിയാണ് മിക്കവാറും എല്ലാ അമിതചിന്തയുടെയും പിന്നിൽ എന്ന് അതു പറയുന്നു. നിങ്ങളുടെ തലയിൽ കുതിക്കുന്ന ചിന്തകളുടെ ആധിക്യമല്ല, അതിന്റെ ഗുണമാണ് കാര്യം. എല്ലാത്തിലുമുപരി, പലരും അങ്ങേയറ്റത്തെ ദൂരക്കാഴ്ചയുള്ളവരും ഒരുപാടു ചിന്തിക്കുന്നവരും അതുകൊണ്ടു ഒരു സമ്മർദ്ദവുമില്ലാത്തവരുമാണ്! എന്നിരുന്നാലും, സി.ബി.ടിയിലൂടെ വഴിതെറ്റിയ ചിന്തകളുടെ അടിവേരു ചികയാനും പുതിയ ചിന്തകൾ വളർത്തിയെടുക്കാനും കഴിയും. അതായത്, മരുന്നുകളൊന്നുമില്ലാതെ കൂടുതൽ ശാന്തതയോടെയും നിയന്ത്രണത്തോടെയും മുന്നോട്ടുപോകാനാകും.

"നിലവിലുള്ള യാഥാർത്ഥ്യവുമായി പൊരുതി ഒരിക്കലും കാര്യങ്ങൾ മാറ്റിയെടുക്കാനാകില്ല. മാറ്റം വരണമെങ്കിൽ പഴയതിനെ പൂർണ്ണമായും നിരാകരിക്കുന്ന പുതിയ മാതൃക വരണം."

എന്നു പറഞ്ഞ ബക്ക്മിൻസ്റ്റർ ഫുള്ളർ മനഃശാസ്ത്രജ്ഞനല്ലെങ്കിലും സി.ബി.ടി.യുടെ തത്ത്വങ്ങളെക്കുറിച്ചുള്ള അദ്ദേഹത്തിന്റെ ധാരണയാണ് വെളിവാക്കുന്നത്. നമ്മൾ ചർവ്വിതചർവ്വണം ചെയ്യുമ്പോഴും അമിതമായി ചിന്തിക്കുമ്പോഴും നിലവിലെ യാഥാർത്ഥ്യത്തെ മാറ്റാനാണു ശ്രമിക്കുന്നത് (അല്ലെങ്കിൽ അത് മാറ്റുന്നതിനെക്കുറിച്ചുള്ള ആശങ്ക). എന്നാൽ സി.ബി.ടി. ടെക്നിക് ഉപയോഗിക്കുമ്പോൾ മാതൃക തന്നെയാണു മാറ്റുന്നത്. അല്ലെങ്കിൽ, അവബോധത്തിന്റെ വഴികൾ.

ക്ഷണനേരത്തേക്കുള്ള അമിതമായ പരിഭ്രാന്തി (പാനിക് ഡിസോർഡർ), ഒ.സി.ഡി അഥവാ സാമാന്യവത്കൃത ഉത്കണ്ഠ തുടങ്ങി രോഗനിർണ്ണയം നടത്തിയ വൈകല്യങ്ങൾക്കാണ് സി.ബി.ടി. ഉപയോഗിക്കുന്നത്. എന്നാൽ ദൈനംദിന സമ്മർദ്ദം കൈകാര്യം ചെയ്യാനും നമുക്ക് സമാനമായ ചില സാങ്കേതിക വിദ്യകൾ ഉപയോഗിക്കാം. വിശേഷിച്ചും, ആ സമ്മർദ്ദത്തിന്റെ ഉറവിടം നമ്മുടെ ചിന്തകളാണെങ്കിൽ.

ഇതാണ് സി.ബി.ടിയുടെ അടിസ്ഥാനം : നമ്മൾ എങ്ങനെ ലോകത്തെ കാണുന്നു, എങ്ങനെ പെരുമാറുന്നു എന്നിവയെ നമ്മുടെ ചിന്തകളാണ് (പുറത്തെ ലോകമല്ല) സ്വാധീനിക്കുന്നത്. ചിന്തകൾ വികാരങ്ങളെ സൃഷ്ടിക്കുന്നു. അവ നമ്മുടെ അവബോധത്തെ രൂപപ്പെടുത്തും. നമ്മുടെ വിശ്വാസങ്ങളെയും നമ്മളെങ്ങനെ പ്രവർത്തിക്കുന്നു എന്നതും മാറ്റും. ചിന്തകളെ മാറ്റുമ്പോൾ മറ്റെല്ലാം പുറകെ വരും. ഉദാഹരണത്തിന് അമിതചിന്തയിൽ ഒരു അടിസ്ഥാന ചിന്ത ഇങ്ങനെയാവാം, "എന്തു തോൽവിയായാലും സഹിക്കാനാവില്ല, തോറ്റാൽ ഞാനൊരു മോശം മനുഷ്യനാകും." അതിനർത്ഥം, നിങ്ങൾ തോൽക്കുകയാണെങ്കിൽ, വളരെ മോശമായി തോന്നും. പിന്നീടൊരിക്കലും തോൽവിയെന്നൊരു റിസ്കിനു തയ്യാറാകാത്തവിധം സ്വഭാവം മാറ്റിയേക്കും. എന്നാൽ ചിന്ത മറിച്ചായിരുന്നെങ്കിലോ? "തോൽവി സാധാരണയാണ്. അത് ലോകത്തിന്റെ അവസാനമൊന്നുമല്ല." അപ്പോൾ തോൽവി നേരിട്ടാലും അൽപ്പം നിരാശപ്പെട്ടുമെന്നല്ലാതെ സ്വയം ഉയർത്തി മുന്നോട്ടുപോകുക തന്നെ ചെയ്യും.

"കൂടുതൽ പഠിക്കാനും കൂടുതൽ ശക്തരാകാനുമുള്ള മാർഗ്ഗമായി ഞാൻ പരാജയത്തെ വിലമതിക്കുന്നു" എന്നാണ് നിങ്ങളുടെ ചിന്തയെങ്കിൽ, നിങ്ങൾ പരാജയപ്പെട്ടുമ്പോൾ ശാക്തീകരണവും അടുത്ത തവണ കൂടുതൽ കഠിനമായി പരിശ്രമിക്കാനുള്ള പ്രചോദനവും അനുഭവപ്പെടുന്നു. എല്ലാ സമയവും *തോൽവി ഒന്നുതന്നെ*

യാണ്. പക്ഷേ അതിനു പിന്നിലെ ചിന്തകളാണു വ്യത്യസ്തം. അതുവഴി വികാരങ്ങളും തുടർന്നുണ്ടാകുന്ന പെരുമാറ്റവും വ്യത്യസ്തമാകുന്നു. അതുകൊണ്ട് ചിന്തകളുടെയും വിശ്വാസങ്ങളുടെയും പ്രതീക്ഷകളുടെയും അടിത്തട്ടു കാണുന്നതിനു പ്രാധാന്യമുണ്ട്. അതുപോലെ, നിങ്ങൾ യഥാർത്ഥത്തിൽ ആഗ്രഹിക്കുന്ന സ്വഭാവത്തിലേക്കും വികാരങ്ങളിലേക്കുമാണോ അവ നയിക്കുന്നത് എന്ന ചോദ്യത്തിനും പ്രസക്തിയുണ്ട്. അല്ല എന്നാണുത്തരമെങ്കിൽ, അവ മാറ്റേണ്ടതുമുണ്ട്.

എങ്ങനെ നിങ്ങൾക്ക് അനുയോജ്യമല്ലാത്ത ചിന്തകളെ **തിരിച്ചറിയാമെന്നും** അവയെ എങ്ങനെ **വെല്ലുവിളിക്കാമെന്നും** എങ്ങനെ **പുനഃസംഘടിപ്പിക്കാമെന്നും** അല്ലെങ്കിൽ കൂടുതൽ സഹായകരവും കൃത്യവുമായ ചിന്തകൾ കൊണ്ടു **പകരംവയ്ക്കാം** എന്നുമാണ് പിറകെ വരുന്ന ഭാഗങ്ങളിൽ നമ്മൾ കാണുക. ഈ പ്രക്രിയയിലൂടെ പഠിക്കുന്നത് അടിസ്ഥാനപരമായി ചെറുത്തുനിൽപ്പിന്റെ നൈപുണ്യമാണ്. ഇതു നിങ്ങളുടെ ഉത്കണ്ഠയെ ആഴത്തിലുള്ള തലത്തിൽ മനസ്സിലാക്കാൻ സഹായിക്കും. മാത്രമല്ല, ആ ഭയങ്ങൾ നിങ്ങളെ നിയന്ത്രിക്കാൻ അനുവദിക്കാതെ അവയെ നേരിടാനും തിരിച്ചറിഞ്ഞു പ്രവർത്തിക്കാനും നിങ്ങളെ പഠിപ്പിക്കുന്നു. നിങ്ങളുടെ അദ്ഭുതകരമായ അറിവിന്റെ കൂടുതൽ ശരിയായ ഉപയോഗമായി ഇതിനെ കരുതുക. ഉത്കണ്ഠയോടെ അമിതചിന്തകളിൽ വട്ടംകറങ്ങുന്നതിനുപകരം, വിശകലനത്തിനും ബോധപൂർവ്വമായ ചിന്തയ്ക്കും ശ്രദ്ധയ്ക്കുമുള്ള നിങ്ങളുടെ കഴിവുപയോഗിച്ച് ജീവിതത്തിൽ നിങ്ങൾക്കുപകാരപ്രദമല്ലാത്ത ഭാഗങ്ങൾ സജീവമായി മെച്ചപ്പെടുത്താൻ കഴിയും.

നിങ്ങളുടെ വൈജ്ഞാനിക വൈകല്യങ്ങൾ വെളിച്ചത്താക്കുക

വൈജ്ഞാനിക വൈകല്യങ്ങളെന്നുകൂടി വിളിക്കുന്ന ദോഷകരമായ ചിന്തകളെയും വിശ്വാസങ്ങളെയും തിരിച്ചറിയുന്ന പ്രക്രിയയോടെ തുടങ്ങാം. നിങ്ങളതിനെക്കുറിച്ച് മുമ്പൊരിക്കലും ചിന്തിച്ചിട്ടുണ്ടാകില്ല. ലോകത്തെക്കുറിച്ചുള്ള നിങ്ങളുടെ ചിന്തകൾ എത്ര കൃത്യമാണ്? കടന്നുപോകുന്ന യാഥാർത്ഥ്യങ്ങളുടെ പ്രതലത്തെ നമ്മൾ ശരിക്കും കാണുന്നില്ല. എന്നാൽ സത്യത്തിൽ, നാമെല്ലാവരും ലോകത്തെ കാണുന്നതു നമ്മുടെ സ്വന്തം *പ്രതീക്ഷകൾ, വിശ്വാസങ്ങൾ, മൂല്യങ്ങൾ, മനോഭാവങ്ങൾ, പക്ഷപാതങ്ങൾ, അനുമാനങ്ങൾ* അല്ലെങ്കിൽ *മിഥ്യാധാരണകൾ* എന്നിവയിലൂടെയാണ്. അമിതമായി ചിന്തിക്കുന്നവരുടെ വലിയ പ്രശ്നം അതിനായി നമ്മുടെ സ്വന്തം വാക്കുകൾ

തന്നെ എടുക്കാനുള്ള പ്രവണതയാണ്. നമ്മൾ നമ്മുടെ വിലയിരുത്തലുകളും അനുമാനങ്ങളും പ്രതീക്ഷകളും മുഖവിലയ്ക്കെടുക്കുകയും അത് ഉറച്ച വസ്തുതയാണെന്നപോലെ പ്രവർത്തിക്കുകയും ചെയ്യും. അതുവഴി നമ്മുടെ സ്വന്തം വ്യാഖ്യാനത്തിൽ നമ്മൾ ചേർത്ത ഘട്ടം പൂർണ്ണമായും അവഗണിക്കുകയും ചെയ്യും. എന്താണ് നിങ്ങളുടെ ഏറ്റവും സാധാരണമായ വൈജ്ഞാനികവികലത?(അതെ, നിങ്ങൾക്കതുണ്ട്, നമ്മൾക്കെല്ലാം ഉള്ളതുപോലെ!)

ഇനി പറയുന്ന സാധാരണമായ വൈജ്ഞാനികവികലതകളിൽ നിങ്ങളുടെ ഏതെങ്കിലുംആശയമോ വിശ്വാസമോ തിരിച്ചറിയാനാകുന്നുണ്ടോ എന്നു നോക്കുക :

എല്ലാം അല്ലെങ്കിൽ ഒന്നും ചിന്തിക്കുന്നില്ല. ഇത് വളരെ ലളിതമായ, കറുപ്പിലും വെളുപ്പിലുമുള്ള ചിന്തയാണ്. ഒരാൾ ഒന്നുകിൽ പൂർണ്ണമായും ശരി. അല്ലെങ്കിൽ പൂർണ്ണമായും തെറ്റ്. അതിനിടയിൽ സംശയമൊന്നുമില്ല. ഇതു നമ്മുടെ പോരാട്ടത്തിൽ നിന്നോ പിരിമുറുക്കമുണ്ടാകുമ്പോൾ ശരീരത്തിനുണ്ടാകുന്ന പ്രതികരണത്തിൽ നിന്നോ ഉടലെടുത്ത വൈകാരിക അവസ്ഥയാണ്. മാത്രമല്ല, ഇത് *ഒരിക്കലും, എല്ലായ്പ്പോഴും, പരമമായ, പൂർണ്ണമായും, ഒന്നുമില്ല* എന്നതുപോലെയുള്ള സമ്പൂർണ്ണഭാഷയിൽ നിങ്ങൾ ഇതു തിരിച്ചറിയും. എന്നാൽ ഇത്തരത്തിലുള്ള ചിന്തകൾ വിട്ടുവീഴ്ച, സർഗ്ഗാത്മകത, സൂക്ഷ്മത എന്നിവയെ വെട്ടിക്കുറയ്ക്കുന്നു. നിസ്സഹായാവസ്ഥ, വിഷാദം, വഴക്കമില്ലായ്മ എന്നിവയുമായാണ് അതു ബന്ധപ്പെട്ടിരിക്കുന്നത്. “നിങ്ങൾ ഞങ്ങൾക്കൊപ്പമാണ്, അല്ലെങ്കിൽ ഞങ്ങൾക്കെതിരാണ്” എന്നൊരു രാഷ്ട്രീയ നേതാവ് പറയുമ്പോഴും “ഇതു ശരിയാക്കുക, അല്ലെങ്കിൽ എല്ലാം എന്നെന്നേക്കുമായി നശിപ്പിക്കപ്പെടും” എന്ന് നിങ്ങളുടെ മസ്തിഷ്കം പറയുമ്പോഴും എല്ലാം അല്ലെങ്കിൽ ഒന്നുമില്ല എന്ന ചിന്തയാണ് കേൾക്കുന്നത്.

അമിത പൊതുവത്കരണം. ഇത് എല്ലാം അല്ലെങ്കിൽ ഒന്നുമില്ല എന്ന ചിന്തയോട് ചേർന്നിരിക്കുന്നു. വളരെ കുറച്ച് വിവരം വച്ച് നമ്മൾ എല്ലാം ഉൾക്കൊള്ളുന്ന പ്രസ്താവനകൾ ഉണ്ടാക്കുകയാണ്. ഉദാഹരണത്തിന് “എല്ലാ ആണുങ്ങളും ഇങ്ങനെതന്നെ” അല്ലെങ്കിൽ “ഇതുതന്നെയാണ് എപ്പോഴും സംഭവിക്കുന്നത്.” യഥാർത്ഥത്തിൽ, ഒരു പുരുഷൻ മാത്രമാണ് അങ്ങനെ. അത്തരത്തിൽ അക്ഷരാർത്ഥത്തിൽ ഒരുതവണയേ സംഭവിച്ചിട്ടുള്ളൂ. അപകടസാദ്ധ്യത ഉയർത്തുകയും ഉത്കണ്ഠ വർദ്ധിപ്പിക്കുകയും പൂർണ്ണതയുള്ള വികാരങ്ങൾ കൂടുതൽ പ്രകടമാക്കുകയും ചെയ്യുന്ന തരത്തിലുള്ള ഈ

ചിന്ത മനസ്സിലാക്കാവുന്നതേയുള്ളൂ. വാസ്തവത്തിൽ, കുറുവും മറ്റുള്ളവരും നടത്തിയ 2017 ഗവേഷണം സാമൂഹിക ഉത്കണ്ഠയാൽ ബുദ്ധിമുട്ടുന്നവരിൽ പ്രവചനാതീതമായ വൈജ്ഞാനിക വികലതകൾ കണ്ടെത്തി—ഏറ്റവും തിരിച്ചറിയാവുന്ന പാറ്റേണുകളിൽ ഒന്ന് അമിത പൊതുവത്കരണമാണ്.

വ്യക്തിഗതമാക്കൽ. സാമൂഹികസാഹചര്യങ്ങളുടെ തെറ്റായ ചേർച്ച വരുത്തുന്ന മൂല്യനിർണ്ണയവും അതിനാൽ ഉത്കണ്ഠയും ഉള്ളവർക്ക് ഇതു പൊതുവായ മറ്റൊരു വൈകല്യമായിരുന്നു. നമ്മൾ വ്യക്തിഗതമാക്കുമ്പോൾ "കാര്യങ്ങൾ വ്യക്തിപരമായെടുക്കുന്നു". യഥാർത്ഥത്തിൽ നമ്മുടെ നിയന്ത്രണത്തിനു പുറത്തുള്ള സാഹചര്യങ്ങൾക്ക് നമ്മൾ ഉത്തരവാദികളാണെന്നു നമ്മൾ അനുമാനിക്കുന്നു. അല്ലെങ്കിൽ ക്രമരഹിതമായ സംഭവങ്ങളും വ്യക്തിയെന്ന നിലയിൽ നാം ആരാണെന്നതും തമ്മിൽ അർത്ഥവത്തായ ചില ബന്ധം ഊഹിക്കുക.

ഉദാഹരണത്തിന്, ഒരു ബാറിൽ വെച്ച് ആരെങ്കിലും നമ്മളുമായി കൂട്ടിയിടിച്ച് അയാളുടെ മദ്യം നമ്മുടെ വസ്ത്രത്തിൽ തെറിക്കുന്നുവെന്നു കരുതുക. അതു മറ്റാർക്കും സംഭവിക്കാതെ നമുക്കുതന്നെ സംഭവിച്ചത് അയാൾക്കു നമ്മളോടു കുടിപ്പകയുള്ളതുകൊണ്ടാണെന്ന് നമ്മൾ അനുമാനിക്കുന്നു. അടുത്ത സുഹൃത്തിനെ വളരെ മോശമായ മനോനിലയിൽ കാണാനിടയായാൽ തെളിവുകളൊന്നുമില്ലാതെ നമ്മളാണു കാരണമെന്ന് ഉടൻതന്നെ ഊഹിക്കുന്നു. നമ്മുടെ കുട്ടി പഠനത്തിൽ മോശമാകുമ്പോൾ നമ്മൾ ഒന്നിനുംകൊള്ളാത്ത രക്ഷിതാക്കളാണെന്നു കരുതും. നിങ്ങൾക്കു മനസ്സിലാക്കാൻ കഴിയുന്നതുപോലെ, ഈ വളച്ചൊടിക്കൽ ശൂന്യതയിൽ നിന്ന് ഉത്കണ്ഠയും ആശങ്കയും ഉണ്ടാക്കും!

ആന്തരികവത്കരണം അല്ലെങ്കിൽ ബാഹ്യവത്കരണം. ബാഹ്യമായ ചില സംഭവങ്ങളെ നമ്മളെങ്ങനെയാണ് വിശദീകരിക്കുക? സംഭവത്തിനു പിന്നിലെ കാരണം നമ്മളാണെന്നു തെറ്റായി അനുമാനിക്കുമ്പോൾ നമ്മൾ ആന്തരികവത്കരിക്കുകയാണ്. "ഞാനെന്റെ മുറി വേണ്ടത്ര വൃത്തിയാക്കാഞ്ഞതുകൊണ്ടാണ് അച്ഛനും അമ്മയും വിവാഹമോചിതരായത്" എന്ന സ്വയം കുറ്റപ്പെടുത്തലും കുറഞ്ഞ ആത്മാഭിമാനവുമാണു ഇതിന്റെ ഫലം. നമ്മുടെ അമിതമായ ചിന്തയ്ക്കു സ്വയം ശാസിക്കുന്ന ആനന്ദം ഉണ്ടായേക്കാം. മറുവശത്തേക്കു വളരെ ദൂരം പോകുന്നതാണു ബാഹ്യവത്കരണം. നമ്മുടെ തെറ്റിനു മറ്റുള്ളവരെ കുറ്റപ്പെടുത്തൽ. ഉദാഹരണത്തിന് "ഞാൻ പറഞ്ഞതിൽ അവൾ

അസ്വസ്ഥയാകേണ്ട കാര്യമൊന്നുമില്ല, എന്റെ തെറ്റല്ല, അവൾ ഇത്ര തൊട്ടാവാടിയാകരുതായിരുന്നു." ഈ രണ്ടു വൈകല്യങ്ങളും കർതൃത്വം ഒഴിവാക്കുകയും നിസ്സഹായതയിലേക്കു നയിക്കുകയും ചെയ്യുന്നു.

നിഷേധാത്മകതയെ അനുകൂലിക്കുന്നു, ധനാത്മകത കുറയ്ക്കുന്നു. ഇതു പതിവാണ്. നൂറിലൊരു പരീക്ഷ നമ്മൾ തോൽക്കുന്നു. പക്ഷേ, ഞാൻ തോറ്റു എന്നു പറയുമ്പോൾ മറ്റു തൊണ്ണൂറ്റി ഒമ്പതിനെ നമ്മൾ അവഗണിക്കുകയാണ്. ഒരുപക്ഷേ നമ്മൾ വിജയത്തെ ഭാഗ്യമായി കാണുകയും, അതേസമയം ഒരു യഥാർത്ഥ അപകടത്തെ നമ്മൾ മോശക്കാരാണെന്നോ മോശമായ കാര്യങ്ങൾ *എപ്പോഴും* സംഭവിക്കുമെന്നോ ഉള്ളതിന്റെ തെളിവായി കരുതുകയും ചെയ്യുന്നു. ഈ പക്ഷപാതം, കാര്യങ്ങൾ എപ്പോഴും മോശമായിരിക്കുമെന്ന് നിങ്ങളുടെ അടിസ്ഥാന വിശ്വാസങ്ങളോടു സംസാരിക്കുന്നു—നല്ലതൊന്നുപോലും കാണുന്നില്ല എന്ന പരിധിവരെ.

വൈകാരിക ന്യായവാദം. ഈ വൈജ്ഞാനിക വൈകല്യത്തിൽ, നമുക്ക് എന്തെങ്കിലും കാര്യത്തിൽ ഒരു വിധത്തിലുള്ള തോന്നൽ വന്നാൽ അക്കാര്യത്തിൽ അതു സത്യമാകുമെന്ന സ്വാഭാവിക അനുമാനത്തിലേക്കു ചെന്നെത്തുന്നു. മറ്റൊരു തരത്തിൽ പറഞ്ഞാൽ, "എനിക്കു തോന്നിയിട്ടുണ്ടെങ്കിൽ, അതു സത്യമായിരിക്കും." ജോലി സംബന്ധിച്ച പ്രവർത്തനവിശകലനം വരുന്നുണ്ടെന്നു കരുതുക. അതു വളരെ ആഹ്ലാദകരമായിരിക്കില്ല എന്ന് നിങ്ങൾക്കു രഹസ്യ സംശയമുണ്ട്. അതെങ്ങനെയായിരിക്കുമെന്നതിനെക്കുറിച്ച് നിങ്ങൾക്കു വലിയ ധാരണയൊന്നുമില്ലെങ്കിലും നിങ്ങളുടെ സംശയത്തിൽ കാര്യമുണ്ടെന്ന് അനുമാനിക്കുന്നു. മോശം വിശകലനം പ്രശ്നങ്ങളുണ്ടാക്കുമെന്നു കരുതുകയും റിപ്പോർട്ടിലെന്താണുള്ളതെന്ന സത്യം അറിയും മുമ്പ് ആത്മാഭിമാനം നഷ്ടപ്പെട്ടു സമ്മർദ്ദത്തിലാവുകയും ചെയ്യുന്നു.

വൈകല്യങ്ങൾ ഇതു മാത്രമല്ല, പക്ഷേ അവ വളരെ സാധാരണമാണ്. അത്യാപത്തു കരുതുക (സംഭവിക്കാൻ സാദ്ധ്യതയുള്ളത് ഏറ്റവും മോശമായതാകും), അന്ധവിശ്വാസം (പുറത്തുള്ള ആ കാക്ക ഞാൻ പുറത്തുപോകരുതെന്നുള്ള അടയാളമാകും), ഭാഗ്യപ്രവചനം (അതു സംഭവിക്കും, എനിക്കറിയാം), കാലഹരണപ്പെട്ട ചിന്ത (രണ്ടു ഡോക്ടറേറ്റുള്ള ഒരാൾ അഞ്ചു വയസ്സുള്ള കുട്ടിയെപ്പോലെ പെരുമാറുക) തുടങ്ങിയവ.

പലരും ഒരേസമയം ബഹുവിധത്തിലുള്ള വൈജ്ഞാനിക വൈകല്യങ്ങളുമായി ബന്ധപ്പെടും. ഉദാഹരണത്തിന്, ബിസിനസ്സ്

പങ്കാളി നമ്മളോടു അവിശ്വസ്തത കാട്ടിയെന്നു നമ്മൾ ഭയക്കുന്നു. നമ്മൾ ചതിക്കപ്പെട്ടെന്നാവും ഉടൻ നമ്മുടെ അനുമാനം (വൈകാരിക ന്യായവാദം). നമ്മുടെ സ്വന്തം കുറവുകൊണ്ടാണങ്ങനെ സംഭവിച്ചതെന്നാവും അടുത്ത അനുമാനം (ആന്തരികവത്കരണം). അത്യാപത്തു കരുതലും ഭാഗ്യപ്രവചനവും പിറകെ വരും. ബന്ധം ഉപേക്ഷിച്ച് വീണ്ടും ഒറ്റയ്ക്കു ബിസിനസ്സ് നടത്തുന്നതിന്റെ അനന്തരഫലങ്ങളെക്കുറിച്ചൊക്കെ നിങ്ങൾ അമിതമായി ചിന്തിക്കും. ഇത്തരം ചിന്തകളിലേർപ്പെടുന്നത് സ്വയം നിരീക്ഷിക്കുകയാണ് ഒരു മാർഗ്ഗം. ശക്തമായ, വികാരനിർഭരമായ ഭാഷയ്ക്കു വേണ്ടിയും വേണം, നിർബന്ധം തുടങ്ങിയ വാക്കുകൾക്കായും നോക്കുക. ഉറപ്പില്ലാത്ത അനുമാനങ്ങൾക്കായും അല്ലെങ്കിൽ, രണ്ടാമത്തെ നോട്ടത്തിൽ, അങ്ങനെയല്ലാത്ത എന്തെങ്കിലും വിശദീകരിക്കുന്നതിനോ ന്യായീകരിക്കുന്നതിനോ നിങ്ങളുടെ ഭാഗത്തുനിന്ന് എന്തെങ്കിലും ശ്രമമുണ്ടോ എന്നു നോക്കുക. അതിന്റെ ഉഗ്രതയിൽത്തന്നെ ഈ വൈകല്യങ്ങൾ എങ്ങനെ കണ്ടുപിടിക്കാമെന്നു നോക്കാം.

മുൻകാലപെരുമാറ്റ പരിണത മാതൃക അഥവാ (എബിസി)

പല പ്രശ്നസ്വഭാവവും ചെറിയകൂട്ടം മുൻകാലാനുഭവങ്ങളും അതിന്റെ പരിണതഫലങ്ങളുമായി യുക്തിസഹമായി ബന്ധപ്പെട്ടിരിക്കുന്നുവെന്ന് 1970-കളിൽ, എഡ്വേർഡ് കാറും സഹപ്രവർത്തകരും നടത്തിയ ഗവേഷണത്തിൽ കണ്ടെത്തിയിരുന്നു. അവരുടെ ശ്രദ്ധ പ്രയോഗയോഗ്യമായ പെരുമാറ്റ വിശകലനത്തിലാണെങ്കിലും, വ്യക്തിഗതസ്വഭാവമാറ്റത്തിന്റെ പ്രക്രിയയെ രൂപപ്പെടുത്താൻ സഹായിക്കുന്നതിന് മാതൃക പിന്നീട് ഉപയോഗിച്ചു. നമ്മുടെ കാര്യത്തിൽ, പെരുമാറ്റമെന്നത് അമിതചിന്തയും കാര്യങ്ങൾ വെറുതെ തേട്ടിയരയ്ക്കുന്നതും ആശങ്കയുമാണ്. താഴെപ്പറയുന്ന മാതൃക, ഒരു പ്രത്യേക ചിന്താപ്രക്രിയയിൽ നിന്നു പ്രചോദനം ഉൾക്കൊണ്ട് പെരുമാറ്റത്തിനു മുമ്പും (മുൻകാലസംഭവം) ശേഷവും (പരിണതഫലം) വരുന്നതു സൂക്ഷ്മമായി നോക്കുന്നതിലൂടെ നിങ്ങളുടെ വൈജ്ഞാനികവൈകല്യം തിരിച്ചറിയാനും മനസ്സിലാക്കാനും സഹായിക്കും. എ.ബി.സി മാതൃക പ്രാഥമികമായി ശ്രദ്ധയൂന്നുന്നത് പ്രവർത്തനങ്ങളിലും സ്വഭാവത്തിലുമാണ്. പക്ഷേ, നമ്മൾ കണ്ടതുപോലെ നമ്മുടെ പ്രവർത്തനങ്ങളെ ചിന്തകളും വിശ്വാസങ്ങളുമാണ് നയിക്കുന്നത്.

മുൻകാലാനുഭവം ഒരു സ്വഭാവത്തിന്റെ സൂചനയാണ്. ഉദാഹരണത്തിന്, ബീച്ചിൽ പോയപ്പോഴൊക്കെ നിങ്ങൾക്ക് ഐസ്ക്രീം കിട്ടിയിട്ടുണ്ട്. ഓരോ തവണയും നിങ്ങളുടെ പങ്കാളി വൈകുമ്പോൾ നിങ്ങൾക്കു ദേഷ്യം വരികയും അയാളോടു മിണ്ടാതിരിക്കുകയും ചെയ്യുന്നു. മുൻകാലാനുഭവം വ്യക്തിയോ വാക്കോ ചുറ്റുപാടോ അനുഭവമോ സാഹചര്യമോ ദിവസത്തിന്റെ ഒരു സമയമോ അല്ലെങ്കിൽ ഇതിന്റെയൊക്കെ സങ്കലനമോ ആകാം.

ഒരു ഉത്തേജനത്തിന്റെ ഫലമായുണ്ടാകുന്ന പ്രവർത്തനമാണ് **പെരുമാറ്റം**. അതു സഹായകരമാകാം അല്ലെങ്കിൽ അത്ര സഹായകരമാകില്ല. ജോലി ചെയ്തു ക്ഷീണിക്കുമ്പോഴെല്ലാം നിങ്ങൾ മദ്യത്തിലേക്കു തിരിഞ്ഞാൽ, മദ്യപാനത്തിന്റെ പേരിൽ പറയുകയാണെങ്കിൽ ഇതു സഹായകരമല്ല. ചില പ്രവർത്തനങ്ങൾ യോജിച്ച് ഒത്തുചേർന്നുപോകാൻ സഹായിക്കും. മറ്റു ചിലത് നമ്മുടെ ഉത്പാദനക്ഷമതയെ തുരങ്കം വയ്ക്കും. അങ്ങനെ മോശമായി തോന്നുകയും ചിലപ്പോഴെങ്കിലും നമ്മെ അപകടത്തിലാക്കുകയും ചെയ്യും.

നന്നായാലും മോശമായാലും പെരുമാറ്റത്തിന്റെ **അനന്തരഫലമാണ്** പരിണതഫലം. ചില പെരുമാറ്റം ഒരു സാഹചര്യത്തെ മെച്ചപ്പെടുത്തുകയും നല്ലതെന്ന തോന്നൽ ഉണ്ടാക്കുകയും ചെയ്യും. മറ്റു ചിലത് അനാരോഗ്യകരവും വിമുഖത കാട്ടുന്നതുമാകും. പ്രവർത്തനങ്ങളെ നല്ലത് എന്നു വിധിയെഴുതുന്നത് അവയുടെ പരിണതഫലം നല്ലതായതുകൊണ്ടാകാം അല്ലെങ്കിൽ മറിച്ചുമാകാം.

ഈ മൂന്നുഭാഗവും യഥാർത്ഥത്തിൽ പരസ്പരം ബന്ധമുള്ളതാണ്. ചില സമയത്ത്, നമ്മുടെ ചിന്തകൾ പെരുമാറ്റത്തെ സ്വാധീനിക്കുന്നതും ഈ പെരുമാറ്റം ജീവിതത്തെ ബാധിക്കുന്നതും കാണില്ല.

ചില സമയങ്ങളിൽ, യഥാർത്ഥത്തിൽ നമ്മുടെ പെരുമാറ്റത്തിന് പ്രേരണയാകുന്നത് എന്താണെന്നു നമ്മൾ അറിയുന്നില്ല. എന്നാൽ അതറിഞ്ഞാൽ, നേരിട്ടു പെരുമാറ്റത്തെ കൈകാര്യം ചെയ്യുന്നതിനു പകരം പ്രേരണ ഒഴിവാക്കാനോ മാറ്റാനോ ശ്രമിക്കാം.

ചില പെരുമാറ്റങ്ങളുടെ കാരണങ്ങളും ഫലങ്ങളും ഒന്നു പരിശോധിക്കാം. എന്തുകൊണ്ടാണ് നിങ്ങളതു ചെയ്യുന്നത്, അങ്ങനെ ചെയ്യുന്നത് അഭികാമ്യമായ അനന്തരഫലങ്ങളിലേക്കു നയിക്കുന്നുണ്ടോ എന്നതിനെക്കുറിച്ച് നിങ്ങൾക്കു ഉൾക്കാഴ്ച നേടാനാകുമോ? ശാസ്ത്രജ്ഞർ ചെയ്യുന്നതുപോലെ ആദ്യം, നിങ്ങളുടെ സ്വന്തം പെരുമാറ്റത്തെക്കുറിച്ചുള്ള വിവരങ്ങൾ ശേഖരിക്കേണ്ടതുണ്ട്.

നാലു കോളങ്ങളുള്ള ഒരു സ്പ്രെഡ്ഷീറ്റ് വരച്ച് സംഭവങ്ങൾ നിരത്തുക. അതിലൂടെ നിങ്ങൾക്ക് എ, ബി, സി എന്നിവ വേർതിരിച്ചെടുക്കാൻ കഴിയും. ഉദാഹരണം:

സംഭവം	മുൻകാലാനുഭവം	പെരുമാറ്റം	പരിണതഫലം
സംഭവം 1	ഉച്ചഭക്ഷണസമയത്തോടടുത്ത് പലചരക്കുകടയിൽ ഉണ്ടായിരുന്നു.	ഒരു പായ്ക്കറ്റ് മധുരപലഹാരം എടുത്തു കാറിൽവച്ച് അതെല്ലാം കഴിക്കുന്നു.	നാണക്കേടും ശാരീരിക വല്ലായ്മയും തോന്നുന്നു
സംഭവം 2	ഓഫീസിൽ സഹപ്രവർത്തകന്റെ ജന്മദിനാഘോഷം	ഒരുപാടു കേക്ക് കഴിക്കുന്നു	നാണക്കേടും ശാരീരിക വല്ലായ്മയും തോന്നുന്നു
സംഭവം 3	കുട്ടികളുമായി വാദപ്രതിവാദം നടത്തി തളരുന്നു	അലമാരകളിൽ മിഠായിക്കുവേണ്ടി തെരഞ്ഞ് അരപ്പെട്ടി മിഠായി തിന്നുന്നു	നിയന്ത്രണംവിട്ടതായി തോന്നുന്നു.

അങ്ങേയറ്റം ലളിതമായ ഈ ഉദാഹരണത്തിൽ, അവർ ഭയങ്കര അത്യാഗ്രഹിയായതിനാലല്ല അമിതമായി ഭക്ഷിക്കുന്നതെന്നും (വാസ്തവത്തിൽ ഈ തോന്നൽ ശരിക്കും അമിതഭക്ഷണം കഴിക്കുന്നതിന്റെ *പരിണതഫലമാണ്*) സമ്മർദ്ദം നേരിടാനോ അല്ലെങ്കിൽ പാരിസ്ഥിതിക സൂചനകളിൽ നിന്നുള്ള ചില കൂടിച്ചേരലുകളും പഠിച്ചെടുത്ത സ്വഭാവവും (അതായത് ഓഫീസ് പാർട്ടി = കേക്ക് ടൈം!) ഉത്തേജിപ്പിക്കുന്നതിനാലോ ആകാമെന്ന തിരിച്ചറിവിലേക്കു ചിലരെങ്കിലും പെട്ടെന്ന് എത്തിയേക്കാം.

ഈ ലളിതമായ പട്ടിക ചില കാര്യങ്ങൾ വെളിപ്പെടുത്തുന്നു : വാസ്തവത്തിൽ പെരുമാറ്റം പ്രവർത്തിക്കുന്നില്ല. കാരണം, പരിണതഫലം എപ്പോഴും നിഷേധാത്മകമാണ്. അതു പെട്ടെന്നുതന്നെ മുന്നോട്ടുള്ള ഒരു വഴിയും നിർദ്ദേശിക്കുന്നു : ആ പെരുമാറ്റം ഒഴിവാക്കാൻ ഉത്തേജനങ്ങൾ മിതമാക്കുക.

പ്രയോജനപ്രദമെങ്കിലും, ഈ ടെക്നിക് കൂടുതൽ ലളിതമായ പെരുമാറ്റങ്ങൾക്കേ യോജിക്കൂ. കൂടുതൽ സങ്കീർണ്ണമോ നിഗൂഢമോ ആയ പ്രവണതകൾ അനാവരണം ചെയ്യാൻ നിങ്ങൾക്ക് ഒരു പ്രൊഫഷണലിന്റെ സഹായം ആവശ്യമായി വന്നേക്കാം. പ്രത്യേകിച്ചും, നിങ്ങൾ വിശകലനത്തിൽത്തന്നെ ചില പക്ഷപാതമോ തെറ്റായ ആശയങ്ങളോ അവതരിപ്പിക്കുകയാണെങ്കിൽ. എ.ബി.സി. മാതൃക ഉപയോഗിക്കാൻ രണ്ടു ഭാഗങ്ങളുണ്ട്: ആദ്യം, നിലവിലുള്ള പെരുമാറ്റത്തിലേക്കു കൂടുതൽ ഉൾക്കാഴ്ച കിട്ടാൻ വിവരങ്ങൾ ശേഖരിക്കണം. രണ്ടാമതായി, അനാവശ്യ പെരുമാറ്റങ്ങളെ അഭിമുഖീകരിക്കാൻ ഉത്തേജനങ്ങളേയും പരിണതഫലത്തേയും പുനഃസംഘടിപ്പിക്കുകയും വേണം.

പെരുമാറ്റം മാറ്റിയെടുക്കാനാവും. പക്ഷേ അതിനു സമയമെടുക്കും. നിങ്ങൾ ആഗോളകാഴ്ചപ്പാടിലേക്കു വന്നാലേ അത് ഏറ്റവും നന്നായി പ്രവർത്തിക്കൂ. അതായത്, നിങ്ങളുടെ പെരുമാറ്റത്തെ ചുറ്റിയുള്ള രൂപകൽപ്പന മാത്രമല്ല പരിഗണിക്കേണ്ടത്, ആ പെരുമാറ്റത്തെ പിന്തുണയ്ക്കുന്ന ചിന്തകൾ കൂടിയാണ്. അമിതചിന്തയിലേക്കു വരുമ്പോൾ, നമ്മുടെ പ്രവർത്തനത്തിനു മുമ്പുള്ളതും അതിനെ അനുഗമിക്കുന്നതും പിന്തുടരുന്നതുമായ ചിന്തകൾ എന്തൊക്കെയാണെന്നും നമ്മുടെ ചിന്തകൾ ഈ പ്രവർത്തനങ്ങളെപ്പറ്റി എങ്ങനെ നമ്മെ അറിയിക്കുന്നുവെന്നും പ്രത്യേകം പരിഗണിച്ച് എ.ബി.സി രീതിയുമായി ബന്ധിപ്പിക്കാം. ചിന്താശൂന്യമായ മോശം പെരുമാറ്റത്തെ ഉറപ്പിക്കുന്ന, ഗുണമുള്ള പരിണതഫലങ്ങൾ ഉണ്ടായേക്കാം (ഉദാഹരണത്തിന്, നിങ്ങൾ അമിതമായി മദ്യപിക്കുമ്പോഴെല്ലാം ആഘോഷത്തിന്റെ ജീവനും ആത്മാവുമാകുകയും സുഹൃത്തുക്കളിൽ നിന്നു പോസിറ്റീവായ സാധൂകരണം കിട്ടുകയും ചെയ്യുന്നു). അടുത്തുനോക്കിയാൽ, പെരുമാറ്റത്തെ മാത്രമല്ല, അതിനു പിന്നിലുള്ള ചിന്തകളെക്കൂടി അനാവരണം ചെയ്യാനാകും. "ഞാൻ കുടിച്ചാൽ ആൾക്കാർ എന്നെ ഇഷ്ടപ്പെടും. അതിനർത്ഥം കുടിച്ചില്ലെങ്കിൽ ആൾക്കാർ അത്രയും എന്നെ ഇഷ്ടപ്പെടില്ല." സമ്മിശ്രവിജയത്തോടെ നിങ്ങൾക്കു പെട്ടെന്നു പിൻമാറാം. പക്ഷേ മദ്യപാനസ്വഭാവം നിലനിർത്തുന്ന അടിസ്ഥാനവിശ്വാസങ്ങളും ചിന്തകളും അംഗീകരിച്ചാൽ മദ്യപാനപ്രശ്നത്തെ ചുറ്റിപ്പറ്റിയുള്ള ഉത്കണ്ഠ നന്നായി കൈകാര്യം ചെയ്യാനാകും.

പ്രവർത്തനരഹിതമായ ചിന്തകളുടെ രേഖ സൂക്ഷിക്കുക

അമിതമായ ചിന്തയും ഉത്കണ്ഠയും കുറയ്ക്കാനുള്ള മറ്റൊരു മാർഗ്ഗം, തെറ്റായ ചിന്തകളുമായി നേരിട്ട് പ്രവർത്തിക്കുക എന്നതാണ്. പ്രത്യേകിച്ച്, നിങ്ങളുടെ ജീവിതത്തിൽ നിങ്ങൾ ആഗ്രഹിക്കാത്ത അനന്തരഫലങ്ങൾ ഉണ്ടാക്കുന്ന സ്വഭാവത്തിനു പിന്നിലുള്ളവയുമായി. പ്രവർത്തനരഹിതമായ ചിന്തകളുടെ രേഖ എന്നാൽ സ്വയമേവയുള്ളതിനു പുറമെ അബോധത്തിലുള്ള ചിന്തകൾ പോലും ഒരിടത്തു ശേഖരിക്കുന്നതിനുള്ള ഘടനാപരമായ മാർഗ്ഗമാണ്. അതിനാൽ നമുക്ക് അവയെ വിശകലനം ചെയ്യാനും ഒരു ബദൽ നമുക്കു മികച്ച ഗുണഫലം തരുമോ എന്നു തീരുമാനിക്കാനും കഴിയും.

എ.ബി.സി പട്ടിക ഉണ്ടാക്കിയതുപോലെതന്നെ ഒരു ചിന്താ പട്ടിക ഉണ്ടാക്കുക :

തീയതിയും സമയവും	സാഹചര്യം	സ്വയമേവയുള്ള ചിന്തകൾ	വികാരങ്ങൾ	ഇടവിട്ടുള്ള പ്രതികരണം	പരിണത ഫലം

ശക്തമായ നിഷേധാത്മക വികാരം അനുഭവിക്കുമ്പോഴെല്ലാം ഈ പട്ടികയിൽ രേഖപ്പെടുത്തുക. ചിന്തകളുടെയും വികാരങ്ങളുടെയും പോസ്റ്റ്മോർട്ടം ചെയ്യാൻ പട്ടിക സഹായിക്കും. ആ സമയത്ത് എന്തായിരുന്നു നിങ്ങളുടെ മനസ്സിൽ എന്നു കണ്ടെത്താനും വിവരങ്ങൾ അനുസരിച്ചുള്ള മാറ്റങ്ങൾ ഉൾക്കാഴ്ചയോടെ നടപ്പാക്കാൻ ആഗ്രഹിക്കുന്നുവെങ്കിൽ അതിനും സഹായിക്കും.

സാഹചര്യം : മുൻകാലസംഭവങ്ങളെക്കുറിച്ച് ചെയ്തതുപോലെ, ചില ചിന്തകളും തോന്നലുകളും വരുന്നതിനു മുമ്പുള്ള ചുറ്റുപാടുകൾ രൂപപ്പെടുത്തുന്ന എന്തെങ്കിലും സംഭവങ്ങളുണ്ടെങ്കിൽ രേഖപ്പെടുത്തുക. ഇത് ഒരു ഓർമ്മയാകാം, ചിന്തയോ വികാരമോ ആശയമോ ചെറിയ പകൽസ്വപ്നമോ ആകാം.

സ്വയമേവയുള്ള ചിന്തകൾ : തത്ഫലമായുണ്ടാകുന്ന ചിന്തകളോ ചിത്രങ്ങളോ അതുപോലെ നിങ്ങളുടെ വിശ്വാസത്തിന്റെയും അതിൽ നിങ്ങളുടെ സംഭാവനയുടെയും അളവ് എന്നിവ രേഖപ്പെടുത്തുക.

വികാരങ്ങൾ : ഈ സ്വയമേവയുള്ള ചിന്തകൾ പ്രചോദിപ്പിക്കുന്ന വികാരങ്ങളെ കണ്ടെത്തുക. ശതമാനക്കണക്കിൽ അവയുടെ തീവ്രതയും.

ഇടവിട്ടുള്ള പ്രതികരണം : ഇവിടെ, പ്രാരംഭ സംഭവം കഴിഞ്ഞതിനുശേഷം, നിങ്ങൾ വരുത്തിയേക്കാവുന്ന വൈജ്ഞാനികവൈകല്യങ്ങളെക്കുറിച്ചും, നിങ്ങൾക്കു വ്യത്യസ്തവും ആരോഗ്യകരവുമായ മറ്റൊരു പ്രതികരണം ലഭിക്കുമായിരുന്നോ എന്നും ചിന്തിക്കുക. ഈ വൈകല്യങ്ങളെ വെല്ലുവിളിക്കുന്നതിനെക്കുറിച്ചും മറികടക്കുന്നതിനെക്കുറിച്ചുമുള്ള അടുത്ത വിഭാഗത്തിൽ ഈ കോളം കൂടുതൽ വിശദമായി അവതരിപ്പിക്കുന്നുണ്ട്.

പരിണതഫലം : യഥാർത്ഥ ചിന്തകളും വികാരങ്ങളും തിരിച്ചറിഞ്ഞു പുനർനിർമ്മിച്ച ശേഷം ഇതു പൂരിപ്പിക്കുക. നിങ്ങൾക്ക് എങ്ങനെ തോന്നുന്നു, സ്വയമേവയുള്ള ചിന്തകളെ നിങ്ങൾ എത്രത്തോളം വിശ്വസിക്കുന്നു, നിങ്ങളുടെ വികാരങ്ങളുടെ തീവ്രത, നിങ്ങൾ എങ്ങനെ പ്രവർത്തിക്കാൻ ആഗ്രഹിക്കുന്നു എന്നിവ പുനർനിർണ്ണയിക്കുക.

വൈജ്ഞാനികവൈകല്യങ്ങളെക്കുറിച്ച് മറ്റൊരു അധിക കോളം കൂടി ഉണ്ടാക്കാവുന്നതാണ്. കാലക്രമേണ അവയെ കൂടുതൽ എളുപ്പത്തിൽ തിരിച്ചറിയാനും നിങ്ങൾ ഏതൊക്കെ വൈകല്യങ്ങൾക്കാണു പ്രത്യേകിച്ച് വിധേയമാകാൻ സാദ്ധ്യതയുള്ളതെന്നു നിരീക്ഷിക്കാനും ഈ കോളം സഹായിക്കും.

എ.ബി.സി ഘടനയും പ്രവർത്തനരഹിതമായ ചിന്തകളുടെ രേഖയും ഒരേ ധർമ്മമാണ് നിർവ്വഹിക്കുന്നത്. എങ്കിലും, ഒന്നു പെരുമാറ്റത്തിലും മറ്റേത് പെരുമാറ്റത്തിനു പിറകിലെ ചിന്തകളിലും വികാരങ്ങളിലുമാണെന്നു മാത്രം. നിങ്ങളുടെ സവിശേഷ സാഹചര്യത്തിനനുസരിച്ച് ഏതു വേണമെങ്കിലും ഉപയോഗിക്കാം. അല്ലെങ്കിൽ, അമിതമായി ചിന്തിക്കുമ്പോഴോ ഉത്കണ്ഠ തോന്നുമ്പോഴോ അകത്ത് എന്താണ് സംഭവിക്കുന്നതെന്നുള്ളതിന്റെ കൂടുതൽ ഉൾക്കാഴ്ചയ്ക്കായി രണ്ടുംകൂടി ചേർത്തും ഉപയോഗിക്കാം. ഏതു തെരഞ്ഞെടുത്താലും, ഏതാനും ആഴ്ചകൾക്കകം വെല്ലുവിളിയും ചിന്തകളെ മാറ്റിയെടുക്കലും എന്ന അടുത്തഘട്ടത്തിലേക്കു പോകാനുള്ള വിവരങ്ങൾ ശേഖരിച്ചിരിക്കണം.

വൈജ്ഞാനികവൈകല്യങ്ങളിൽ നിന്നു മുക്തിനേടുക

സഹായകരമല്ലാത്ത ചിന്തകളെ വെല്ലുവിളിക്കാൻ ഏതു രീതി ഉപ

യോഗിച്ചാലും എപ്പോഴും നിങ്ങളെ ഉത്കണ്ഠാകുലരാക്കുന്ന ചിന്താരീതികളുടെ നിയന്ത്രണം ഏറ്റെടുക്കുകയെന്നതായിരിക്കണം ആശയം. ഒപ്പം ശാന്തതയും നിയന്ത്രണവും പ്രാപ്തിയും അനുഭവിക്കാൻ നിങ്ങളെ സഹായിക്കുന്ന ചിന്താരീതികൾ ഉപയോഗിച്ച് അവയെ പുനഃസ്ഥാപിക്കുകയും വേണം. വിധിയെഴുത്തിനു പകരം സഹാനുഭൂതിയോടെയുള്ള ആകാംക്ഷയെന്ന മനോഭാവമായിരിക്കണം സ്വീകരിക്കേണ്ടതെന്നു മറന്നുപോകരുത്. ഉത്കണ്ഠാകുലരും അമിതമായി ചിന്തിക്കുന്നവരും മിക്കപ്പോഴും അവരവരോടുതന്നെ കഠിനഹൃദയരായിരിക്കും. അല്ലെങ്കിൽ തിരിച്ചറിഞ്ഞ ന്യൂനതകൾക്കും ബലഹീനതകൾക്കും അവർ സ്വയം ശിക്ഷിക്കും.നിങ്ങളുടെ സ്വന്തം വൈജ്ഞാനിക ശ്രേണികൾ ശ്രദ്ധിക്കുമ്പോൾ, കുറച്ചു വൈകല്യങ്ങളേ കാണാൻ സാധിക്കുന്നുള്ളൂ എങ്കിൽ അത് ആഘോഷിക്കാനുള്ള കാരണമാണ്. നിരാശയുടെയോ ലജ്ജയുടെയോ അക്ഷമയുടെയോ സ്ഥാനത്തുനിന്നു സ്വയം പരിഹരിക്കാൻ ശ്രമിക്കുന്നതിനു പകരം വളരാനും മാറാനുമുള്ള സത്യസന്ധതയും ധൈര്യവും ഉള്ളതിൽ അഭിമാനിക്കുക. നമ്മുടെ ചിന്തകളെ പുറത്തെടുക്കുകയും അവയ്ക്കുപകരം നമ്മുടെ യഥാർത്ഥ മൂല്യങ്ങളെ നന്നായി പ്രതിഫലിപ്പിക്കുന്ന ചിന്തകളെ പകരംവയ്ക്കാൻ ബോധപൂർവ്വം ശ്രമിക്കുകയും ചെയ്യുകയെന്നതാണ് ആശയം. ഇതുവഴി നമ്മളാഗ്രഹിക്കുന്ന ജീവിതം സൃഷ്ടിക്കാൻ സഹായിക്കുന്നു. ഇതൊരു ശാക്തീകരണ പ്രക്രിയയാണ്. നമുക്കു ചില ജനകീയ സമീപനങ്ങൾ നോക്കാം.

വൈജ്ഞാനിക പുനഃക്രമീകരണം

ചിന്തിക്കുന്നതെല്ലാം പൂർണ്ണമായും ശരിയാണെന്നു മിക്കപ്പോഴും എത്ര അനായാസമായാണ് നമ്മൾ കരുതുന്നതെന്നതു കൗതുകം തന്നെ. മിക്കസമയത്തും മനസ്സിലൂടെ കടന്നുപോകുന്ന ചിന്തകളെ നമ്മൾ ചോദ്യം ചെയ്യാറില്ല. നമ്മൾ ചിന്തിക്കുന്നത് അടുത്തുചെന്നു നോക്കുകയാണെങ്കിൽ, വൈകല്യങ്ങളും തെറ്റുകുറ്റങ്ങളും തെറ്റായ വിവരണങ്ങളുമെല്ലാം കാണാൻ കഴിയും. ഇതെല്ലാം അമിതചിന്തയുടെയും സമ്മർദ്ദത്തിന്റെയും ശ്രേണികളിൽ നമ്മെ കുടുക്കാൻ പര്യാപ്തമാണ്. പഴയ ശീലങ്ങൾകൊണ്ടോ പരമ്പരാഗത ചിന്തകൊണ്ടോ അല്ലെങ്കിൽ മാനസികാഘാതം മൂലമോ അതല്ലെങ്കിൽ മറ്റാരെങ്കിലും ആ വിശ്വാസങ്ങൾ പഠിപ്പിച്ചതുമൂലമോ, യാഥാർത്ഥ്യത്തിന്റെ വ്യാഖ്യാനങ്ങളല്ല, യാഥാർത്ഥ്യം തന്നെയാണെന്ന് നമ്മെ ബോധ്യപ്പെടുത്താൻ ഈ വിവരണങ്ങൾക്കു കൗതുകകരമായ രീതിയുണ്ട്.

എന്നാൽ, നമ്മൾ ശാസ്ത്രജ്ഞരെപ്പോലെ ചിന്തിച്ച് നമ്മുടെ ചിന്തകളെ നിഷ്പക്ഷമായി പരിശോധിച്ച് ചോദ്യം ചെയ്യേണ്ടതുണ്ട്. ഏതെങ്കിലും പഴയചിന്തയുടെ പിന്നാലെ പോകാതെ തെളിവുകളാണ് തേടേണ്ടത്. ഈ വ്യക്തത മൂർച്ചയുള്ള വാൾ പോലെയാകണം. അമിതചിന്തകളെ വൃത്തിയായി മുറിച്ച് ആകെ താറുമാറായ ചിന്തകളുടെ കൂട്ടത്തിൽ നിന്നു പ്രയോജനമുള്ളതും കൃത്യതയുള്ളതുമായ ചിന്തകളെ ശസ്ത്രക്രിയ ചെയ്തെടുത്തു ഗുണകരമല്ലാത്തതിനെ ഉപേക്ഷിക്കേണ്ടതുണ്ട്.

വൈജ്ഞാനിക തെറാപ്പിയുടെ സ്ഥാപകപിതാക്കന്മാരിലൊരാളായി ആൽബർട്ട് എല്ലിസിനെ കണക്കാക്കാറുണ്ട്. വിശേഷിച്ചും വൈജ്ഞാനിക പുനഃസംഘടനയിൽ. എന്നുവച്ചാൽ നമുക്ക് ഉപയോഗപ്രദമല്ലാത്ത ചിന്താരീതികളെക്കുറിച്ച് അവബോധമുണ്ടാകുകയും അതു നവീകരിക്കുകയും ചെയ്യുന്ന ശാഖയിലാണ് അദ്ദേഹത്തിന്റെ മികവ്. നമ്മൾക്കാവശ്യമുള്ള ചിന്തകൾ നിർമ്മിക്കാൻ നമുക്കാവും. തെളിവുകളുപയോഗിച്ച് പരിമിതപ്പെടുത്തുന്നതോ സഹായകരമല്ലാത്തതോ ആയ ചിന്തകളെ കൂടുതൽ യുക്തിസഹമായവയിലേക്കു പുനഃക്രമീകരിക്കുവാനുമാകും.

ചിന്തകൾ, അനുമാനങ്ങൾ, വിശേഷണങ്ങൾ, വ്യാഖ്യാനങ്ങൾ എന്നിവ യഥാർത്ഥ സാഹചര്യങ്ങളിൽ പിന്തുണയ്ക്കുന്നുണ്ടോ എന്നറിയാൻ തെറാപ്പിസ്റ്റിനു ശരിയായ വിവരം ശേഖരിക്കാൻ ആവശ്യപ്പെടാം. നിങ്ങൾ ശരിയെന്നു ധരിച്ചിരുന്ന പല കാര്യങ്ങളും തെളിവുകളില്ലാത്തതും കഴമ്പില്ലാത്തതുമാണെന്ന തിരിച്ചറിവാണ് ഇതിൽ നിന്നു കിട്ടുക! നിങ്ങൾക്ക് ഒരു കൂട്ടം ചിന്തകൾ തെരഞ്ഞെടുക്കാമെങ്കിൽ, അതിനർത്ഥം അതിനു പകരം മറ്റൊന്നു തെരഞ്ഞെടുക്കാമെന്നുമാണ്.

നമുക്കെങ്ങനെ തോന്നുന്നു എന്നതു സംഭവിക്കുന്നതെന്താണ് എന്നതുകൊണ്ടല്ല. മറിച്ച്, എന്താണുസംഭവിക്കുന്നതെന്നു നമ്മൾ എങ്ങനെ *ചിന്തിക്കുന്നു* എന്നതിനാലാണ്. ചുറ്റുമുള്ള കാര്യങ്ങളെക്കുറിച്ചുള്ള നമ്മുടെ കാഴ്ച മാറ്റുമ്പോൾ നമ്മുടെ തോന്നലുകളും മാറുന്നു. മുമ്പത്തെ വിഭാഗത്തിൽ വിവരിച്ചിരിക്കുന്നതുപോലെ നിങ്ങളുടെ സ്വന്തം ചിന്തയെക്കുറിച്ചു നിങ്ങൾ ചില നിരീക്ഷണങ്ങൾ നടത്തിയിട്ടുണ്ടെങ്കിൽ, നിങ്ങളുടെ ബോധപൂർവ്വമായ ശ്രദ്ധ ഇതിനകംതന്നെ നിങ്ങൾ മാനസികമായി ക്രമീകരിക്കുന്ന രീതി മാറ്റിയിട്ടുണ്ടാകും. അൽപ്പം സാവധാനമാക്കി ശ്രദ്ധ കൊടുത്താൽ, നിങ്ങൾ കൂടുതൽ അവബോധമുള്ളവരാകും. അതുവഴി കൂടുതൽ നിർവ്വഹണത്തിനു

സ്വയം അവസരം നല്കുന്നു. ചോദ്യം ചെയ്യാതെ അവയോടൊപ്പം പോകുന്നതിനുപകരം, നമ്മുടെ ചിന്തകളെ തിരിച്ചറിഞ്ഞാൽ, നമ്മൾ കൂടുതൽ യുക്തിസഹമായും വ്യക്തമായും ചിന്തിക്കുകയും, സമ്മർദ്ദമുണ്ടാക്കുന്ന ശീലങ്ങളെ തകർക്കുന്നതിലേക്കു വലിയൊരു ചുവടു മുന്നോട്ടുവയ്ക്കുകയും ചെയ്യും.

കാര്യങ്ങൾ നമുക്കു മുന്നോട്ടു കൊണ്ടുപോകാം. നിഷേധാത്മകതോന്നൽ വരുമ്പോൾ അവിടെ നിർത്തുക. എന്നിട്ടു ജാഗ്രതയിലാകുക. ഏതു വിധേനയെങ്കിലും നിങ്ങളുടെ റിക്കാർഡിൽ കഴിയുന്നത്ര എഴുതുക. ഈ ചിന്തയുടെ സൂചന അല്ലെങ്കിൽ ഉത്തേജകം തിരിച്ചറിയുക. ഏറ്റവും ചുരുങ്ങിയത് ഈ ചിന്ത വരുന്നതിനു തൊട്ടുമുമ്പ് എന്തുണ്ടായി എന്നെങ്കിലും രേഖപ്പെടുത്തുക. കഴിയുമെങ്കിൽ വിശദാംശങ്ങളിലേക്കു പോകുക : ആരാണ് അപ്പോൾ ഉണ്ടായിരുന്നത്? എവിടെ, എപ്പോഴാണു സംഭവിച്ചത്? അക്ഷരാർത്ഥത്തിൽ എന്താണു നടന്നത്? അതും വളരെ വിശദമായി (ഒരു വിശദാംശവും വളരെ ചെറുതല്ല).

സ്വയമേവയുണ്ടാകുന്ന ചിന്തകൾ എഴുതുക. മനസ്സിൽ അത്ര വ്യക്തമായി ഉരുത്തിരിഞ്ഞിട്ടില്ലെങ്കിലും. സ്വയംഭാഷണം വല്ലതുമുണ്ടോ എന്നു ശ്രദ്ധിക്കുക. ഉയർന്നുവരുന്ന ചോദ്യങ്ങൾ ശ്രദ്ധിക്കുക. ഉടൻതന്നെ സ്വയം പറയാൻ തുടങ്ങുന്ന വിശദീകരണങ്ങളോ കഥകളോ ഉണ്ടോ എന്നു ശ്രദ്ധിക്കുക. അതിലെ കെണി എന്താണെന്നുവച്ചാൽ, ഏറ്റവും ഉറച്ചതും ദോഷകരവുമായ സ്വയമേവചിന്തകൾ സാധാരണയായി അവ്യക്തവും പ്രകടിപ്പിക്കാൻ പ്രയാസമുള്ളതുമാണ്—ആദ്യം. തുടർന്നുണ്ടാകുന്ന വികാരവും (ചിന്തയും വികാരവും ഒന്നാണെന്നതുപോലെയാണ് ആദ്യം തോന്നുക—ശ്രദ്ധാപൂർവ്വം നോക്കി അതിന്റെ കുരുക്കഴിക്കണം!) എത്ര തീവ്രമായി നിങ്ങൾ അതനുഭവിക്കുന്നു എന്നും ശ്രദ്ധിക്കുക. ഒന്നിലധികം വികാരങ്ങൾ പ്രത്യക്ഷപ്പെടാം.

ഒരിക്കൽ ഇതുമായി പരിചിതമായിക്കഴിഞ്ഞാൽ, നമ്മൾ പ്രധാന ഭാഗത്തേക്കു വരികയായി : മാറ്റുക. നിഷ്പക്ഷമായി വിവരങ്ങൾ ശേഖരിക്കാൻ ആവശ്യമായ സമയം ചെലവഴിച്ച മാത്രമേ പുനഃക്രമീകരണത്തിനു തുനിയാവൂ. എന്താണു മാറ്റേണ്ടതെന്നതിന്റെ വ്യക്തമായ ചിത്രം കിട്ടാതെ മാറ്റങ്ങൾ വരുത്താവുന്ന അവസ്ഥയിലാവില്ല! നിങ്ങൾ പകരം കണ്ടെത്തുന്ന മാർഗ്ഗങ്ങളെ നിങ്ങൾ ചെയ്യുന്ന വൈകല്യങ്ങളാണ് നയിക്കുക. ഈ പ്രക്രിയയിൽ പുതിയ ആളാണെങ്കിൽ, കഴിയുന്നത്ര ബദലുകൾ സൃഷ്ടിക്കാൻ നിങ്ങൾ ആഗ്രഹിച്ചേക്കും. അവ പ്രവർത്തനക്ഷമമാണെങ്കിൽ പ്രശ്നമില്ല.

അതവിടെയുണ്ട് എന്നു കാണാൻ നിങ്ങൾ മനസ്സു തുറക്കുന്നു എന്നു മാത്രം. വാസ്തവത്തിൽ, കാര്യങ്ങളെക്കുറിച്ച് ചിന്തിക്കാൻ മറ്റു വഴികളുണ്ടെന്നു കാണാൻ. വ്യത്യസ്ത വിശകലനങ്ങൾക്കായി നോക്കുക. നിങ്ങളുടെ വിലയിരുത്തലിൽ കാര്യങ്ങളെ മൃദുലവും വഴക്കമുള്ളതും ദയയുള്ളതുമാക്കുക.

ഈ പ്രക്രിയയെ നയിക്കാൻ ചില ചോദ്യങ്ങളിതാ :

- എന്റെ യാന്ത്രികചിന്തകൾ ശരിക്കും ശരിയോ തെറ്റോ എന്നറിയാൻ എന്തു തെളിവാണുള്ളത്?
- മറ്റു വിശദീകരണങ്ങളുണ്ടോ?
- ഞാനെന്തെങ്കിലും തെറ്റു വരുത്തുകയോ അനുമാനങ്ങളിലേക്കു പോകുകയോ ചെയ്തോ?
- അങ്ങേയറ്റം മോശമായി എന്താണു സംഭവിക്കുക—അത് യഥാർത്ഥത്തിൽ *അത്രയും* മോശമാണോ?
- എന്തു വൈജ്ഞാനികവൈകല്യങ്ങളാണ് ഞാൻ ഉപയോഗിക്കുന്നത്? ഈ വൈകല്യം മാറ്റിയാൽ ചിന്തകൾ എങ്ങനെയിരിക്കും?
- ഏതെങ്കിലും സുഹൃത്തോ മറ്റു പ്രിയപ്പെട്ടവരോ ഇങ്ങനെ ചിന്തിക്കുന്നെങ്കിൽ അവരെപ്പറ്റി ഞാനെങ്ങനെ ചിന്തിക്കും?
- ഇതുമായി ബന്ധപ്പെട്ട എല്ലാ കാര്യങ്ങളും ശ്രദ്ധയിൽപ്പെട്ടോ? അല്ലെങ്കിൽ കുറച്ചുമാത്രമോ?
- എന്റെ പ്രതികരണം യഥാർത്ഥമായതോ അതല്ല, ശീലത്തിനപ്പുറമാണോ എന്റെ പെരുമാറ്റം?
- മറ്റെന്തു വീക്ഷണമാണുള്ളത്? ഈ സാഹചര്യത്തിൽ മറ്റുള്ളവർ എന്താവും ചെയ്യുക?
- ഈ ചിന്ത ശരിക്കും വന്നത് എവിടെ നിന്നാണ്? വിശ്വസിക്കാവുന്ന ഉറവിടമാണോ അത്?

പറ്റാവുന്നത്ര ബദലുകൾ എഴുതുക. ഏറ്റവും കുറഞ്ഞതു മൂന്നെണ്ണം എങ്കിലും എഴുതുക, പിന്നീട് നിങ്ങളുടെ പട്ടിക നോക്കുക. പുതിയ വെളിച്ചത്തിൽ നിങ്ങളുടെ ചിന്തകളേയും വികാരങ്ങളേയും നോക്കുക. നിങ്ങൾ ചിന്തകളെ മാറ്റിയതിനെത്തുടർന്ന് എന്തെങ്കിലും വ്യത്യാസമുണ്ടോ? ഉണ്ടെങ്കിൽ, അതു ശ്രദ്ധിച്ചു നേട്ടങ്ങളെ അഭിനന്ദിക്കുക.

വൈജ്ഞാനിക പുനഃക്രമീകരണം യഥാർത്ഥത്തിൽ നിങ്ങളുടെ ജീവിതത്തെ മെച്ചപ്പെടുത്തുകയും, സുഖപ്പെടുത്തുകയും ചെയ്യുന്നു എന്ന വസ്തുത നിങ്ങൾക്ക് എത്രത്തോളം ആന്തരികമാക്കാൻ കഴിയും, അത്രയധികം നിങ്ങൾ അതിൽ ഉറച്ചുനിൽക്കുകയും നേട്ടങ്ങൾ കൊയ്യുകയും ചെയ്യും!

നമുക്കു മൂർത്തമായ ഉദാഹരണം നോക്കാം. പ്രസാദ് ഒരു വിട്ടു മാറാത്ത അമിതചിന്താഗതിക്കാരനാണ്. ജോലിയെക്കുറിച്ചുള്ള ആവർത്തിക്കുന്ന ആകുലതകളാൽ തീവ്രമായ സമ്മർദ്ദത്തിലാണ്. എല്ലാം എല്ലായ്പ്പോഴും ദുരന്തത്തിന്റെ വക്കിലാണ് എന്ന ഭയം കാരണം ശാന്തമായിരിക്കാൻ അയാൾക്ക് കഴിയുന്നില്ല. പ്രവർത്തനക്ഷമമല്ലാത്ത ചിന്തകളെക്കുറിച്ചുള്ള രേഖ അദ്ദേഹം ഏതാനും ആഴ്ചകൾ സൂക്ഷിക്കുന്നു. അദ്ദേഹത്തിന്റെ എൻട്രികളിൽ ഒന്ന് ഇതാ :

ദിവസവും സമയവും	സാഹചര്യം	യാന്ത്രിക ചിന്തകൾ	വികാരങ്ങൾ	ബദൽ പ്രതികരണം	പരിണത ഫലം
9 ജൂലൈ 10.45	രാവിലെ ആകെ തിരക്കു പിടിച്ച പോലെ, ഇടനാഴിയിൽ ബോസിന്റെ മുന്നിൽ പ്പെട്ടു, അദ്ദേഹത്തിന്റെ ചോദ്യത്തിന് വേഗം ഉത്തരം പറയാനായില്ല, അദ്ദേഹം ചിരിച്ചു.	"മറ്റുള്ളവർ എന്നെ നിരന്തരം നിരീക്ഷിക്കുകയും വിലയിരുത്തുകയും ചെയ്യുന്നു" "എനിക്ക് എല്ലായ്പ്പോഴും നിയന്ത്രണത്തിലും കൃത്യതയിലും പൂർണ്ണമായി പ്രത്യക്ഷപ്പെടണം" "എന്റെ ജോലിയിൽ ഞാൻ മോശക്കാരനും പരാജയവുമാണ്."	പരിഭ്രാന്തി (80%) നാണക്കേട് (10%) എനിക്ക് ഒരിക്കലും ശാന്തനാകാൻ കഴിയില്ലെന്നു തോന്നുന്നു, ഒരു വഞ്ചകനെ പോലെ തോന്നുന്നു.	സാദ്ധ്യതയുള്ള വൈകല്യം : ദുരന്തമായി കരുതുന്നു, അമിതമായ ഊതിവീർപ്പിക്കൽ, നെഗറ്റീവിൽ ശ്രദ്ധയൂന്നൽ, മനസ്സ് വായിക്കൽ.	പരിണത ഫലം : ചിന്തകളെ പുനഃക്രമീകരിക്കുമ്പോൾ കൂടുതൽ സുഖവും ആശ്വാസവും തോന്നുന്നു.

ഏതാനും ആഴ്ചകൾക്കു ശേഷം, അതേ ആവർത്തിച്ചുള്ള ചിന്തകളുടെ പാറ്റേൺ പ്രസാദ് ശ്രദ്ധിച്ചു. വീണ്ടും വീണ്ടും അതേ തരത്തി

ലുള്ള വൈകല്യങ്ങൾ. അവൻ ചിന്തകൾ നോക്കുകയും നേരത്തെ ലിസ്റ്റ് ചെയ്ത ചോദ്യങ്ങളിൽ നിന്നു പ്രചോദനം ഉൾക്കൊണ്ട് ചില ബദലുകൾ സൃഷ്ടിക്കുകയും ചെയ്യുന്നു :

> "ആളുകൾ എന്നെ *വിലയിരുത്തുന്നു* എന്നതിന് എന്റെ പക്കൽ കാര്യമായ തെളിവുകളില്ല, അവർ ഇടയ്ക്ക് എന്റെ ജോലി ശ്രദ്ധിക്കാറുണ്ടെങ്കിലും."
>
> "എന്റെ മേലധികാരി എന്നെ എത്ര സൂക്ഷ്മമായി നിരീക്ഷിക്കുന്നു എന്നത് എന്റെ അതിശയോക്തിയായേക്കാം."
>
> "ഒരു ചിരി അതായിരിക്കുന്നതിനേക്കാൾ ഭയാനകമാണെന്ന് ഞാൻ വ്യാഖ്യാനിച്ചേക്കാം."
>
> "മേലധികാരി എന്റെ ജോലിയിൽ സന്തുഷ്ടനാണെന്നതിന് ധാരാളം തെളിവുണ്ട്."
>
> "ചെറിയ തെറ്റുകൾ എന്റെ ഭാഗത്തു സംഭവിച്ചാലും അതു മറ്റുള്ളവർ കണ്ടാലും അതു ലോകത്തിന്റെ അവസാനമൊന്നുമല്ല. ഉടൻ ജോലിയിൽ നിന്നു പിരിച്ചുവിടാൻ ഒരു സാദ്ധ്യതയുമില്ല."
>
> "മറ്റുള്ളവർ എന്നെക്കുറിച്ചെന്താണു കരുതുന്നതെന്നറിയില്ല. അവർ എന്നെക്കുറിച്ചു മോശമായി വിചാരിക്കുന്നതിനു തെളിവുകളുമില്ല."

അങ്ങനെ പോകുന്നു....

ഈ ചിന്തകളൊക്കെ കണക്കിലെടുത്ത്, 80 ശതമാനമുണ്ടായിരുന്ന തന്റെ പരിഭ്രാന്തി 30 ശതമാനമായതായി പ്രസാദ് മനസ്സിലാക്കുന്നു. കൂടുതൽ പോസിറ്റീവായി ചിന്തിച്ചതിനാൽ നാണക്കേടു തോന്നുന്നതേയില്ലെന്നും അയാൾ തിരിച്ചറിയുന്നു. അടുത്ത തവണ വൈകല്യചിന്തകൾ വരുമ്പോൾ അയാൾ അവിടെ നിർത്തും. ഞാനാണ് അധികാരിയെന്നും വേറെ വഴിയുണ്ടെന്നും ഓർമ്മിക്കും. ആവർത്തിച്ചുള്ള ചിന്തകളിലേക്കും സമ്മർദ്ദത്തിലേക്കും നയിക്കുന്ന പഴയ മാനസവഴികളിലൂടെ പോകാൻ അവൻ ആഗ്രഹിക്കുന്നുവോ? അതോ കൂടുതൽ സുഖപ്രദവും യാഥാർത്ഥ്യബോധവുമുള്ള ചിന്താപദ്ധതി തെരഞ്ഞെടുക്കാൻ ആഗ്രഹിക്കുമോ?

പെരുമാറ്റ പരീക്ഷണങ്ങൾ

മേൽപ്പറഞ്ഞ സമീപനം സ്വീകരിക്കുമ്പോൾ, അടിസ്ഥാനപരമായി നിങ്ങളുടെ സജീവമനസ്സിൽ ഇരുന്നുകൊണ്ട് അതു സൃഷ്ടിക്കുന്ന യാന്ത്രികമായ അബോധാവസ്ഥയിലുള്ളതും സഹായകരമല്ലാത്തതുമായ എല്ലാ ചിന്തകളെയും ചോദ്യം ചെയ്യുന്നു. കാര്യങ്ങളുടെ അടിത്തട്ടിലേക്കിറങ്ങിച്ചെല്ലുന്ന നിഷ്പക്ഷനായ അന്വേഷകന്റെയോ ശാസ്ത്രകാരന്റെയോ വേഷമാണ് നിങ്ങൾക്ക്. എന്നാൽ, നമ്മൾ ഏറ്റവും കൂടുതൽ വിലമതിച്ച ചില അനുമാനങ്ങളും പക്ഷപാതങ്ങളും വൈജ്ഞാനികവൈകല്യങ്ങൾക്കു വേണ്ടി നടത്തിയ പരിശോധനകൾക്കും ബദൽ അന്വേഷണങ്ങൾക്കും ശേഷവും തുടരാനിടയുണ്ട്.

ഉദാഹരണത്തിന്, “എല്ലാവരും എന്നെ വെറുക്കുന്നു” എന്നൊരു ചിന്ത നിങ്ങളിലുണ്ടാകാം. ഇതു കുട്ടിക്കാലത്തേ നിങ്ങളുടെയുള്ളിൽ കൊത്തിവച്ചതാകാം. അല്ലെങ്കിൽ വ്യക്തിത്വത്തിന്റെ ശൈലി ബോധത്തിൽ നിന്നുള്ളതും നിങ്ങൾക്കു കുടഞ്ഞെറിയാൻ കഴിയാത്തതുമാകാം. വെറുപ്പ് എന്നത് ഒരു പക്ഷേ വളരെ ശക്തമായ വാക്കാണെന്നു ബുദ്ധിപരമായി അംഗീകരിച്ചാൽ പോലും ഒഴിവാക്കാൻ പറ്റാത്തത്. നിങ്ങൾക്കു സ്വയം വാദപ്രതിവാദത്തിലേർപ്പെടാം. ബദൽ വിശകലനങ്ങളിലേക്ക് ഉറ്റുനോക്കാം. എന്നാലും ഈ വിശ്വാസം ശരിയാണെന്ന് ഉള്ളിന്റെയുള്ളിൽ തോന്നുന്നുണ്ടാവും. ഒരു വഴിയുണ്ട്. ഈ ആശയത്തിന്റെ വേരിലേക്കെത്തുക : *പരീക്ഷിക്കുക.*

നമ്മുടെ ചിന്തകൾക്കു തെളിവന്വേഷിച്ച് ഒരുപാടുദൂരം പോകാനാകും. എന്നാൽ, നമ്മുടെ ചിന്തകൾ യാഥാർത്ഥ്യത്തിലുറച്ചതല്ലെന്നു തെളിയിക്കാൻ ചിലപ്പോൾ ‘പരീക്ഷണങ്ങൾ’ നടത്തേണ്ടിവരും. കേന്ദ്രത്തിൽ അടിയുറച്ച വിശ്വാസങ്ങൾക്കു വൈകാരികഘടകമുണ്ട്. അതിനർത്ഥം, നിങ്ങൾ യുക്തിസഹമായി വാദിച്ചാലൊന്നും അവ എളുപ്പം അപ്രത്യക്ഷമാകുകയില്ല എന്നതാണ്. അതുകൊണ്ട്, അതിനുപകരം ഈ ടെക്നിക് ഉപയോഗിച്ചു നോക്കൂ :

- **വിശ്വാസം വ്യക്തമാക്കുക.** നിങ്ങളുടെ ചിന്ത എന്താണെന്ന് വ്യക്തമാക്കി എഴുതുക. അതുപോലെ അതിനോ

ടുചേർന്ന വികാരവും അതിന്റെ തീവ്രതയും രേഖപ്പെടുത്തുക. മേൽപ്പറഞ്ഞ ഉദാഹരണത്തിൽ "എല്ലാവരും എന്നെ വെറുക്കുന്നു"

- **ഒരു സിദ്ധാന്തം ഉണ്ടാക്കുക.** അതിൽ സാദ്ധ്യമായ ഒരു ബദൽ അടങ്ങുന്നു. അതായത്, "ചില ആൾക്കാർ എന്നെ വെറുക്കുന്നില്ല"

- **ഈ സിദ്ധാന്തത്തിന്റെ തീർപ്പിനായി ഒരു പരീക്ഷണം നിർമ്മിക്കുക.** ഈ വിശ്വാസം ശരിക്കും പരീക്ഷിക്കുന്നതിനായി നിങ്ങളെന്താണു ചെയ്യേണ്ടത്? ഒരുപക്ഷേ, കഴിഞ്ഞകാലത്ത് ആരെങ്കിലും നിങ്ങളോട് ഇഷ്ടപ്പെടുന്നു എന്നു പറഞ്ഞിട്ടുള്ള സന്ദർഭം കണ്ടെടുക്കാം. അല്ലെങ്കിൽ, ചുറ്റുമുള്ളവരെ ഒരാഴ്ച നിരീക്ഷിച്ച് അവർ എങ്ങനെയാണ് നിങ്ങളോടു പെരുമാറുന്നതെന്നു കണ്ടെത്താം. എന്നിട്ട് ഇക്കാര്യം 'വെറുപ്പ്' എന്ന മനോഭാവത്തോടു യോജിക്കുന്നതാണോ എന്നു നോക്കാം.

- **പറ്റാവുന്നിടത്തോളം തുറന്ന മനസ്സോടെ വേണം പരീക്ഷണം നടത്താൻ.** എന്നിട്ട് നിങ്ങളുടെ നിരീക്ഷണങ്ങൾ എഴുതിവയ്ക്കുക. ഒരുപക്ഷേ, ഒരുപാടുപേർ നിങ്ങളുടെകൂടെ സമയം ചെലവഴിക്കാൻ ആഗ്രഹിക്കുന്നുവെന്നു പറഞ്ഞു ബോധപൂർവ്വം ഈയൊരാഴ്ചയിൽ നിങ്ങളെ സമീപിച്ചിരിക്കാം. അല്ലെങ്കിൽ നിങ്ങൾക്കൊപ്പമായിരിക്കാൻ അവരുടെ പതിവുവഴികൾവിട്ട് വന്നിരിക്കാം.

- **ഈ ഫലങ്ങൾ വിശകലനം ചെയ്യുക.** എന്തു തീരുമാനത്തിലാണ് നിങ്ങളെത്തുക? "എല്ലാവരും എന്നെ വെറുക്കുന്നു" എന്ന ആദ്യ വിശ്വാസം സൂക്ഷ്മപരിശോധനയെ അതിജീവിച്ചുവോ? വിശ്വാസം മാറ്റിയപ്പോൾ നിങ്ങൾക്കുണ്ടായ തോന്നലിലെ മാറ്റവും നോക്കുക.

- **ഈ വിശ്വാസത്തിൽ ചെറിയ മാറ്റം വരുത്തുക.** അപ്പോഴും നിങ്ങൾക്കുറപ്പില്ലെങ്കിൽ, പരീക്ഷണത്തിലേക്കു തിരികെ വരികയും നിങ്ങൾ യുക്തിസഹമായും പ്രായോഗികമായും ഇതല്ല സത്യമെന്നു തെളിയിച്ചു കഴിഞ്ഞതായി സ്വയം ഓർമ്മപ്പെടുത്തുക. ബദൽവിശ്വാസത്തോടു ചേർന്നുനിൽക്കുന്ന വികാരത്തെയും ഓർക്കുക.

നിങ്ങൾക്കു സ്വീകരിക്കാവുന്ന നിരവധി വ്യത്യസ്തമായ പെരുമാറ്റ പരീക്ഷണങ്ങളുണ്ട്. മുകളിൽ പറഞ്ഞിട്ടുള്ളതിനെ 'നേരിട്ടുള്ള സിദ്ധാന്ത പരിശോധന പരീക്ഷണം' എന്നാണു പറയുക. എന്നാൽ നമ്മൾ അമിതമായി ചിന്തിക്കുന്ന ചില കാര്യങ്ങൾ ഈ പരീക്ഷണ രീതി പോലെ എളുപ്പത്തിൽ സിദ്ധാന്തം രൂപപ്പെടുത്താൻ അനുവദിക്കില്ല. മറ്റുചിലപ്പോൾ, ഭയങ്ങളും നിഷേധചിന്തകളും പരിശോധിക്കാൻ അത്ര എളുപ്പമല്ല. ഉദാഹരണത്തിന്, തനിക്കെന്തെങ്കിലും സംഭവിച്ചാൽ ആരെങ്കിലും നോക്കുമോ എന്നു ചിന്തിക്കുന്ന ഏകാന്തനായ മനുഷ്യന്റെ കാര്യത്തിൽ സ്വയം അപായപ്പെടുത്തി ആരെങ്കിലും എത്തുമോ എന്നു പരീക്ഷിക്കാനാകില്ല (അങ്ങനെ ചെയ്യാനും പാടില്ല).

ഇത്തരം ഘട്ടങ്ങളിൽ സർവേകളെ ഉപയോഗപ്പെടുത്തുന്ന ബദൽ പരീക്ഷണരീതികൾ ഉപയോഗിക്കാം. നിങ്ങളെ അലട്ടുന്ന ചില ചിന്തകളുണ്ടെന്നു കരുതുക. അറപ്പും നാണക്കേടുമുണ്ടാക്കി നുഴഞ്ഞുകയറുന്നതായതിനാൽ ആരുമായും ഒരിക്കലും പങ്കുവയ്ക്കാനാകില്ല. ഉത്കണ്ഠയനുഭവിക്കുന്ന, നിങ്ങളറിയുന്ന ആൾക്കാരോട് ഇതുപോലെ അവർക്കുണ്ടാകുന്ന നുഴഞ്ഞുകയറുന്ന ചിന്തകളെക്കുറിച്ചു ചോദിച്ചോ ഓൺലൈനിൽ വ്യക്തിഗത അനുഭവങ്ങൾ തേടിയോ സർവേരീതി ഉപയോഗിക്കാം. നിങ്ങളുടേതുപോലുള്ള ചിന്തകൾ അലട്ടുന്ന പലരുടെയും കഥകൾ നിങ്ങൾ കണ്ടേക്കാം. അതു നിങ്ങളുടെ ചിന്തകളെ സാധാരണ നിലയിലാക്കിയേക്കാം. അത്ര കുഴപ്പമുള്ളതല്ല എന്നോ നിങ്ങൾ വിചാരിച്ചത്ര കുഴപ്പമുള്ളതല്ല എന്നോ ചിന്തിക്കാൻ ഈ സർവേ നിങ്ങളെ പ്രേരിപ്പിക്കും.

മൂന്നാമത്തെ പെരുമാറ്റ പരീക്ഷണമാണ് ഡിസ്കവറി എക്സ്പെരിമെന്റ്. ഉത്കണ്ഠയുള്ളവരിൽ പലരും, മിക്കപ്പോഴും, വ്യക്തമായി തിരിച്ചറിയാവുന്ന ഒരു തെളിവുമില്ലാതെ ചില പ്രത്യേക വ്യക്തികളെക്കുറിച്ചോ ലോകത്തെക്കുറിച്ചു പൊതുവെയോ അവനവനെക്കുറിച്ചോ ഉള്ള ചില കാഴ്ചപ്പാടുകളിൽ ഉറച്ചുനിൽക്കും. അവരുടെ യുക്തിസഹമല്ലാത്ത ഭയങ്ങളെ അങ്ങേയറ്റം ആന്തരികവത്കരിച്ചതിനാൽ അവർക്കു ബദൽചിന്തകളെ സിദ്ധാന്തവത്കരിക്കാൻ കഴിയുന്നില്ല. ചില കാര്യങ്ങൾ ഒഴിവാക്കിനിർത്തിയില്ലെങ്കിലോ, ചില കാര്യങ്ങൾ ചെയ്തില്ലെങ്കിലോ മോശമായതു സംഭവിക്കും എന്ന് അവർക്ക് ഉറച്ച ബോദ്ധ്യമുണ്ട്. ഉദാഹരണത്തിന്, കുട്ടിക്കാലത്ത് ലൈംഗികമായി പീഡിപ്പിക്കപ്പെട്ട പെൺകുട്ടി പതിവായി നാണക്കേടനുഭവിക്കുകയും താൻ സ്ഥിരമായി നശിപ്പിക്കപ്പെട്ടു എന്നു കരുതുകയും ചെയ്യാം. ഒരിക്കൽ പീഡിപ്പിക്കപ്പെട്ടാൽ എല്ലാക്കാല

ത്തേക്കും നശിപ്പിക്കപ്പെട്ടു എന്ന ചിന്തയ്ക്ക് വ്യക്തമായ കാരണമൊന്നുമില്ല. പക്ഷേ, ഈ അനുഭവവുമായി ജീവിച്ചതുകൊണ്ടും ഏറെക്കാലം ഇതുപോലെ ചിന്തിച്ചതുകൊണ്ടും "ഞാൻ ഒരുപക്ഷേ നശിപ്പിക്കപ്പെട്ടിട്ടില്ലായിരിക്കും" എന്നു ചിന്തിക്കുക വളരെ കഠിനമാകും.

അത്തരമൊരു കേസിൽ, "ഞാൻ നശിപ്പിക്കപ്പെട്ടിട്ടില്ല എന്നതുപോലെ ഞാൻ അഭിനയിച്ചാൽ എന്തു സംഭവിക്കും?" എന്നൊരു ചോദ്യം സ്വയം ചോദിക്കാം. ഇത്തരത്തിലുള്ള പരീക്ഷണവും സിദ്ധാന്തപരിശോധനയും തമ്മിലുള്ള വ്യത്യാസമെന്താണെന്നു വച്ചാൽ ഒരു പ്രത്യേക പ്രസ്താവനയുടെയോ ചിന്തയുടെയോ സത്യാവസ്ഥ വെറുതെ വിശകലനം ചെയ്യുകയല്ല. നിങ്ങളുടെ ചുറ്റുമുള്ള ആളുകൾ എങ്ങനെ പ്രതികരിക്കുന്നു എന്നറിയാൻ നിങ്ങൾ ഇതു നടപ്പാക്കുകയാണ്. ഇതു ഭയപ്പെടുത്തുന്നതായി തോന്നുമെങ്കിലും, പലർക്കും തങ്ങൾ വിശ്വസിക്കുന്നത് സത്യമാണോ എന്നു കണ്ടെത്താനുള്ള ഒരേയൊരു മാർഗ്ഗം ഇതായിരിക്കാം. കാരണം അത് ചിന്തിക്കുന്നതും പ്രതിഫലിപ്പിക്കുന്നതും ഫലപ്രദമല്ല. അതിലുപരി, എല്ലാ പരീക്ഷണങ്ങളിലും വച്ച് ഇതിലൂടെ നിങ്ങളുടെ സ്വന്തം അനുഭവം സ്വയം സംസാരിക്കുന്നതിനാൽ ബോദ്ധ്യം വരാൻ കൂടുതൽ സാദ്ധ്യതയുമുണ്ട്.

നിങ്ങൾ മുറുകെപിടിച്ചിരിക്കുന്ന അടിയുറച്ച വിശ്വാസങ്ങൾക്കായി പരീക്ഷണങ്ങൾ സൃഷ്ടിക്കുക. ചിലപ്പോൾ, ഭൂതകാല അനുഭവങ്ങൾ കാരണമായിരിക്കും ഈ വിശ്വാസങ്ങൾ ഉരുത്തിരിഞ്ഞിരിക്കുക. പഴയ ശീലങ്ങൾ ഇരുന്നുറച്ചുപോയിരിക്കാം. ചിലപ്പോൾ, ഒരു മാറ്റത്തെക്കുറിച്ച് സ്വയം ബോദ്ധ്യപ്പെടുത്താനുള്ള ഏറ്റവും നല്ല മാർഗ്ഗം അത് അക്ഷരാർത്ഥത്തിൽ പരീക്ഷിക്കുക എന്നതാണ്. ഉപരിപ്ലവമായി ഭാവനയിൽ കാണുന്നതിനു പകരം, പ്രായോഗിക നടപടികൾ മാനസിക പിരിമുറുക്കത്തിൽ നിന്നു നമ്മളെ പുറത്തേക്കു തെറിപ്പിക്കുകയും ബദൽ *അനുഭവിക്കാൻ* നമ്മെ അനുവദിക്കുകയും ചെയ്യും.

നിങ്ങളുടെ ആത്മഭാഷണം ശുദ്ധീകരിക്കാൻ സി.ബി.ടി

നിങ്ങളുടെ ചിന്തകളെ സൂക്ഷ്മമായി പരിശോധിക്കുമ്പോൾ, അവിടെയുമിവിടെയും ഒരൊറ്റ ആശയത്തിനു പകരം *എത്രയെത്ര ചിന്തകളാൽ* നിങ്ങൾ തളർന്നിരിക്കാം. അമിതമായി ചിന്തിക്കുന്നവരിൽ ആന്തരികഭാഷണത്തിന്റെ നിരന്തരമായ പ്രവാഹമുണ്ട്. ഈ സ്ഥിര പ്രവാഹത്തിൽ നിന്ന് ഒരൊറ്റ ആശയം പെറുക്കിയെടുക്കുക

പ്രയാസമാണ്. ജീവിതത്തെക്കുറിച്ച് നമ്മുടെ മനസ്സിൽ ഓടിക്കൊണ്ടിരിക്കുന്ന നിരന്തരമായ ആഖ്യാനവും വ്യാഖ്യാനവുമായി സ്വയം ഭാഷണത്തെ നിർവ്വചിക്കാം. ഇതു നിഷ്പക്ഷമാകാം (വെറുതെ അറിയുകയും നിരീക്ഷിക്കുകയും). പോസിറ്റീവാകാം (സന്തോഷഭരിതമാക്കുന്നതും ശാക്തീകരിക്കുന്നതുമായ വികാരങ്ങൾ). നിഷേധാത്മകവുമാകാം (ഭീതി ജനിപ്പിക്കുന്നതും, നമ്മുടെ പുസ്തകത്തിന്റെ ആവശ്യം കണക്കിലെടുക്കുമ്പോൾ, ഉത്കണ്ഠാജനകവും).

എന്താണ് ഒറ്റയ്ക്കുള്ള 'തെറ്റായ അടിസ്ഥാനവിശ്വാസ'വും (ഉദാ : "സ്നേഹിക്കപ്പെടണമെങ്കിൽ ഞാൻ സമ്പൂർണ്ണനാകണം") നിഷേധാത്മകമായ സ്വയംഭാഷണവും തമ്മിലുള്ള വ്യത്യാസം? ശരിയാണ്, ആശയങ്ങൾ ഗണ്യമായി കവിഞ്ഞുകിടക്കുന്നുണ്ട്. പ്രാഥമികമായ വ്യത്യാസം ഒരു ഉദാഹരണം വഴി വ്യക്തമാക്കാം : "സ്നേഹിക്കപ്പെടണമെങ്കിൽ ഞാൻ സമ്പൂർണ്ണനാകണം" എന്ന അടിസ്ഥാനവിശ്വാസം സ്വയംഭാഷണത്തിന്റെയും ആന്തരികാഖ്യാനത്തിന്റെയും ഒഴുക്കുണ്ടാക്കിയേക്കാം. എങ്ങനെയെന്നാൽ : *"നിങ്ങളൊരു വൻ പരാജയമാണ്. ഈ പ്രോജക്ട് എത്ര മോശമായാണ് പോകുന്നതെന്നു നോക്കൂ. എനിക്കറിയാം. നിങ്ങളിത്ര പാഴാകുമ്പോൾ ആരാണ് നിങ്ങളുടെ അടുത്തു വരാൻ ഇഷ്ടപ്പെടുക? ഓക്കെ... സ്വയം സഹതാപം തോന്നുന്നതു നിർത്തുക. ഇത്ര ഞരമ്പുരോഗിയായ ഒരാളെ സുഹൃത്താക്കാൻ ആരും ഇഷ്ടപ്പെടുകയില്ല. നിങ്ങൾ ഇപ്പോഴും ഒറ്റയ്ക്കായതിൽ അദ്ഭുതപ്പെടാനില്ല! നിങ്ങൾ ചെയ്യുന്നതെല്ലാം പിഴയ്ക്കുകയാണ്. എന്തുകൊണ്ടാണത്? എന്താണ് നിന്റെ പ്രശ്നം എന്ന് പോലും മനസ്സിലാകുന്നില്ല..."* അങ്ങനെ പോകും.

ഇതിൽ ഓരോ നിഷേധാത്മക പ്രസ്താവനയെയും ഒറ്റയ്ക്കൊറ്റയ്ക്ക് അഭിമുഖീകരിക്കുന്നത് സഹായകമാകില്ല. എന്നാൽ കുറച്ച് ക്ഷമയും സ്വയം അവബോധവുമുണ്ടെങ്കിൽ, അവയെല്ലാം വ്യത്യസ്ത രീതികളിൽ ആവിഷ്കരിക്കുന്ന ഒരു അടിസ്ഥാന വിശ്വാസത്തിൽ നിന്നാണ് ഉടലെടുത്തതെന്നു കാണാൻ കഴിയും. നിഷേധാത്മക ആത്മഭാഷണത്തെ അതിന്റെ വൈകാരിക സ്വഭാവത്താൽ തിരിച്ചറിയാം. മുകളിലെ ആത്മഭാഷണത്തിൽ നാണക്കേട്, സ്വയം സംശയം, അവജ്ഞ എന്നിവ കാണുന്നില്ലേ? ഈ സ്വയംസംസാരം കൃത്യമല്ല (തീർച്ചയായും അങ്ങനെയാണെങ്കിലും), മറിച്ച് അതു ശരിയാണ്!

ഗുരുതരമാംവിധം താഴ്ന്ന ആത്മാഭിമാനം, സ്വയം വിധിയെഴുത്ത്, സ്വയം സംശയം എന്നിവയിൽനിന്നു വരുന്ന സ്വയംഭാഷണം കൈകാര്യം ചെയ്യാൻ സി.ബി.ടി. നിങ്ങളെ സഹായിക്കും. മുകളി

ലുള്ള എ.ബി.സി ഘടനയോ പ്രവർത്തനരഹിതമായ ചിന്തകളെ ക്കുറിച്ചുള്ള പട്ടികയോ ഉപയോഗിച്ച്, നമ്മുടെ സ്വയംഭാഷണത്തിന്റെ ഒഴുക്കിനു തുടക്കമിട്ടത് എന്താണെന്നു കണ്ടെത്താൻ കഴിയും. അതേസമയം, അബോധത്തിലും തുടർച്ചയായും സംഭവിക്കുന്നതാ യതിനാൽ ഇത് എപ്പോൾ തുടങ്ങിയെന്നു കണ്ടെത്തുക വളരെ ബുദ്ധിമുട്ടാകും. പക്ഷേ, ഈ റിക്കാർഡുകൾ ഉപയോഗിച്ച നിങ്ങളുടെ ആത്മഭാഷണത്തിനു പിന്നിലെ *ഏക വൈകാരിക ആശയം* കണ്ടെ ത്താനാകും. അതിൽ നിന്ന് ഇത്തരം ചിന്തകൾക്കു തുടക്കമിട്ട അടിസ്ഥാന ആശയം വേർതിരിച്ചെടുക്കാം.

ഗുരുതരമായതും ആഴത്തിലുറച്ചതുമായ സ്വയംഭാഷണത്തെ കൈകാര്യം ചെയ്യുമ്പോൾ വൈജ്ഞാനികം എന്നതിനേക്കാൾ വൈകാരികമായ ബദലാണ് അഭികാമ്യം. നിങ്ങളുടെ മനസ്സിലൂടെ കടന്നുപോകുന്ന ചിന്തകളുടെ കൃത്യത, സത്യസന്ധത, യുക്തി എന്നി വയ്ക്കു പിന്നാലെ പോകുന്നതിനു പകരം അതിനു പിന്നിലെ വികാരം കണ്ടെത്തി അതിനെ നേരിട്ട് അഭിമുഖീകരിക്കുകയാണു വേണ്ടത്. മുകളിലത്തെ ഉദാഹരണത്തിൽ, ഇത് അർത്ഥമാക്കുന്നത്, ചിന്തയെ "ഞാൻ അപൂർണ്ണനാണ്, എങ്കിലും ഞാനെങ്ങനെയാണോ അങ്ങനെ സ്നേഹിക്കാവുന്നവനുമാണ്" എന്നു മാറ്റുന്നതിനോടൊപ്പം, അതോ ടൊപ്പം വരുന്ന താഴ്ന്ന ആത്മാഭിമാനത്തിന്റെ തോന്നലുകളെ മനസ്സിലാക്കി അവയെ ആത്മസ്നേഹവും ആത്മാനുകമ്പയും ഉപ യോഗിച്ച മാറ്റിസ്ഥാപിക്കുകയും വേണം.

സ്വയം രേഖപ്പെടുത്തൽ : പോസിറ്റീവായ സ്വയം സംസാരം വളർത്തലും ഉറപ്പിക്കലും

ചിന്തകളും വികാരങ്ങളും പെരുമാറ്റവും എല്ലായ്പ്പോഴും സങ്കീർണ്ണ മായ വഴികളിൽ കുടുങ്ങിക്കിടക്കുന്നു എന്നത് ഒഴിവാക്കാനാകാത്ത സത്യമാണ്. നമ്മൾ സ്വയം സംസാരിക്കുമ്പോൾ ഉപയോഗിക്കുന്ന *ഭാഷ*, പ്രസ്താവനകളുടെ വസ്തുതാപരമായ കൃത്യത പോലെതന്നെ മാറ്റം വരുത്തുന്നതാണ്. നാം നമ്മെത്തന്നെ ആന്തരികമായി അഭി സംബോധന ചെയ്യുന്ന രീതി, നമ്മളുടെ ഉള്ളിലെ ഒറ്റതിരിഞ്ഞ ചിന്തകളേപ്പോലെയല്ല. മറിച്ച്, തുടരുന്ന മനോഭാവവും ശീലവുമാണ്. മറ്റാരുമായുമുള്ള ബന്ധത്തിലെന്നപോലെ, കഠിനാദ്ധ്വാനത്തിലൂടെ അനുകമ്പയും ബഹുമാനവും കലർന്ന ബന്ധം നമ്മളുമായും സ്വയം സാധിച്ചെടുക്കണം.

വ്യക്തിപരമായ പ്രസ്താവനകൾക്കും ആശയങ്ങൾക്കുമുപരി, നിങ്ങളോടു നിങ്ങളെപ്പറ്റി അങ്ങേയറ്റം പ്രോത്സാഹജനകമായും പോസിറ്റീവായും എല്ലാസമയവും സംസാരിച്ചുകൊണ്ടിരിക്കുന്നതാണ് സ്വയമെഴുത്ത്. നിങ്ങളോട് നിങ്ങൾ ഏതു സ്വരത്തിലാണു സംസാരിക്കുക? പോസിറ്റീവോ നെഗറ്റീവോ? ശരിയായതോ വാസ്തവമല്ലാത്തതോ? യഥാർത്ഥമോ അയഥാർത്ഥമോ? ദയയുള്ളതോ ദയാരഹിതമോ? സഹായകമോ അല്ലാത്തതോ?

ബോധപൂർവ്വമുള്ള സ്വയമെഴുത്തു നിങ്ങളുടെ ആന്തരികഭാഷണത്തിന്റെ നിയന്ത്രണമേറ്റെടുക്കാനുള്ള മാർഗ്ഗമാണ്. സമ്മർദ്ദത്തിന്റെയും അമിതചിന്തയുടെയും സമയത്തു സ്വയമെഴുത്തു സാദ്ധ്യമായാൽ, കാലക്രമേണ, അതു കൂടുതൽ സ്വയമേവയാകും. ധ്യാനം, ദൃശ്യവത്കരണം, പ്രോഗ്രസ്സീവ് മസിൽ റിലാക്സേഷൻ എന്നിവ ചെയ്യുമ്പോൾ സ്വയമെഴുത്ത് ഉപയോഗിക്കാം. അല്ലെങ്കിൽ മന്ത്രങ്ങളും പോസിറ്റീവ് ഉദ്ധരണികളുമായി ചേർത്തു സമ്മർദ്ദനിമിഷങ്ങളിൽ ഉപയോഗിക്കാം. സന്തോഷവും കരുത്തും നിറഞ്ഞ സമയത്ത് പ്രചോദനാത്മകമായ സ്വയംഭാഷണത്തിനുള്ള എഴുത്തു തയ്യാറാക്കുക. നിങ്ങൾ സമ്മർദ്ദത്തിലാകുമ്പോഴും ഉത്കണ്ഠാകുലരാകുമ്പോഴും ട്രാക്കിൽ തിരിച്ചെത്താൻ അതുപയോഗിക്കാം.

നിങ്ങളുടെ തുടക്കം നിങ്ങൾക്കു പരിചിതമാണെങ്കിൽ, നിഷേധാത്മകമായ സ്വയംഭാഷണത്തിലേക്കോ അമിതചിന്തകളിലേക്കോ ആഴ്ന്നിറങ്ങാൻ നിങ്ങൾ ഏറ്റവും സാദ്ധ്യതയുള്ളവരാണെന്ന് അറിയുമ്പോൾ, നിങ്ങളുടെ സ്വയമെഴുത്തു വായിക്കാൻ നിങ്ങൾക്കു സ്വയം ഓർമ്മിപ്പിക്കാം. ഉദാഹരണത്തിന് സ്റ്റേജ് പ്രസംഗമാണ് സമ്മർദ്ദത്തിനുള്ള ഉത്തേജകമെങ്കിൽ, ശ്വസനരീതികൾ, ശാന്തമായ ദൃശ്യവത്കരണങ്ങൾ, ആന്തരികഭാഷണം എന്നിവ കഠിനാദ്ധ്വാനത്തിലൂടെ സംയോജിപ്പിക്കാം. ഇതോടൊപ്പം "ഏതായാലും ഇതു കിട്ടി. ഒന്നു പ്രസംഗിക്കുന്നതു ലോകാവസാനമൊന്നുമല്ല, ഇതിനുമുമ്പ് അനേകം തവണ ചെയ്തിട്ടുണ്ടല്ലോ..." എന്നുപറഞ്ഞു വിപത്തുകളെയും എല്ലാം-അല്ലെങ്കിൽ-ഒന്നുമില്ല സ്വഭാവത്തെയും നേരിടാനാകും. ഈ രീതിയിൽ സ്വയം തയ്യാറാകുകയും ചുമതല ഏറ്റെടുക്കുകയും ചെയ്യാം.

സ്വയമെഴുത്തു സ്വയം ഹിപ്നോസിസ് പോലെയാണ്. അതു നിങ്ങളുടെ ശ്രദ്ധയെ നിങ്ങൾ ആഗ്രഹിക്കുന്നിടത്തേക്ക് ആകർഷിക്കുന്നു. സ്വയംഭാഷണം അബോധത്തിലായിരിക്കാം. എന്നാൽ ബോധപൂർവ്വമായ സ്വയമെഴുത്തു ബോധപൂർവ്വമായ നിയന്ത്രണം ഏറ്റെടുക്കാൻ നിങ്ങളെ സഹായിക്കും. ശാന്തവും ഏകാഗ്രവുമായ

അവസരങ്ങളിൽ അതു പരിശീലിക്കുക. അപ്പോൾ സമ്മർദ്ദം അനുഭവപ്പെടുമ്പോൾ സ്വാഭാവികമായും അതു വന്നുകൊള്ളും. എഴുതിവയ്ക്കുകയോ അല്ലെങ്കിൽ ചില പ്രധാന ആശയങ്ങൾ നിങ്ങൾ കാണുന്നിടത്തു ചുമരിൽ രേഖപ്പെടുത്തുകയോ ചെയ്യാം. കുറച്ചുകഴിഞ്ഞശേഷം, ഈ സ്ക്രിപ്റ്റ് മൂഡിലും ചിന്തയിലും വരുത്തുന്ന വ്യത്യാസങ്ങൾ (ഉണ്ടെങ്കിൽ) ശ്രദ്ധിക്കുകയും മെച്ചപ്പെടുത്തുകയും ചെയ്യുക. നിങ്ങൾക്കു വ്യത്യസ്ത സാഹചര്യങ്ങളിലേക്കും ഉത്തേജനങ്ങളിലേക്കും വൈജ്ഞാനികവൈകല്യങ്ങളിലേക്കും ഭയങ്ങളിലേക്കും നിരവധി വ്യത്യസ്ത എഴുത്തുകൾ ഉണ്ടാക്കാം.

പോസിറ്റിവിറ്റിയെക്കുറിച്ചുള്ള ഒരു വാക്ക് : നിങ്ങൾ വിശ്വസിക്കാത്ത വ്യാജമായ ഉറപ്പുകളും മന്ത്രങ്ങളും കാര്യമായി സഹായിക്കില്ലെന്ന് നമുക്കെല്ലാമറിയാം. പോസിറ്റീവ് സ്വയംസംസാരം എന്നതിനർത്ഥം യാഥാർത്ഥ്യവുമായി ദയനീയമായി ബന്ധം വിടർത്തുക എന്നതോ സ്വയം കള്ളം പറയുകയോ, പ്രശ്നങ്ങൾ നിലവിലില്ലെന്നു നടിക്കുകയോ അല്ല. ജീവിതത്തെക്കുറിച്ചുള്ള നിങ്ങളുടെ ധാരണയ്ക്കു *നേരിയ പോസിറ്റീവ് പക്ഷപാതം* നല്കാൻ തയ്യാറാണ് എന്നുമാത്രമാണ് അതിനർത്ഥം.

സമ്മർദ്ദം, അനിശ്ചിതത്വം, വെല്ലുവിളി എന്നിവയെ പൂർണ്ണമായും ഇല്ലാതാക്കുകയല്ല നിങ്ങളുടെ ലക്ഷ്യം എന്നോർമ്മിക്കുക. എല്ലാം സമ്പൂർണ്ണമായ സ്വപ്നലോകത്തിൽ നിങ്ങളെ പ്രതിഷ്ഠിക്കാനല്ല നിങ്ങൾ ശ്രമിക്കുന്നത്. ചില സമ്മർദ്ദങ്ങൾ നിങ്ങളുടെ പ്രകടനത്തെ സഹായിക്കുകയും പ്രചോദിപ്പിക്കുകയും ചെയ്യും!

ഓർമ്മിക്കാൻ

- ഒരുപാട് ഉത്കണ്ഠയുണ്ടാക്കുന്ന ചില സവിശേഷ നിഷേധാത്മക ചിന്താപദ്ധതികളിൽ കുടുങ്ങിയിരിക്കുകയാണു നമ്മളിൽ പലരും. കോഗ്നിറ്റീവ് ബിഹേവിയറൽ തെറാപ്പി (സി.ബി.ടി) ഇത്തരത്തിലുള്ള ചിന്താപദ്ധതികൾ കണ്ടെത്താനും നിങ്ങളുടെ മാനസികാരോഗ്യം കൂടുതൽ മെച്ചപ്പെടുത്തുന്ന അങ്ങേയറ്റം പോസിറ്റീവായ മനോഭാവങ്ങളാൽ പുനഃസ്ഥാപിക്കാനും സഹായിക്കും.
- നിങ്ങൾ ഇരകളാകുന്ന വ്യത്യസ്ത വൈജ്ഞാനിക വൈകല്യങ്ങൾ തിരിച്ചറിയുകയാണ് ആദ്യത്തെ കർത്തവ്യം. കറുപ്പ്-വെളുപ്പ് ചിന്തകളാണ് സാധാരണയായി കാണു

ന്നത്. ഇവിടെ എല്ലാം അങ്ങേയറ്റത്തിലാണ് നിങ്ങളെടുക്കുക. ഒന്നുകിൽ ഭീകരം അല്ലെങ്കിൽ സ്വർഗ്ഗീയം. എന്നിട്ട്, ഏതെങ്കിലും പ്രത്യേക ജീവിതസാഹചര്യത്തിൽ അനുപാതരഹിതമായി മോശം കാര്യത്തിൽ ശ്രദ്ധ കൊടുക്കാൻ പോസിറ്റീവിനെ കുറവുചെയ്യുന്നു. അത്തരത്തിലുള്ള അനേകം വൈകല്യങ്ങളുടെ നീണ്ട പട്ടിക തന്നെയുണ്ട്. നിരവധി വ്യത്യസ്ത വൈകല്യങ്ങളെ ഒന്നിച്ചുചേർത്താണ് നമ്മൾ പരിഹാരം തേടുക.

- അടുത്തതായി, ഏതുതരത്തിലുള്ള സാഹചര്യങ്ങളും ആൾക്കാരും പരിസരങ്ങൾ ആണ് നിങ്ങളിൽ പ്രത്യേക ചിന്താരീതികൾ ഉണർത്തുന്നത് എന്നതിലേക്കാണ് നമ്മൾ ശ്രദ്ധ ചെലുത്തുക. നിങ്ങൾക്കു പ്രവർത്തനരഹിതമായ ചിന്തകളുടെ റിക്കാർഡ് പ്രസക്തമായ വിശദാംശങ്ങൾ സൂക്ഷിക്കാൻ ഉപയോഗിക്കാം. ഇവിടെ, നിഷേധാത്മക ചിന്താരീതിയിലേക്കു നിങ്ങൾ വീഴുന്നുവെന്നു തോന്നുമ്പോൾ അതിനു തൊട്ടുമുമ്പുള്ള സ്ഥലം, സാഹചര്യം, സംഭവങ്ങൾ, ആ ചിന്ത കൃത്യമായും എന്തായിരുന്നു, ഏതുതരത്തിലുള്ള വൈകല്യമായിരുന്നു അത് എന്നു തിരിച്ചറിയാൻ ശ്രമിക്കുക. പിന്നീട് ഈ ചിന്തയോടു യുക്തിപരമായി പ്രതികരിക്കുക.

- നമ്മുടെ വൈജ്ഞാനിക വൈകല്യങ്ങളെക്കുറിച്ചു കൂടുതൽ അറിഞ്ഞാൽ ഈ ചിന്താരീതികൾ മാറ്റാനുള്ള മാർഗ്ഗങ്ങളാണു വേണ്ടത്. പെരുമാറ്റ പരീക്ഷണങ്ങളാണ് ഫലപ്രദമായ ഒരു മാർഗ്ഗം. ഈ ടെക്നിക് ഉപയോഗിക്കാനുള്ള സരളമായ ഒരു മാർഗ്ഗം നിങ്ങളുടെ നിഷേധാത്മക ചിന്തകളോ വിശ്വാസങ്ങളോ വ്യക്തമായി പ്രസ്താവിക്കുകയാണ്. അതു തെറ്റാണെന്ന് തെളിയിക്കാനാകുന്ന ഒരു സിദ്ധാന്തമുണ്ടാക്കുകയാണു വേണ്ടത്. നിങ്ങളുടെ വിശ്വാസം തെറ്റാണെന്നു ബോധ്യപ്പെടുത്തുന്ന എന്തെങ്കിലും മുൻകാല അനുഭവങ്ങളോ തെളിവുകളോ ഉണ്ടോ എന്നു പരിശോധിക്കുക. ഇതിലേക്കു നയിക്കുന്ന നിരീക്ഷണങ്ങളും നടത്തുക. ആദ്യ വിശ്വാസത്തെ സംശയിക്കത്തക്ക കാരണങ്ങൾ കണ്ടെത്തിയാൽ അവ വിശകലനം ചെയ്ത് അതനുസരിച്ചു നിങ്ങളുടെ ചിന്താപദ്ധതിയിൽ മാറ്റം വരുത്തുക.

അദ്ധ്യായം ആറ്

പുതിയ മനോഭാവവും വൈകാരിക നിയന്ത്രണവും

ഈ പുസ്തകത്തിൽ, അമിതചിന്തയെന്ന പ്രശ്നത്തിന്റെ (യഥാർത്ഥത്തിലിത് ഉത്കണ്ഠയിൽ നിന്നുണ്ടാകുന്നതാണ്) വിവിധ വശങ്ങൾ പരിശോധിച്ചു. പരിഹാരമായി, സമയവും ജീവിതസമ്മർദ്ദങ്ങളും നിയന്ത്രിക്കുന്നതു മുതൽ ചിന്തകളുടെയും വികാരങ്ങളുടെയും നിയന്ത്രണം ഏറ്റെടുക്കുക, ശരീരത്തിലെ അക്ഷരാർത്ഥത്തിലുള്ള പിരിമുറുക്കവും സമ്മർദ്ദവും കുറയ്ക്കുക എന്നതുവരെയുള്ള കാര്യങ്ങൾ പരിഗണിച്ചു. ചില ശാസ്ത്രീയ മാതൃകകളും അവയെ പിന്തുണയ്ക്കുന്ന ഗവേഷണവും പരിഗണിച്ചു. ഈ കണ്ടെത്തലുകൾ നമ്മുടെ സ്വന്തം ജീവിതത്തിൽ പ്രയോഗിക്കുന്നത് ഒരു കലയാണെന്നും അംഗീകരിച്ചു.

അതതു നിമിഷത്തിലേക്കു വേണ്ട ചില പൊടിക്കൈകളും തന്ത്രങ്ങളും പഠിക്കുകയെന്നതു മാത്രമായിരുന്നില്ല ലക്ഷ്യം (അവയും ഉപയോഗപ്രദമാണെങ്കിലും). മറിച്ച്, പൂർണ്ണമായും പുതിയൊരു മനുഷ്യനാകുക എന്നതാണ്. ശാന്തനും സ്വയം നിയന്ത്രണവുമുള്ള മനുഷ്യൻ. സ്വന്തം ഹൃദയവും മനസ്സുമറിയുന്ന ഒരാളുടെ എല്ലാ ആത്മവിശ്വാസവുമുള്ള മനുഷ്യൻ. ഹൃദയവും മനസ്സും കൈകാര്യം ചെയ്യുന്നതിൽ നിപുണനായ മനുഷ്യൻ. നിഷേധാത്മക ചിന്തകൊണ്ടു തളർന്ന ഒരു വ്യക്തിയും വെല്ലുവിളിയും സമ്മർദ്ദവും പോരാളിയുടെ മനസ്സോടെ നേരിടുന്ന വ്യക്തിയും തമ്മിലുള്ള യഥാർത്ഥ വ്യത്യാസമെന്താണ്? അതു മുഴുവൻ മനോഭാവത്തെ ആശ്രയിച്ചിരിക്കുന്നു.

ഉത്കണ്ഠയില്ലാത്ത വ്യക്തിയുടെ മാനസികാവസ്ഥയും വീക്ഷണവും ഒരിടത്തു കൂട്ടിച്ചേർക്കുന്നതിനു, നമ്മൾ നേരത്തെ ചർച്ച ചെയ്ത സാങ്കേതികവിദ്യകളുടെ സത്തയെ ഈ അധ്യായം ശേഖരിക്കുന്നു. ഇത് അഞ്ചു ചിന്തകളുടെ അഥവാ മനോഭാവങ്ങളുടെ വിളംബരമാണ്. എല്ലായ്പ്പോഴും കൂടുതൽ ബോധവാന്മാരായിരിക്കുക എന്നതു നിങ്ങളുടെ തെരഞ്ഞെടുപ്പാണ്. *നിങ്ങളുടെ അവബോധം എങ്ങോട്ടു തിരിയണമെന്ന്* നിങ്ങൾക്ക് എപ്പോഴും തെരഞ്ഞെടുക്കാം. സ്വാഭാവികമായും ശാന്തരായ ആരെയെങ്കിലും നിങ്ങൾക്കറിയാമെങ്കിൽ, ഈ മനോഭാവങ്ങളിൽ ഒന്നോ അതിലധികമോ അവരുടെ വ്യക്തിഗത ആഖ്യാനങ്ങളിൽ ഉണ്ടാകുമെന്നതു നിങ്ങൾ ശ്രദ്ധിച്ചിരിക്കാം.

അവർ സ്വാഭാവികമായി ചെയ്യുന്നത്, ബോധപൂർവ്വമുള്ള അൽപ്പം പോഷണത്തിലൂടെ നിങ്ങൾക്കു ചെയ്യാൻ കഴിയും. പതിവായി പരിശീലിച്ചാൽ, കഴിഞ്ഞ അദ്ധ്യായങ്ങളിൽ പരിചയപ്പെട്ട ടെക്നിക്കുകൾ സ്വാഭാവികമായും ഈ മനോഭാവങ്ങളിലേക്കു നയിക്കുമെന്നാണു പ്രതീക്ഷ.

മനോഭാവം 1 : നിങ്ങൾക്കു നിയന്ത്രിക്കാൻ *കഴിയുന്നതിൽ* ഊന്നുക, *കഴിയാത്തതിലല്ല*

നിങ്ങളുടെ ബോധപൂർവ്വമുള്ള ആത്മബോധത്തിന് ഒരേസമയം ഒരു കാര്യത്തിലെ തിളങ്ങാനാകൂ. അതുകൊണ്ടു നിങ്ങൾ എന്തിലാണു ശ്രദ്ധയൂന്നാൻ പോകുന്നത്? നിയന്ത്രണം നഷ്ടപ്പെടുമ്പോഴും കരുത്തു ചോരുമ്പോഴുമാണ് ഉത്കണ്ഠാകുലമായി അമിതചിന്തയുണ്ടാകുന്നത്. നമ്മുടെ നിയന്ത്രണത്തിൽ നിൽക്കാത്ത കാര്യങ്ങളിൽ അവബോധം ശ്രദ്ധയൂന്നുമ്പോൾ സ്വാഭാവികമായും നമ്മുടെ കരുത്തു ചോരുന്നു. മാറ്റങ്ങൾ വരുത്താൻ നമ്മുടെ സ്വാതന്ത്ര്യത്തിലുള്ള എല്ലാവഴികളും അവഗണിക്കുന്നു. പകരം, നമ്മളെ ക്ലേശിപ്പിക്കുന്ന കാര്യങ്ങളെക്കുറിച്ചു ദീർഘമായി ചിന്തിക്കുന്നു. ഇതാണെങ്കിൽ നമുക്കു പ്രവർത്തിക്കാൻ യാതൊരു സാദ്ധ്യതയുമില്ലാത്തതുമാണ്. നമുക്കൊന്നും ചെയ്യാനില്ലാത്ത എല്ലാ കാര്യങ്ങൾക്കു നേരെയും സ്പോട്ലൈറ്റ് തിരിച്ചുവയ്ക്കുന്നതു പോലെയാണിത്. നമ്മുടെ കാഴ്ചാപരിധിക്കു തൊട്ടുപുറത്തുള്ള മറ്റു സാധ്യതകളും പരിഹാരങ്ങളും മറന്നുപോകുകയും ചെയ്യുന്നു. പരിഹാരങ്ങൾ അവിടെയുണ്ട്. നമ്മുടെ ശ്രദ്ധ അങ്ങോട്ടു തിരിക്കുകയേ വേണ്ടു.

അനങ്ങാപ്പാറയെ തള്ളിക്കൊണ്ടിരിക്കുന്നതുപോലെയാണിത്. തള്ളൽ നിങ്ങളെ എവിടെയുമെത്തിക്കുന്നില്ല. തളർത്തുകയും ആത്മവീര്യം കെടുത്തുകയും മാത്രമേ ചെയ്യുന്നുള്ളൂ. അതിനെ നീക്കാനാകില്ലെങ്കിൽ, നീക്കാനാകില്ല. പിന്നെ എന്തിനാണ് ഊർജ്ജവും ശ്രദ്ധയും അതിൽ പാഴാക്കുന്നത്? ഒരു മാറ്റമുണ്ടാക്കാൻ യഥാർത്ഥ സാദ്ധ്യതയുള്ള മറ്റൊരിടത്ത് അദ്ധ്വാനിക്കാമെന്നിരിക്കെ, എന്തിനാണ് അദ്ധ്വാനം ഇവിടെ പാഴാക്കുന്നത്!

ശരിയാണ്, ചിലപ്പോൾ നിങ്ങളുടെ പ്രവർത്തനമേഖല വളരെ പരിമിതമാണ്. നിങ്ങൾക്കിഷ്ടമില്ലാത്ത രണ്ടു സാദ്ധ്യതകൾ മാത്രമേ നിങ്ങൾക്കുള്ളൂ എന്നും വരാം. അപ്പോഴും, നിങ്ങൾക്കൊരു തെരഞ്ഞെടുപ്പുണ്ട്. മിക്കപ്പോഴും, നിങ്ങൾക്കു നിയന്ത്രിക്കാൻ കഴിയുന്ന

ഏകവസ്തു നിങ്ങൾ തന്നെയാണ്. പക്ഷേ അതു ധാരാളം! ഉദാഹരണത്തിന്, നിങ്ങൾക്കൊരു ചെറിയ കാറപകടമുണ്ടാകുന്നു. പൂർണ്ണമായും മറ്റേ ഡ്രൈവറുടെ അശ്രദ്ധ മൂലമാണ് അപകടമുണ്ടാകുന്നത്. അപകടസമയത്ത് ഫോണിൽ മെസ്സേജ് അയച്ചുകൊണ്ടിരുന്ന അയാൾ ഇപ്പോൾ അത് നിഷേധിച്ച് നിങ്ങൾ ഒരു വിഡ്ഢിയാണെന്ന് ആക്രോശിക്കുന്നു.

ഇത്തരം നിമിഷങ്ങളിൽ ഭയത്താലും ദേഷ്യത്താലും അസന്തുഷ്ടിയാലും നയിക്കപ്പെടുക സ്വാഭാവികം. പക്ഷേ, അസ്വസ്ഥനാകുന്നതുകൊണ്ടു ശരിക്കും എന്താണു കിട്ടുന്നത്? നിങ്ങളുടെ കരുത്തിൽ മാറ്റാനാകാത്ത കാര്യം അന്തസ്സോടെ, ആത്മസംയമനത്തോടെ സ്വീകരിക്കുക. ഇൻഷ്വറൻസ് കാര്യങ്ങളെക്കുറിച്ചുള്ള വിശദാംശങ്ങൾ ശേഖരിക്കാനോ എത്രയും പെട്ടെന്ന് ഈ സാഹചര്യത്തിൽ നിന്നു പുറത്തുകടന്നു കാർ വർക്ക്ഷോപ്പിലെത്തിക്കാനോ നിങ്ങളുടെ ഊർജ്ജം ചെലവഴിക്കുന്നതല്ലേ നല്ലത്. മറ്റേയാൾ തെറ്റുകാരനാണോ? അതെ. അയാളുടേത് അസഹ്യവും വളരെ മോശവും ക്ലേശമുണ്ടാക്കുന്നതുമായ പെരുമാറ്റമാണോ? മിക്കവാറും. പക്ഷേ, നിങ്ങൾ ആ സമ്മർദ്ദം എടുക്കേണ്ടതില്ല. നിങ്ങൾക്ക് അവരുടെ പ്രകോപനത്തിൽ വീഴാൻ വിസമ്മതിക്കാം. അപമാനം അവഗണിക്കാം. പ്രായോഗികവും സമ്മർദ്ദരഹിതവുമായ രീതിയിൽ പ്രവർത്തിക്കുകയും ചെയ്യാം.

പുരാതന സ്റ്റോയിക് ചിന്തകർ ഈ തത്വങ്ങൾ നന്നായി അറിഞ്ഞിരുന്നു. "ഇതറിയുക : നമ്മുടെ നിയന്ത്രണങ്ങൾക്കു പുറത്തുള്ള കാര്യങ്ങൾക്ക് കൂടുതൽ മൂല്യം നൽകിയാൽ, നമുക്കു കുറച്ചു നിയന്ത്രണമേ ഉണ്ടാകൂ." എന്നാണ് ഗ്രീക്ക് സ്റ്റോയിക് ചിന്തകനായ എപ്പിക്റ്റെറ്റസ് പറഞ്ഞത്. നമ്മുടെ മനസ്സിനു മേലാണ് നമുക്കു അധികാരമുള്ളത്. പുറത്തുള്ള കാര്യങ്ങൾക്കു മേലല്ല. അതുകൊണ്ട്, നമ്മൾക്കധികാരമില്ലാത്ത പുറത്തെ കാര്യങ്ങളിൽ ശ്രദ്ധ ചെലുത്തുന്നതു തുടർന്നാൽ തീർപ്പ് എളുപ്പമാകും. നമ്മൾക്കു തുടർച്ചയായി കരുത്തില്ലായ്മയും അതുവഴി ഉത്കണ്ഠയും അനുഭവിക്കേണ്ടിവരും. ഉത്കണ്ഠാപീഡിതർക്ക് ഗണ്യമായ ഗുണം നല്കുന്നതാണ് 'നിങ്ങൾക്കു നിയന്ത്രിക്കാൻ കഴിയുന്നതിൽ ശ്രദ്ധയൂന്നുക' എന്ന സ്റ്റോയിക് തത്വചിന്ത എന്നതിന് ഇന്ന് ഗവേഷകർ തെളിവു കണ്ടെത്തുന്നുണ്ട്. 2020-ൽ അലക്സാണ്ടർ മക്കെല്ലന്റെ നേതൃത്വത്തിൽ, ലണ്ടനിലെ ബിർബെക് സർവ്വകലാശാലയിലെ അഫക്ടീവ് ആൻഡ് കോഗ്നിറ്റീവ് ന്യൂറോസയൻസ് ലാബിലെ ഗവേഷകർ ഒരു

സ്റ്റോയിക് പരിശീലന പരിപാടിയിൽ പങ്കെടുത്തവരിലുണ്ടായ ഫലം പരിശോധിച്ചു. പരിശീലനം ലഭിച്ചവർക്ക് അമിതചിന്ത മറ്റുള്ളവരേക്കാൾ 13 ശതമാനം കുറയ്ക്കുവാൻ സാധിച്ചതായാണ് കണ്ടെത്തിയത്. അവർ സ്വീകരിച്ച വ്യായാമ മാർഗ്ഗങ്ങൾ ഈ പുസ്തകത്തിൽ ഉള്ളതുതന്നെയാണെന്നതാണ് ഇതിലെ ആവേശ കരമായ കാര്യം.

മനോഭാവം 2 : നിങ്ങൾക്കു *ചെയ്യാൻ* കഴിയുന്നതിൽ ഊന്നുക, കഴിയാത്തതിലല്ല.

ഇത് അടുത്ത അടിസ്ഥാന മനോഭാവത്തിലേക്കാണ് നയിക്കുന്നത്. ഉത്കണ്ഠയ്ക്കും അമിതചിന്തയ്ക്കും ഒരു സവിശേഷമായ സ്വഭാവമുണ്ട്. അതെല്ലാം അമൂർത്തവും ആന്തരികവും അവ്യക്തവുമാണ്. ഇതെല്ലാം സാധ്യതകൾ, ഭയങ്ങൾ, അങ്ങനെയെങ്കിലുകൾ, ഓർമ്മകൾ, അനു മാനങ്ങൾ എന്നിവയെക്കുറിച്ചാണ്. അതിനെക്കുറിച്ചു ചിന്തിക്കുമ്പോൾ വായുവിനേക്കാൾ കാര്യമായി ഒന്നുമില്ല. നിങ്ങൾ ഈ രീതിയിൽ നിങ്ങളുടെ തലയിൽ ജീവിക്കുകയാണെങ്കിൽ, നിങ്ങൾക്കു ചുറ്റുമുള്ള ലോകത്തെ നിഷ്ക്രിയമായി നോക്കിക്കാണാനും അതിനെക്കുറിച്ച് അമിതമായി ചിന്തിക്കാനും മാത്രമേ നിങ്ങൾ അവിടെ ഉണ്ടായി രുന്നുള്ളൂ എന്ന മട്ടിൽ, ഒരു സജീവപങ്കാളിയാകാനുള്ള നിങ്ങളുടെ ശക്തി അംഗീകരിക്കുന്നതിനു പകരം, നിങ്ങൾക്കു സ്വാഭാവികമായും ശക്തി നഷ്ടപ്പെട്ടതായി തോന്നിയേക്കാം. ചില സമയങ്ങളിൽ, സമ്മർദ്ദപൂരിതമായ അമിതചിന്തകൾ നമ്മെ കീഴടക്കുമ്പോൾ, പ്രവർത്തിക്കാൻ ഭയപ്പെടുന്നതിനാലോ അല്ലെങ്കിൽ പ്രവർത്തിക്കാൻ കഴിയില്ലെന്ന തോന്നലിനാലോ ആണ്. അതുമല്ലെങ്കിൽ, നമുക്കു പ്രവർത്തിക്കാൻ കഴിയുമെന്നും പ്രവർത്തിക്കേണ്ടതുണ്ടെന്നും അംഗീകരിക്കാൻ കഴിയാത്തതുകൊണ്ടുമാണ്.

പ്രവൃത്തി എന്നതിനു വ്യക്തവും ശാന്തവുമായ ഫലമുണ്ട്. കൂടാതെ മാനസിക അനുമാനങ്ങളിൽ നിന്നും സമ്മർദ്ദപൂരിതമായ അമിത ചിന്തകളിൽ നിന്നും നിങ്ങളെ പുറത്തുകൊണ്ടുവരാനും കഴിയും. നിങ്ങൾ പ്രവൃത്തിയിൽ ശ്രദ്ധ കേന്ദ്രീകരിക്കുന്നില്ലെങ്കിൽ, അതല്ല, ചെയ്യാൻ കഴിയാത്ത കാര്യങ്ങളോർത്തു സമ്മർദ്ദത്തിലാവുക യാണെങ്കിൽ, നിരാശയും ഒന്നിനും കൊള്ളാത്തവരെന്ന തോന്നലുമുണ്ടാക്കുന്ന എല്ലാത്തിനും വേണ്ടി ഊർജ്ജം വഴിതിരി ച്ചുവിടുകയാണ്. സാദ്ധ്യമായ പരിഹാരങ്ങൾക്കു നേരെ കണ്ണടയ്ക്കു

ന്നതിലും കരുത്തില്ലായ്മ തോന്നുന്നതിലുമാണ് നമ്മൾ ഊന്നൽ നല്കുന്നത്.

ഒരാൾ ഒരു ബാർ തുറക്കാൻ ആഗ്രഹിക്കുന്നതായി സങ്കല്പിക്കുക. ലൈസൻസ് ലഭിക്കാൻ നിയമങ്ങളും ചുവപ്പുനാടയും തടസ്സം നിൽക്കുന്നതായി അയാൾ നിരാശയോടെ മനസ്സിലാക്കുന്നു. വഴിമുട്ടി. എല്ലാ പദ്ധതിയും തകർന്നതുപോലെയായി. അതുകൊണ്ട്, അയാൾ ഇതിൽ ഒന്നും ചെയ്യാനില്ലെന്നതിലും ഇത് അനീതിയാണെന്നതിലും തളർത്തിയെന്നതിലും ശ്രദ്ധിക്കുന്നു... അതു പിരിമുറുക്കമുണ്ടാക്കുന്നു.

പക്ഷേ, കാഴ്ചപ്പാടിലെ ഒരു മാറ്റത്തിന് ഇങ്ങനെയൊരു ചോദ്യമുയർത്താനാകും : "എനിക്കിതു ചെയ്യാനാകുന്നില്ലെങ്കിൽ, എന്തു ചെയ്യാനാകും? എന്തുകൊണ്ടു പകരമൊരു കോഫിഷോപ്പ് തുറന്നുകൂടാ?

ഒരു മാതൃകാലോകത്ത്, പ്രശ്നങ്ങൾ പരിഹരിക്കുന്നതിനും ക്രിയാത്മകമായ പരിഹാരങ്ങൾ സ്വപ്നം കാണുന്നതിനും, അല്ലെങ്കിൽ അപരിചിതമായ പുതിയ സാഹചര്യങ്ങളിൽ പുതുവഴി കാണുന്നതിനും നമ്മുടെ വൈജ്ഞാനികശക്തി ഉപയോഗിക്കാം. പ്രവൃത്തിയിലേക്കു നയിക്കുമെങ്കിൽ ചിന്തിക്കുക എന്നതു വിലയേറിയ കഴിവാണ്. ചിന്തയില്ലാത്ത പ്രവൃത്തി മണ്ടത്തരമാണ്. പക്ഷേ, പ്രവൃത്തിയില്ലാതെ ചിന്തിക്കുന്നത് ഉത്കണ്ഠയാണ്.

ശരിയായ സമീപനം വിപരീതസാഹചര്യങ്ങളെയും തടസ്സങ്ങളെയും ക്രിയാത്മകമായ പരിഹാരങ്ങൾക്കുള്ള അവസരമാക്കി മാറ്റും. സമ്മർദ്ദവും ആശങ്കയും ആസൂത്രണത്തിലേക്കും നൂതന ആശയങ്ങളിലേക്കും വഴിതിരിച്ചുവിടാം. അവരുടെ ആദ്യപദ്ധതി പൊളിഞ്ഞതുകൊണ്ടാണ് മികച്ച കണ്ടുപിടുത്തക്കാർ അദ്ഭുതകരമായ ആശയങ്ങളിലേക്ക് എത്തിച്ചേർന്നതെന്നു വ്യക്തമായും പറയാനാകും. പക്ഷേ, നിങ്ങൾ ഈ തോൽവി നിർദ്ദേശിക്കുന്ന പുതിയ സാദ്ധ്യതകൾക്കുപകരം തോൽവിയിൽ ശ്രദ്ധ കൊടുത്താൽ, നിങ്ങളുടെ മേൽ അനാവശ്യമായി സമ്മർദ്ദത്തെ എടുത്തുവയ്ക്കലാകും.

മനോഭാവം 3 : നിങ്ങൾക്കുള്ളതിൽ ഊന്നുക, ഇല്ലാത്തതിലല്ല.

നിങ്ങൾക്ക് ഒരു വിഷയം തോന്നുന്നുണ്ടോ? ആത്മവിശ്വാസവും സംതൃപ്തിയും ഉണ്ടാകുന്നതു സാദ്ധ്യമായ പരിഹാരങ്ങളിലും പോസിറ്റീവ് വ്യാഖ്യാനങ്ങളിലും ശ്രദ്ധ കേന്ദ്രീകരിക്കുന്ന വീക്ഷ

ണത്തിൽ നിന്നാണ്. അതേസമയം, ഉത്കണ്ഠയാകട്ടെ ഒരു സാഹചര്യവുമായി ബന്ധപ്പെട്ട എല്ലാം തെറ്റാണെന്ന വീക്ഷണത്തിൽ നിന്നും. ഒന്ന് ചെലവേറിയതും ശാക്തീകരിക്കുന്നതും ജിജ്ഞാസയിൽ അധിഷ്ഠിതവുമാണ്. അതേസമയം, മറ്റൊന്ന് ഞെരുക്കുന്നതും ശക്തി ചോർത്തുന്നതും ഉദാസീനതയെയും മുൻവിധികളെയും അടിസ്ഥാനമാക്കിയുള്ളതുമാണ്. ഗ്ലാസ് പകുതി നിറഞ്ഞിരിക്കുന്നു–പകുതി ശൂന്യമാണ് എന്ന അവസ്ഥ.

നിങ്ങൾക്കുള്ളതിൽ ശ്രദ്ധ കേന്ദ്രീകരിക്കുന്നത് ഏതു സാഹചര്യത്തെയും കുറിച്ചുള്ള നിങ്ങളുടെ വിലയിരുത്തലിൽ പോസിറ്റീവും ആരോഗ്യകരവുമായ ഒരു തിരിച്ചിൽ കൊണ്ടുവരുന്നതിനുള്ള മാർഗ്ഗമാണ്. എന്തു വിഭവങ്ങളാണു നിങ്ങൾക്കുള്ളത്? എന്താണു ശരിക്കും പ്രവർത്തിക്കുന്നത്? നിങ്ങൾ യഥാർത്ഥത്തിൽ എന്തിനുവേണ്ടിയാണു നന്ദിയുള്ളവരാകേണ്ടത്? നിങ്ങൾ മനസ്സിന് ഇങ്ങനെയൊരു ചട്ടക്കൂട്ടു കണ്ടെത്തിയാൽ പുതിയ അവസരങ്ങളും പരിഹാരങ്ങളും കണ്ടെത്താനാകും. മറുവശത്ത്, എന്താണില്ലാത്തത്, എന്താണു കുറവ്, എന്താണു തെറ്റ് എന്നതിനെക്കുറിച്ചുള്ള ചർച്ചകളിൽ മുഴുകിയാൽ നിങ്ങൾക്കതേ കാണാൻ കഴിയൂ. അസന്തുഷ്ടിയിൽ നിന്നു പുറത്തുകടക്കാൻ സഹായിക്കുന്ന ആ പരിഹാരം മാത്രം നിങ്ങൾ തീർത്തും കാണാതെ പോകും. ദൃഢനിശ്ചയത്തോടെ നിങ്ങളതിലേക്കു ശ്രദ്ധ കൊടുക്കുന്നില്ല.

ഒരു ലളിതമായ ഉദാഹരണം : ആരോ ഒരാൾ കുട്ടിയുടെ ജന്മദിനാഘോഷം നടത്തുന്നതായി സങ്കൽപ്പിക്കുക. ഒരുപാട് ആളുകൾക്കു ഭക്ഷണം നൽകേണ്ടതുണ്ട്. വലിയ സമ്മർദ്ദമുണ്ടാക്കുന്ന കാര്യം! ചെറിയൊരു കുഴപ്പം പറ്റി! കേക്ക് തറയിൽ വീണു മൊത്തം നാശമായി. ആതിഥേയനു വേണമെങ്കിൽ ഇതേച്ചൊല്ലി പിരിമുറുക്കത്തിൽ ആറാടാം. കേക്കില്ലാതെ ആഘോഷം നശിച്ചെന്നു ഭീകരമായി വിഷമിക്കാം. അല്ലെങ്കിൽ, ആ സാഹചര്യത്തിലെ നർമ്മം കാണാം. അടുക്കളയിൽ കർമ്മനിരതരാവാം. മെഴുകുതിരികളുണ്ട്, ഭീമൻ തണ്ണിമത്തനുണ്ട്, അലങ്കാരങ്ങളുണ്ട്, കുന്നുകണക്കിന് മിഠായിയുണ്ട്. എന്തുകൊണ്ട് ഈ സംഭവത്തിൽ നിന്നൊരു ഗെയിം ഉണ്ടാക്കിക്കൂടാ? തയ്യാറെടുപ്പില്ലാതെ ഉണ്ടാക്കുന്ന മികച്ച ജന്മദിന കേക്ക് സ്വപ്നം കാണുന്ന കുട്ടികളുടെ സംഘത്തിന് ഉച്ചകഴിഞ്ഞ് ഒരു സമ്മാനം നല്കാം.

അമിതചിന്തകർക്കു ചിലപ്പോൾ ഒരു പ്രശ്നം പരിധിവിട്ട് ഊതിവീർപ്പിക്കാനാകും. അതോടൊപ്പം, അതു പരിഹരിക്കാനുള്ള സ്വന്തം

കഴിവു കുറച്ചു കാണുകയും ചെയ്യും. മൺപുറ്റിൽ നിന്ന് അവരൊരു പർവ്വതമുണ്ടാക്കും. എന്നിട്ട് ഇതേക്കുറിച്ച് ഒന്നും ചെയ്യാനില്ലെന്നു സ്വയം ബോധ്യപ്പെടുത്തുകയും ചെയ്യും. വളരെ യഥാർത്ഥമായ ദുരന്തത്തിലും ശാന്തരായ ആളുകൾക്ക് സ്വന്തം കഴിവിൽ വിശ്വാസവും ഒരു മാർഗ്ഗം കണ്ടുപിടിച്ചു തിരിച്ചുവരാനുള്ള മിടുക്കുമുണ്ടാകും.

ഈ മനോഭാവം പരിഗണിക്കുമ്പോൾത്തന്നെ, ഇതുമായി ബന്ധപ്പെട്ട മറ്റൊരു ആശയത്തിലേക്കു നോക്കേണ്ടത് വളരെ പ്രധാനമാണ്. കഴിഞ്ഞ കുറച്ചുവർഷമായി വലിയ ഗവേഷകശ്രദ്ധ പിടിച്ചുപറ്റിയതാണിത്—കൃതജ്ഞത അഥവാ ഉപകാരസ്മരണ. നന്ദിയുള്ളവരായിരിക്കുക എന്നു പറഞ്ഞാൽ അർത്ഥം നിങ്ങളുടെ ജീവിതത്തിൽ ഇപ്പോൾ നന്നായിപോകുന്ന എല്ലാത്തിനേയും അംഗീകരിക്കുകയും അതെല്ലാം ആസ്വദിക്കുകയും ചെയ്യുക എന്നതാണ്. ഒരു തരത്തിൽ, പിരിമുറുക്കത്തിന്റെയും ഉത്കണ്ഠയുടെയും ക്രമങ്ങൾക്കു വിപരീതം. 2016-ൽ വോംഗും സഹപ്രവർത്തകരും കണ്ടെത്തിയത് 'നന്ദി പറയൽ' വലിയതോതിൽ മാനസികസൗഖ്യം കൂട്ടുന്നു എന്നാണ്. സൈക്കോതെറാപ്പി സ്വീകരിക്കുന്ന രോഗികളെ മൂന്നു ഗ്രൂപ്പുകളായി തിരിച്ചു : മറ്റുള്ളവർക്കു നന്ദി അറിയിച്ചുകൊണ്ടു കത്തെഴുതിയവരുടെ ഒരു കൂട്ടം. അവരുടെ ചിന്തകളും വികാരങ്ങളും രേഖപ്പെടുത്തിക്കൊണ്ടു തുറന്നെഴുതിയവരുടെ ഒരു കൂട്ടം. ഒന്നുമെഴുതാത്തവരുടെ മറ്റൊരു കൂട്ടം. നിങ്ങൾക്ക് ഊഹിക്കാൻ കഴിയുന്നതുപോലെ, നന്ദിപറഞ്ഞവരുടെ ഗ്രൂപ്പ് വലിയതോതിൽ ഉയർന്ന സൗഖ്യം അനുഭവിച്ചു.

ഇപ്പോൾ നിങ്ങൾക്ക് പ്രശ്നമൊന്നുമല്ലാത്ത കാര്യങ്ങളിലേക്കു ബോധപൂർവ്വം നിങ്ങളുടെ ശ്രദ്ധ കൊണ്ടുവരിക. നമുക്കവ എളുപ്പത്തിൽ അവഗണിക്കാൻ കഴിയും. എന്നാൽ, പല തരത്തിൽ നാം എത്രമാത്രം അനുഗ്രഹീതരായിരിക്കുന്നു എന്നതിനെക്കുറിച്ച് ബോധവാന്മാരാകുന്നത് ഇടയ്ക്കിടെ വെല്ലുവിളിയായി കാണപ്പെടുന്ന എല്ലാ കാര്യങ്ങൾക്കും ഒരു കരുതലായി പ്രവർത്തിക്കും.

മനോഭാവം 4 : വർത്തമാനകാലത്തിൽ ഊന്നുക, ഭൂതത്തിലോ ഭാവിയിലോ അല്ല

ഉത്കണ്ഠ ജീവിക്കുന്നത് മറ്റെവിടെയോ ആണ്. അത് ഭൂതകാലത്തിൽ തങ്ങിനിൽക്കുന്നു. സംഭവിച്ചുകഴിഞ്ഞതിനെ ഓർത്ത് ആശങ്കപ്പെടുന്നു (അതായത്, നിങ്ങളുടെ നിയന്ത്രണത്തിലില്ലാത്തത്.

മനോഭാവം 1 കാണുക). അല്ലെങ്കിൽ, അനാവശ്യമായി ഭാവിയിലേക്കൊഴുകുന്നു. ലക്ഷക്കണക്കിനു പിരിമുറുക്കസാദ്ധ്യതകൾ ഭാവനയിൽ കാണുന്നു. എന്നാൽ കരുതിക്കൂട്ടിയുള്ള അവബോധവും പ്രയോജനപ്രദമായ പ്രവൃത്തിയും മറ്റെവിടെയുമല്ല. അവ വർത്തമാനത്തിൽ ജീവിക്കുന്നു. *ഇപ്പോൾ* എന്തു സംഭവിക്കുന്നു എന്നതിലേക്കു നിങ്ങളുടെ അവബോധത്തെ വലിക്കുക. അത് അമിതചിന്തയ്ക്കുള്ള സാദ്ധ്യത ചെറുതാക്കും. നിങ്ങളെ യഥാർത്ഥത്തിൽ സഹായിക്കാൻ മികച്ച അവസരമുള്ളിടത്തു നിങ്ങളുടെ ചിന്തകളെ വയ്ക്കുക. ഏതെങ്കിലും പരിഹാരം, ഏതെങ്കിലും സന്തോഷം, ഏതെങ്കിലും ഉൾക്കാഴ്ച്ച ഏതെങ്കിലും പ്രയോജനപ്രദമായ പ്രവൃത്തി എന്നിവയെല്ലാം ഒരിടത്തേ ഉണ്ടാകൂ—ഇവിടെ. അതുകൊണ്ട് ഇവിടെയാണ് അതിനുവേണ്ടി നിങ്ങൾ നോക്കേണ്ടത്.

കുട്ടിയുടെ ജന്മദിനാഘോഷത്തേക്കാൾ ഗുരുതരമായ ഒരു പ്രശ്നമെടുക്കാം. അപമാനം, നഷ്ടം, മാനസികരോഗം, പൊതുവായ ഇരുണ്ട അവസ്ഥ എന്നിവകൊണ്ടു സംഘർഷമനുഭവിക്കുന്ന ആരെയെങ്കിലും കുറിച്ചു ചിന്തിക്കുക. സംഭവിച്ച കാര്യങ്ങളെക്കുറിച്ചും അവർക്കു പറ്റിയ തെറ്റുകളെക്കുറിച്ചും മാത്രമല്ല, ഇത് അവരുടെ ഭാവിയെ സംബന്ധിച്ച് എന്താണ് അർത്ഥമാക്കുന്നത്, അവർ എവിടേക്കു പോകുന്നു എന്നതിനെക്കുറിച്ചും വ്യഗ്രത പൂണ്ട് അവർ തങ്ങളുടെ ജീവിതത്തിലെ ഒരു സവിശേഷഘട്ടത്തിലാണ്. വർഷങ്ങൾ നീണ്ട ചികിത്സയ്ക്കും വ്യക്തിത്വവികസനത്തിനും ശേഷം ഈ വ്യക്തി പുതിയൊരു കമിതാവിനെ കണ്ടെത്തുന്നു. അങ്ങനെ കാര്യങ്ങൾ ഗംഭീരമായി മുന്നോട്ടുപോകുന്നു.

പക്ഷേ, വളരുന്ന പുതിയ പ്രണയത്തിൽ ശ്രദ്ധിക്കാതെ അവർ മോശമായ കഴിഞ്ഞകാല ബന്ധങ്ങളെപ്പറ്റി പശ്ചാത്തപിക്കുകയാണ്. അവരുടെ പുതിയ ബന്ധത്തിന് ഇതു ഭീഷണിയാകുമെന്ന് അവർ വിഷമിക്കുന്നു. ഭാവിയിലെ എല്ലാ ബന്ധങ്ങളും പഴയകാല തെറ്റുകളും പശ്ചാത്താപവും കാരണം കളങ്കപ്പെടുമെന്നും അവർ ആശങ്കപ്പെടുന്നു. "മറ്റേ ഷൂ കൂടി താഴെയിടാൻ" അവർ കാത്തിരിക്കുകയാണ്. നശിപ്പിക്കപ്പെട്ട, സങ്കീർണ്ണവ്യക്തിയെന്ന ആശയത്തോടു സ്വയം ബന്ധിപ്പിച്ചു നിൽക്കുകയാണവർ. തങ്ങൾ എന്തൊരു കുഴപ്പംപിടിച്ചവരാണെന്ന് എപ്പോൾ ആണ് മറ്റുള്ളവർ മനസ്സിലാക്കാൻ പോകുന്നതെന്നോർത്തു സ്ഥിരമായി വിഷമിച്ചുകൊണ്ടിരിക്കുകയും ചെയ്യുന്നു.

അതിനിടയിൽ, ഒരു കാര്യം മറന്നു : സത്യമെന്താണെന്നുവെ

ച്ചാൽ, *വർത്തമാനത്തിൽ, ഈ നിമിഷത്തിൽ, കാര്യങ്ങളെല്ലാം അദ്ഭുതകരമാണ്!* എത്ര പേരാണ് ചില പഴയകാല നിമിഷങ്ങളെയോർത്ത് വിലപിക്കുന്നത്? ഇത് ഇപ്പോൾ അവരുടെ കൈയിലുള്ള പുതുപുത്തൻ നിമിഷത്തെ ആസ്വദിക്കുന്നത് അസാധ്യമാക്കുന്നു എന്ന് അവരറിയുന്നില്ല. ഒരിക്കലും സംഭവിക്കാൻ സാദ്ധ്യതയില്ലാത്ത ഭാവികാര്യങ്ങളെക്കുറിച്ച് വിഷമിക്കാൻ എത്രമാത്രം സമയവും ഊർജ്ജവുമാണ് പാഴാക്കുന്നത്—ഇത്തരത്തിൽ യഥാർത്ഥ, മൂർത്തമായ ഈ നിമിഷത്തെ ബഹിഷ്കരിക്കുകയും ചെയ്യുന്നത്?

മനോഭാവം 5: നിങ്ങൾക്ക് എന്താണ് *ആവശ്യം* എന്നതിൽ ഊന്നുക, എന്ത് *വേണം* എന്നതിലല്ല

ഉത്കണ്ഠാജനകമല്ലാത്ത ചിന്തകളിൽ ഒരു ലാളിത്യമുണ്ട്. നമ്മുടെ യഥാർത്ഥ ജീവിതവുമായി വളരെ കുറച്ച് ബന്ധം മാത്രമുള്ള, സങ്കീർണ്ണലോകം നെയ്യുവാൻ നമ്മുടെ വ്യക്തിഗത ആന്തരികാഖ്യാനങ്ങൾക്കും സ്വയഭാഷണങ്ങൾക്കും കഴിയും. സമ്മർദ്ദപൂരിതമായ അമിതചിന്തയിലൂടെ നമുക്ക് വ്യതിചലിക്കാവുന്ന ഒരു മാർഗ്ഗം, നമ്മുടെ സന്തോഷത്തിനും ക്ഷേമത്തിനും തീർത്തും ആവശ്യമുള്ളത് എന്താണെന്നും എന്താണ് നല്ല, സാദ്ധ്യതയുള്ള മറ്റൊന്ന് എന്നതും തെറ്റിദ്ധരിക്കലാണ്.

നിങ്ങളുടെ ആഗ്രഹത്തിലുപരി ആവശ്യങ്ങളിൽ ശ്രദ്ധ വന്നാൽ അതു കാര്യങ്ങളുടെ കേന്ദ്രസ്ഥാനത്തെത്താൻ നിങ്ങളെ സഹായിക്കും. അന്തിമമായി പ്രധാനമെന്നു കരുതുന്നതിന് മുൻഗണന നൽകാനുമാവും. ശരിക്കും എന്താണു കാര്യം എന്നതിൽ ശ്രദ്ധ കേന്ദ്രീകരിക്കുന്നതും ആവശ്യമില്ലാത്തവ വിട്ടുകളയുന്നതും പിരിമുറുക്കം കുറവുള്ള കാര്യമാണ്. പുതിയ സ്ഥലത്തേക്ക് മാറാനൊരുങ്ങുന്ന ഒരാളെ ഉദാഹരണമായി എടുക്കുക. അവരുടെ ജീവിതശൈലിക്കിണങ്ങിയ വീടിനെക്കുറിച്ചുള്ള വിശദാംശങ്ങൾ ആവർത്തിച്ചാലോചിച്ച് തളരാനും പിരിമുറുക്കത്തിലാവാനും തുടങ്ങുന്നു. ചെറിയ ചെറിയ വിശദാംശങ്ങൾ ധാരാളം ചർച്ച ചെയ്ത് അവരൊരു വഴിക്കാകുന്നു—എ എന്ന സ്ഥലത്ത് വലിയൊരു പൂന്തോട്ടമുണ്ട്. പക്ഷേ അവിടം ബി എന്ന സ്ഥലത്തേക്കാൾ ചെലവേറിയതാണ്. എന്നിരുന്നാലും ബി കടകൾക്കടുത്താണ്. എന്നാൽ സി കൂടുതൽ വിലകുറഞ്ഞതും കടകൾക്കു തൊട്ടടുത്തുമാണ്. പക്ഷേ പൂന്തോട്ടം ഇല്ലേയില്ല... പക്ഷേ അതിനു മരത്തിന്റെ ഗംഭീരമായ നിലമുള്ളപ്പോൾ

പൂന്തോട്ടം വലിയ കാര്യമാണോ? എങ്കിലും വീണ്ടും അതാലോചി ക്കുമ്പോൾ....

എണ്ണിയാലൊടുങ്ങാത്ത സാദ്ധ്യതകളെ പ്രോത്സാഹിപ്പിക്കു ന്നതു മിടുക്കാണെന്നു തോന്നാം. പക്ഷേ യഥാർത്ഥത്തിൽ അത് നിങ്ങളെ മരവിപ്പിക്കുകയും തീരുമാനം വേണ്ടത്ര ഫലപ്രദമാകാതെ പോകുകയും ചെയ്യും. മെച്ചപ്പെടുത്താനായി അവസാനമില്ലാതെ ശ്രമിക്കുന്നത് അടിസ്ഥാന മൂല്യങ്ങളിൽനിന്നു നമ്മെ കൂടുതൽ കൂടുതൽ അകറ്റുന്നു. പ്രധാനപ്പെട്ടതെങ്കിലും അടിസ്ഥാനമല്ലാത്ത കാര്യങ്ങളാൽ വ്യതിചലിക്കപ്പെടുകയാണു ഫലം. പകരം, ഉദാഹരണത്തിലെ മനുഷ്യൻ അമിതചിന്ത നിർത്തി, പുതിയ വീടിനു വേണ്ട മൂന്നു പ്രധാനകാര്യങ്ങൾ മാത്രം പരിഗണിക്കാം. വില, പൂന്തോട്ടം, മൂന്നു കുളിമുറി എന്നിവ ചർച്ച വേണ്ടാത്തതെന്നു തീരുമാനിച്ച ശേഷം, അവർക്കു ശ്രദ്ധ കേന്ദ്രീകരിക്കാനും കണക്കിലെടുക്കേണ്ടാത്ത കാര്യങ്ങൾ അവഗണിക്കാനും കഴിയും. ആവശ്യങ്ങളിൽ ശ്രദ്ധ കേന്ദ്രീകരിക്കുന്നതു മാറ്റങ്ങളോ വെല്ലുവിളികളോ നിരാശകളോ നേരിടാൻ നിങ്ങളെ അനുവദിക്കുന്നു. ഒരു കാര്യം ആവശ്യമല്ല, വെറുമൊരാഗ്രഹമാണെന്നു മനസ്സിലാക്കിയാൽ, അതു കിട്ടിയില്ലെ ങ്കിൽ ഒഴിവാക്കാനും മുന്നോട്ടുപോകാനുമാകും.

അവസാനമായി, മനുഷ്യർ മിക്കപ്പോഴും അവർക്കെന്താണ് യഥാർത്ഥത്തിൽ വേണ്ടതെന്ന് ഊഹിക്കുന്നതിൽ വളരെ മോശ മാണെന്നതു ശ്രദ്ധിക്കേണ്ടതാണ്. അതുപോലെതന്നെ എന്താണ് അവരെ സന്തോഷിപ്പിക്കുക എന്നതു പ്രവചിക്കുന്നതിലും മോശമാണ്. നിങ്ങളുടെ ഏറ്റവും അടിസ്ഥാനപരമായ ആവശ്യങ്ങളിൽ ശ്രദ്ധയൂ ന്നുമ്പോൾ, നിങ്ങൾ അങ്ങേയറ്റം സത്യസന്ധമായ മൂല്യങ്ങളെക്കുറിച്ചു ചിന്തിക്കാൻ നിർബന്ധിതമാകുകയാണ്. ആഗ്രഹങ്ങളെക്കുറിച്ചു ചിന്തിക്കുന്നതു നിങ്ങളെ ഇരുളടഞ്ഞ വഴിയിലുപേക്ഷിക്കും. ഒരു സാദ്ധ്യതയെക്കുറിച്ച് അമിതമായി ചിന്തിച്ചതിനാലോ, അല്ലെങ്കിൽ വേണമെന്ന് ഉറപ്പുണ്ടായിരുന്ന ഒരു കാര്യത്തെക്കുറിച്ച് സ്വയം ബോധ്യപ്പെട്ടതിനാലോ നമ്മളിൽ ആരാണ് പ്രശ്നങ്ങളിൽ അക പ്പെടാത്തത്... എന്നാൽ കുഴപ്പത്തിലാകാത്ത ആരാണ് നമുക്കിട യിലുള്ളത്?

അൽപ്പം മാനസിക മിതത്വം പരിശീലിക്കുക. കാര്യങ്ങൾ കുറയ്ക്കുക. വലിയ തീരുമാനങ്ങളെ അങ്ങേയറ്റംവരെ നിയന്ത്രിക്കാൻ ശ്രമിക്കരുത്. നമുക്കു വേണ്ടതെന്നു നമ്മൾ കരുതുന്നവ, നമുക്കു വേണമെന്ന് മറ്റുള്ളവർ ആഗ്രഹിക്കുന്നവ, സാംസ്കാരികവും

സാമൂഹികവുമായ പ്രതീക്ഷകൾ, പരസ്യങ്ങൾ, തോന്നലുകളേക്കാൾ പ്രാധാന്യമില്ലാത്ത മറ്റേതെങ്കിലും ക്ഷണികമായ ആഗ്രഹങ്ങൾ എന്നിവയാൽ നമുക്കെല്ലാം ആശയക്കുഴപ്പമുണ്ടാകാം. യഥാർത്ഥ ആവശ്യങ്ങൾ മിക്കപ്പോഴും ലളിതവും നേർരേഖയിലുള്ളതുമാകും. അതേസമയം, നിർത്താതെ ന്യായീകരിക്കുന്നതും വിശദീകരിക്കുന്നതുമായ ആ തീരുമാനങ്ങളും ആഗ്രഹങ്ങളും സാധാരണയായി യഥാർത്ഥ ആവശ്യങ്ങളാകില്ല.

ആവശ്യങ്ങളുടെ ശ്രദ്ധാകേന്ദ്രം മാറ്റിപ്പിടിച്ചുകൊണ്ടു മൊത്തം ഉത്കണ്ഠ കുറയ്ക്കുന്ന മറ്റൊരു വഴിയുണ്ട്. നിങ്ങൾ ബന്ധങ്ങളെ ച്ചൊല്ലി അമിതമായി ചിന്തിക്കുന്നവരും നിങ്ങളുടെ ആശങ്കകളുടെ ഭൂരിഭാഗവും സാമൂഹികസമ്മർദ്ദമാണെങ്കിലും ആവശ്യങ്ങളിലേക്കു ഐക്യപ്പെടുന്നതു കാര്യങ്ങൾ നിങ്ങളെ സംബന്ധിച്ച ലളിതമാക്കും. മനുഷ്യബന്ധങ്ങളിലെ സഹാനുഭൂതി, ചേർച്ച, പരസ്പര ധാരണ എന്നിവ മെച്ചപ്പെടുത്തുന്നതിനെക്കുറിച്ചാണ് മാർഷൽ റോസൻബർഗ് മുന്നോട്ടുവച്ച അഹിംസാത്മക ആശയവിനിമയ മാതൃക (Nonviolent Communication model) പറയുന്നത്. സാമൂഹികസമ്പർക്കങ്ങളിലെ ആവശ്യങ്ങളിലൂന്നുന്നതാണ് ഒരു തത്ത്വം. നിങ്ങളുടെ സ്വന്തം ആവശ്യങ്ങൾ പങ്കുവയ്ക്കുകയും മറ്റുള്ളവരുടെ ആവശ്യങ്ങൾ ശ്രദ്ധിക്കുകയും ചെയ്തുകൊണ്ട് ആശയവിനിമയത്തിൽനിന്നു സമ്മർദ്ദവും നിർബന്ധവും ഒഴിവാക്കുകയാണ് വേണ്ടത്. ഇതു ബന്ധങ്ങളുടെ ലയം ഗണ്യമായി മെച്ചപ്പെടുത്തുകയും തീവ്രദുഃഖങ്ങളും ഉത്കണ്ഠയും കുറയ്ക്കുകയും ചെയ്യും.

ഒരു ഉദാഹരണം നോക്കാം. നിങ്ങൾ ആരെയും കാണാൻ ആഗ്രഹിക്കാത്ത ദുരിതംപിടിച്ച ഒരു ദിവസം ഒരാൾ നിങ്ങളുടെ വീട്ടിലേക്കു വരാൻ ആഗ്രഹിക്കുന്നു. അയാളുടെ (അലോസരപ്പെടുത്തുന്ന) സ്വഭാവത്തിൽ ശ്രദ്ധയൂന്നാതെ, കുറ്റപ്പെടുത്താനോ ഒഴിവാക്കാനോ നോക്കാതെ, പിന്നീടു കുറ്റബോധം തോന്നാവുന്ന ഒഴിവുകഴിവുകൾ പറയാതെ, അത്തരം അമിതചിന്തയിൽനിന്നു പുറത്തുവന്ന എല്ലാവരുടേയും ആവശ്യങ്ങൾ നോക്കിക്കാണുകയാണു വേണ്ടത്. "ഹേയ്, നിങ്ങൾക്ക് ഇന്നു രാത്രി തങ്ങണമെന്ന് ശരിക്കും ആഗ്രഹമുണ്ടെന്ന് എനിക്കറിയാം. പക്ഷേ, എനിക്കിപ്പോൾ അല്പം സമയക്കുറവുണ്ട്. പകരം അടുത്തയാഴ്ച കണ്ടാൽ മതിയാകുമോ?" ആവശ്യങ്ങളിൽ ശ്രദ്ധ കേന്ദ്രീകരിക്കുന്നതു സമ്മർദ്ദത്തിന്റെ പല സാദ്ധ്യതകളും ഒഴിവാക്കുന്നു.

ഈ വിളംബരത്തിലെ അഞ്ചു മനോഭാവങ്ങൾ യഥാർത്ഥത്തിൽ

ഒരൊറ്റ ആശയത്തിന്റെ വ്യത്യസ്ത രൂപങ്ങൾ മാത്രമാണെന്ന് നിങ്ങൾക്കു കാണാൻ കഴിയും. വഴക്കം, ശ്രദ്ധ, ചെറുത്തുനിൽപ്പ്, ഗുണപരമായ പ്രവൃത്തി എന്നിവയാണ് ഉത്കണ്ഠയും അമിത ചിന്തയുമില്ലാത്തവർ മേൽക്കോയ്മ നേടിയ പ്രത്യേകമായ മനോഭാവത്തിന്റെ സ്വഭാവം. ഏതു സാഹചര്യത്തിലും, നല്ലതായ എല്ലാത്തിലും നിങ്ങളുടെ അവബോധം പ്രവർത്തിക്കട്ടെ. അതായത്, നിങ്ങളുടെ താൽപ്പര്യങ്ങൾ, വിഭവങ്ങൾ, പ്രവർത്തനസാദ്ധ്യതകൾ, എന്തു പ്രതികൂല സാഹചര്യമുണ്ടായാലും സ്വന്തം താൽപ്പര്യത്തിനു വേണ്ടി പ്രവർത്തിക്കാനുള്ള സ്ഥിരമായ കഴിവ്.

വിപരീതപ്രവൃത്തിയിലൂടെയുള്ള വികാരനിയന്ത്രണം

മുകളിൽപ്പറഞ്ഞ മനോഭാവങ്ങൾ നിങ്ങളുടെ ചിന്തയേയും അവബോധത്തേയും സ്വഭാവത്തേയും അവസാനമായി നിങ്ങളുടെ ലോകത്തേയും രൂപപ്പെടുത്തും.

ഈ മനോഭാവങ്ങൾ ഉപയോഗപ്പെടുത്തുന്നത് പോസിറ്റിവിറ്റി, വഴക്കം, പ്രതീക്ഷ, കൃതജ്ഞത, ആകാംക്ഷ, ക്ഷമ, ആത്മാഭിമാനം, അല്പം നർമ്മബോധം എന്നിവയോടുള്ള ബോധപൂർവ്വമായ കടമയാണ്. മറ്റുവാക്കുകളിൽ പറഞ്ഞാൽ, വലിയ വ്യത്യാസം *വൈകാരികമാണ്.* നമ്മുടെ സ്വന്തം വികാരങ്ങളെ തിരിച്ചറിയാനും അവയ്ക്കുമേൽ ആധിപത്യം പുലർത്താനും കഴിയുമെന്നിരിക്കെ, നമുക്കേറ്റവും യോജിച്ച വൈകാരികാവസ്ഥ കണ്ടെത്തി സ്വീകരിക്കാവുന്നതാണ്. നമുക്കുമേലുള്ള സ്വയാധിപത്യം എന്നത് ശരീരത്തിനും മനസ്സിനും ഹൃദയത്തിനും വികാരങ്ങൾക്കും മേലുള്ള ആധിപത്യമാണ്.

മുകളിൽപ്പറഞ്ഞ സി.ബി.ടി ടെക്നിക്കുകളും പൂർണ്ണശ്രദ്ധ അടിസ്ഥാനമാക്കിയുള്ള രീതികളും പഠിപ്പിക്കുന്നത് വിധയെഴുത്ത് ഒഴിവാക്കി വികാരങ്ങൾക്കൊപ്പം എങ്ങനെ ചെലവഴിക്കാമെന്നാണ്. തോന്നലുകളെ അംഗീകരിച്ചുകൊണ്ട് നമ്മൾ അനുഭവിക്കുന്നതിനെ ശാന്തമായ അവബോധത്തോടെ നാം നോക്കിക്കാണുന്നു. ഇതു പ്രധാനപ്പെട്ടതാണ്—വൈകാരിക നിയന്ത്രണം വൈകാരിക അംഗീകാരത്തിൽ നിന്നാണു തുടങ്ങുന്നത്. വികാരങ്ങളെ തള്ളിമാറ്റിക്കൊണ്ടു നമുക്കവയെ മെരുക്കാൻ പഠിക്കാനാകില്ല. അവരുടെ പേരു പഠിച്ചു അവയുമായി കൂടുതൽ പരിചയത്തിലായി വേണം അതു ചെയ്യാൻ.

മറ്റു ചികിത്സാപരമായ സാഹചര്യങ്ങളിൽ ഉപയോഗിച്ച് വലിയ

വിജയം നേടിയതാണ് വിപരീതപ്രവർത്തന രീതി. പരുക്കനായി പറഞ്ഞാൽ "വികാരങ്ങൾ പറയുന്നതിന് വിപരീതം പ്രവർത്തിക്കുക". തീർച്ചയായും ഇത് നിഷേധിക്കലോ യഥാർത്ഥ തോന്നലുകൾക്ക വിരുദ്ധമായി പ്രവർത്തിക്കുകയോ അല്ല. ഈ ടെക്നിക്ക് പരിശീലിക്കുന്നതിന്, അമിതമായി ചിന്തിക്കുമ്പോൾ നമ്മൾ അനുഭവിക്കുന്ന വികാരമെന്തെന്നു ചിന്തിക്കണം (ഉദാഹരണത്തിന് ഭയം, പരിഭ്രാന്തി, അസ്വസ്ഥത, നാണക്കേട്). എന്നിട്ട് പ്രതിരോധമില്ലാതെ അവയെ നിരീക്ഷിക്കണം. നിങ്ങളുടെ സി.ബി.ടിയോ പ്രവർത്തനക്ഷമമല്ലാത്ത ചിന്തകളുടെ റിക്കാർഡോ തയ്യാറാക്കുമ്പോൾ ഇതു സംബന്ധിച്ച ചെറിയ പരിശീലനം കിട്ടിയതാണ്. വൈകാരിക നിയന്ത്രണത്തിന്റെ ആദ്യഭാഗം മറ്റു ധ്യാനപരിശീലനങ്ങളിൽ നിന്നു വ്യത്യസ്തമല്ല. അതായത്, നിങ്ങളുടെ വികാരങ്ങൾ എന്താണോ അതായിരിക്കാൻ നിങ്ങൾ അനുവദിക്കുകയാണ്. ശ്വസനഗതിയുടെ ശാന്തമായ അവബോധത്തോടെ, നിങ്ങളുടെ ശരീരവും നിങ്ങളുടെ അവബോധവും, എന്തു വികാരങ്ങളാണ് നിങ്ങളിൽ ഉണരുന്നതെന്നു വെറുതെ നിരീക്ഷിക്കുകയാണ്. നിങ്ങളുടെ വൈകാരികാവസ്ഥയെക്കുറിച്ചുള്ള ഈ അന്വേഷണം ഷെഡ്യൂൾ ചെയ്ത പൂർണ്ണശ്രദ്ധാ പരിശീലനത്തോടു ചേർത്തുവയ്ക്കാവുന്നതാണ്. പ്രഭാതത്തിലെ പതിവുകളോടു ചേർക്കാം. അല്ലെങ്കിൽ, ഒരു ദൃശ്യവത്കരണസെഷനാക്കാം. അതുമല്ലെങ്കിൽ നിങ്ങൾ പ്രതിസന്ധിയിലാകുമ്പോഴും വിഷമകരമായ തോന്നലുകളുണ്ടാകുമ്പോഴും 'നിങ്ങൾക്കും നിങ്ങളുടെ വികാരങ്ങൾക്കുമൊപ്പമാവുക' എന്നതു പരിശീലിക്കാവുന്നതാണ്.

വികാരങ്ങളുണ്ടാകുന്നതിൽ തെറ്റൊന്നുമില്ല. വിശേഷിച്ചും അമിതചിന്തയുടെ കാര്യത്തിൽ പ്രാഥമികമായി ഭയം നിറഞ്ഞ വികാരങ്ങളാകും. നിങ്ങൾക്കെങ്ങനെ തോന്നുന്നുവോ അങ്ങനെ തോന്നാൻ എല്ലാ കാരണവും അവകാശവുമുണ്ട്. എന്നിരുന്നാലും വികാരങ്ങൾ നമ്മുടെ ചിന്തകളും പെരുമാറ്റവുമായി ബന്ധപ്പെട്ടിരിക്കുന്നതായി ഞങ്ങൾ കണ്ടിട്ടുണ്ട്. നമുക്കു തോന്നുന്നുവെന്നു നമുക്കു തോന്നുമ്പോൾ, എങ്ങനെ ഈ തോന്നലുകൾ നമ്മുടെ ചിന്തകളേയും പെരുമാറ്റത്തേയും ബാധിക്കുന്നുവെന്നതിനെക്കുറിച്ച് നമുക്കൊരു അറിവുമില്ലെന്ന് അതിനർത്ഥമില്ല.

മിക്ക അമിതചിന്തകളുടേയും പിറകിലുള്ള വികാരം ഭയമാണ്. നിയന്ത്രണം നഷ്ടപ്പെടുമെന്ന ഭയം, തളരുമെന്ന ഭയം, തോൽക്കുമെന്ന ഭയം, വരാനിരിക്കുന്ന അപകടത്തിന്റെ ഭയം, പരിഭ്രാന്തി

യുടെ ഭയം അങ്ങനെയങ്ങനെ തോന്നൽ യഥാർത്ഥമാണ്. എന്നാൽ അത് സത്യമാണെന്ന് അതിനർത്ഥമില്ല. സഹായകരമാണെന്നും തീർച്ചയായും അതിനർത്ഥമില്ല! ഭയത്തിൽ നിന്നു നാം പ്രവർത്തിക്കുമ്പോൾ, ഒടുവിൽ കൂടുതൽ ഭയം സൃഷ്ടിക്കുക മാത്രമായിരിക്കും ചെയ്യുക. എന്നാൽ, നമ്മുടെ തോന്നലുകൾ നിരീക്ഷിക്കാനുള്ള സാദ്ധ്യത നമുക്കുണ്ട്. നമ്മുടെ ഭയം അറിയാൻ, എന്നാലെങ്കിലും വ്യത്യസ്തമായി പ്രവർത്തിക്കാൻ. ഇവിടെയാണു വിപരീതപ്രവർത്തന രീതി കടന്നുവരുന്നത്.

നമ്മൾ അമിതചിന്തയിലും ഉത്കണ്ഠാകുലമായ ഊഹാപോഹങ്ങളിലും കുടുങ്ങിയിരിക്കുമ്പോൾ, ഉദാഹരണത്തിന് നമ്മുടെ ഭയം നിറഞ്ഞ വൈകാരികാവസ്ഥ വ്യത്യസ്തമായ ഒരു കൂട്ടം പെരുമാറ്റത്തിനു കാരണമാകും : നമ്മൾ ആളുകളെയും സാഹചര്യങ്ങളെയും ഒഴിവാക്കും, ന്യായമായ റിസ്കെടുക്കാൻ മടിക്കും, അന്വേഷണാത്മകതയും ലോകത്തെക്കുറിച്ചുള്ള ആകാംക്ഷയും നിർത്തും, സംശയാലുക്കളാകും, അല്ലെങ്കിൽ ചിത്തഭ്രമം വരെയാകും, നമ്മളെക്കുറിച്ചും നമ്മുടെ കഴിവുകളെക്കുറിച്ചും കുറച്ചുമാത്രം ചിന്തിക്കും, സ്വപ്നങ്ങളും ലക്ഷ്യങ്ങളും ചെറുതാകും, വിഷമം പിടിച്ച സാഹചര്യങ്ങളെ നിഷേധിക്കും, തോൽവി ഭയന്നു നല്ല അവസരങ്ങളെ കൈവിടും, നമ്മുടെ ജീവിതത്തിലെ പ്രശ്നങ്ങൾക്കു മറ്റുള്ളവരെ കുറ്റപ്പെടുത്തും.

ഭയവും ഉത്കണ്ഠയും നമ്മെ കീഴടക്കുമ്പോൾ നമുക്കുണ്ടാകുന്ന ചിന്തകളെ ഇങ്ങനെ വായിക്കാം :

- "ലോകം സുരക്ഷിതമല്ല". "ആരെയും വിശ്വസിക്കാനാകില്ല"
- "ഒന്നും ശരിയാകില്ല, ശ്രമിച്ചുനോക്കുകപോലും വേണ്ട"
- "ഒന്നിനു നേരെയും കഴുത്തു നീട്ടണ്ട. വളരെ റിസ്കാണ്"
- "പുതിയതൊന്നും പരീക്ഷിക്കേണ്ട, എന്തോ മോശം സംഭവിക്കാനുണ്ട്"

നമ്മുടെ ഭയംനിറഞ്ഞ വികാരങ്ങളോട് നമുക്കു അനുകമ്പ ഉണ്ടാകാം. അവയെ അവയുടെ ഇഷ്ടത്തിനു വിടാതെ തന്നെ യഥാർത്ഥവും വേദനാജനകവുമാണെന്നു സാധൂകരിക്കുകയും ചെയ്യാം. മറ്റു വാക്കുകളിൽ, നമ്മുടെ ഭയം നിറഞ്ഞതും ഉത്കണ്ഠാകുലവുമായ വികാരങ്ങൾ നമ്മുടെ കൂടെ കാറിൽ യാത്രചെയ്യുന്നതിൽ യാതൊരു വിരോധവും

വേണ്ട, എന്നാൽ അവ ഡ്രൈവറുടെ സീറ്റിൽ കയറിയിരുന്നു നമ്മുടെ ജീവിതം എങ്ങോട്ടു പോകണമെന്നു തീരുമാനിക്കരുത്!

ഭയത്തിന്റെയും ഉത്കണ്ഠയുടെയും വിപരീതം എന്താണ്? നമ്മൾ ഈ വികാരങ്ങളേയും പെരുമാറ്റങ്ങളേയും പ്രവൃത്തികളേയും വെറുതെ തലതിരിച്ചിട്ടാൽ എന്തു സംഭവിക്കും?

നമ്മൾ ആത്മവിശ്വാസവും ശാന്തിയും കാണും. പുതിയ സാഹചര്യങ്ങളെ താത്പര്യത്തോടെ സമീപിക്കും. റിസ്കെടുക്കാനോ പുതിയവ പരീക്ഷിക്കാനോ ഭയക്കില്ല. നമ്മെത്തന്നെ ആഴത്തിൽ വിശ്വസിക്കുന്നതിനാൽ നമ്മൾ മറ്റുള്ളവരേയും വിശ്വസിക്കും. നമ്മുടെ വഴിയിൽ ജീവിതം നടത്തുന്ന പരീക്ഷണങ്ങളിൽ നമ്മൾ തുല്യരാണെന്നും നമുക്കവയെ കൈകാര്യം ചെയ്യാമെന്നും മനസ്സിലാക്കും. ചിലപ്പോൾ നമ്മൾ ഭയചകിതരാകും. എന്നാൽ വെല്ലുവിളികളെ നമ്മെ പ്രചോദിതരാക്കാനും ഉത്തേജിപ്പിക്കാനും അനുവദിക്കും. "ഞാൻ എബിസി പരീക്ഷിച്ചാൽ എന്തു സംഭവിക്കും?" അല്ലെങ്കിൽ "എന്തു സംഭവിക്കുമെന്ന് എനിക്കറിയില്ല, എന്നാൽ എനിക്കു പ്രതീക്ഷയുണ്ട്" എന്ന തരത്തിലുള്ള ചിന്തകൾ കൊണ്ടു നമ്മുടെ തല നിറയും.

നമ്മുടെ സി.ബി.ടി സ്പ്രെഡ്ഷീറ്റ് അനാരോഗ്യകരമായ ചിന്തകളെ തിരിച്ചറിഞ്ഞു മികച്ച ബദലിനെക്കുറിച്ചു ചിന്തിക്കാൻ അനുവദിച്ച പോലെതന്നെ വിപരീതപ്രവർത്തന ടെക്നിക് ഈ ചിന്തകളുടെ വൈകാരിക അടിസ്ഥാനം കണ്ടെത്താൻ സഹായിക്കുന്നു. അങ്ങനെ കൂടുതൽ മെച്ചപ്പെട്ട ബദൽ പരീക്ഷിക്കാനാകും. പൊതുവായ പ്രക്രിയ ഇങ്ങനെയാണ് :

1. വിധിയെഴുത്തോ വ്യാഖ്യാനമോ കൂടാതെ വികാരങ്ങളെ തിരിച്ചറിയുകയും അംഗീകരിക്കുകയും അനുഭവിക്കുകയും ചെയ്യുക.
2. ഈ വികാരങ്ങളിലേക്കു നയിച്ച ചിന്തകളേയും അവ പ്രോത്സാഹിപ്പിക്കുന്ന സ്വഭാവങ്ങളേയും നോക്കുക. ഈ ചിന്തകളേയും പെരുമാറ്റങ്ങളേയും നിങ്ങൾ ഇഷ്ടപ്പെടുന്നുവോ, അവ നിങ്ങളുടെ മൂല്യങ്ങളോടു ചേർന്നു നിൽക്കുന്ന ലക്ഷ്യത്തിലേക്കു അടുപ്പിക്കുന്നുവോ? അവ നിങ്ങളെ കീഴടക്കുകയാണോ അല്ലെങ്കിൽ എതിരെ പ്രവർത്തിക്കുകയാണോ?
3. അങ്ങനെയെങ്കിൽ, *വിപരീത* വികാരം കണ്ടെത്തുക. ഈ വൈകാരികാനുഭവം വളർത്തുന്നതിനായി പകരം,

മാനസികാവസ്ഥയ്ക്ക് തുലനമുണ്ടാക്കുക, എന്നിട്ട് ചിന്തകളേയും പെരുമാറ്റങ്ങളേയും കൂടുതൽ ആരോഗ്യകരമായ ദിശയിലേക്കു നയിക്കുക.

4. ഒരു നിശ്ചിതസമയത്തേക്ക് (അഞ്ചു മിനിറ്റോ ഒരു ദിവസമോ ആകാം) വിപരീതി വൈകാരിക അവസ്ഥ തുടരാൻ *ദൃഢനിശ്ചയം ചെയ്യുക*. പതറിപ്പോകുന്നുവെങ്കിൽ, നിങ്ങളീ ടെക്നിക് ചെയ്യുന്നത് ആത്യന്തികമായി എന്തിനുവേണ്ടിയാണെന്ന് ഓർമ്മിക്കുക. ശക്തമായ നിഷേധാത്മക വികാരങ്ങൾ നയിക്കുന്ന ചിന്തകൾക്കും പെരുമാറ്റത്തിനും കൊടുക്കേണ്ട വിലയും, പകരം നിങ്ങളാഗ്രഹിക്കുന്ന മെച്ചപ്പെട്ട മാനസികാവസ്ഥയും ഓർമ്മിക്കുക.

5. ഫലം നിരീക്ഷിക്കുക. തുടക്കത്തെ അപേക്ഷിച്ച് ഇപ്പോൾ എങ്ങനെ തോന്നുന്നുവെന്നു നോക്കുക. വ്യത്യസ്തമായി തോന്നാൽ ബോധപൂർവ്വം തെരഞ്ഞെടുത്തപ്പോൾ നിങ്ങളുടെ ചിന്തകളും പ്രവൃത്തികളും എങ്ങനെ മാറിയെന്നും നോക്കുക. അടുത്ത തവണ ഇതുപോലുള്ള ശക്തമായ നിഷേധാത്മക വികാരങ്ങൾ ഉടലെടുക്കുമ്പോൾ ഈ ഫലം ഓർക്കുക.

നിങ്ങളുടെ തോന്നലുകളെ നിഷേധിക്കാനോ വികാരങ്ങളെ ഇല്ലാതാക്കാനോ അല്ല ഈ ടെക്നിക് ശ്രമിക്കുന്നത്—തീർത്തും വിപരീതമാണ്! മെച്ചപ്പെട്ട വൈകാരിക നിയന്ത്രണവും സ്വയനിയന്ത്രണവും പരിശീലിച്ചു തുടങ്ങാനുള്ള ഗംഭീരമായ അവസരമാണ്. മിക്കപ്പോഴും നിഷേധ ചിന്തകളിലേക്കും സ്വഭാവ മാതൃകകളിലേക്കും സ്വാഭാവികമായും അനാരോഗ്യകരമായും ചായുന്നതിലേക്ക് പ്രബുദ്ധത പകരുകയാണ് ഉദ്ദേശ്യം.

കാർ അപകടത്തെക്കുറിച്ചും മറ്റേ ഡ്രൈവർ പ്രകോപനപരമായി നിങ്ങളോടു പെരുമാറുന്നതിനെക്കുറിച്ചുമുള്ള മുമ്പത്തെ ഉദാഹരണം ഓർക്കുക. അമർഷവും ദേഷ്യവും മേൽക്കൈ നേടിയേക്കാം. പക്ഷേ, അതിനെ നിർത്താനും എന്താണു സംഭവിക്കുന്നതെന്നു തിരിച്ചറിയാനുമുള്ള മനസ്സാന്നിദ്ധ്യം നിങ്ങൾക്കുണ്ടെങ്കിൽ, നിങ്ങൾക്കതു മാറ്റാനുള്ള അവസരമുണ്ട്. അങ്ങേയറ്റത്തെ ദേഷ്യത്തിൽ നിന്നു വരുന്ന ചിന്തകളും തുടർന്നുള്ള പെരുമാറ്റവും ആരുടെയും നല്ല താൽപ്പര്യത്തിനു ചേർന്നതല്ലെന്നു കണ്ടാൽ, നിങ്ങൾക്കു ബോധപൂർവ്വം വിപരീതവികാരത്തെ തേടാം.

ആ വിരോധിയായ ഡ്രൈവർക്ക ദേഷ്യവും അപമാനവും തിരിച്ചുനൽകുന്നതിനു പകരം, അടുത്ത പത്തുമിനിറ്റു നിങ്ങൾ സമനില കൈവിടില്ലെന്നും ആക്രോശിക്കില്ലെന്നും കുറ്റാരോപണം നടത്തില്ലെന്നും ബോധപൂർവ്വം തീരുമാനിക്കുക. മൃദുവായ സ്വരം ഉപയോഗിക്കുക. നിങ്ങൾ ഇറങ്ങുക, നിഷ്പക്ഷമായി നില്ക്കുക, അനാവശ്യമായി ആ ഡ്രൈവറോടു യോജിക്കാതെ തന്നെ അയാളെ അംഗീകരിക്കുക. നിങ്ങളുടെ കഴുത്തിൽ സമ്മർദ്ദം അനുഭവപ്പെടും. അതിനെ അതിന്റെ പാട്ടിനു വിട്ടേക്കുക. നിങ്ങൾ ഇത് പത്തു മിനിറ്റു നേരത്തേക്കേ ചെയ്യേണ്ടതുള്ളൂ—അതത്ര മോശമല്ല!

പക്ഷേ, പത്തു മിനിറ്റിനുശേഷം, വഴക്കു തീർന്നാൽ, നിങ്ങൾ ചില കാര്യങ്ങൾ നിരീക്ഷിക്കും : നിങ്ങൾക്കെങ്ങനെ തോന്നുന്നുവെന്നു നോക്കിയാൽ, ആദ്യത്തെ കോപാവേശം ഇല്ലെന്നു കാണാം. ഇപ്പോൾ ഖേദിക്കുന്ന തരത്തിൽ എന്തെങ്കിലും പറഞ്ഞില്ലല്ലോ എന്ന ആശ്വാസം തോന്നും. എല്ലാത്തിലുമുപരി, സത്യമായ ശാന്തത നിങ്ങൾക്കു കൈവരും. എന്തു സംഭവിച്ചു എന്നതിനെക്കുറിച്ചുള്ള ആവർത്തനചിന്തകളെ എത്രയും പെട്ടെന്ന് ഒഴിവാക്കാനുമാകും. യഥാർത്ഥത്തിൽ സംഭവത്തിലെ അനീതിയെക്കുറിച്ച് മണിക്കൂറുകളോളം പുഴുങ്ങിക്കൊണ്ടിരിക്കേണ്ടതാണ്. ഇപ്പോഴത് വളരെ എളുപ്പത്തിൽ കളയാനും മുന്നോട്ടു പോകാനുമായി.

നിങ്ങൾക്കു ദേഷ്യം വന്നെന്നും പിരിമുറുക്കമുണ്ടായി എന്നതും നിഷേധിക്കാതെ തന്നെയാണ് ഇതെല്ലാം നേടിയത്. വാസ്തവത്തിൽ, ആ പത്തുമിനിറ്റിനു ശേഷം നിങ്ങൾക്കു വേണമെങ്കിൽ, അതാണു കൂടുതൽ ശരിയെന്നു തോന്നിയിരുന്നെങ്കിൽ, അതെല്ലാം പ്രകടിപ്പിക്കാമായിരുന്നു. ഈ വികാരങ്ങൾ ഉണ്ടെന്നു പൂർണ്ണമായും അംഗീകരിച്ചുകൊണ്ടാണ് ഈ രീതി പ്രവർത്തിക്കുന്നത്. എന്നാൽ, വികാരങ്ങളുദിച്ച അതേ സെക്കൻഡിൽത്തന്നെ നമ്മളതിനെ പ്രോത്സാഹിപ്പിക്കണമെന്ന് അർത്ഥമില്ല. അതുപോലെ നമ്മളെന്തു ചിന്തിക്കണമെന്നും പറയണമെന്നും ചെയ്യണമെന്നും അതു നമ്മോടു ആജ്ഞാപിക്കേണ്ടതുമില്ല. ഇതൊരു ശാക്തീകരണ ചിന്തയല്ലേ?

അയവിറക്കൽ (Ruminating) സ്വഭാവത്തെക്കുറിച്ച് ഒരു വാക്ക്

അയവിറക്കൽ (Ruminating) എന്നാലെന്താണ്? ഈ വാക്ക് ഈ പുസ്തകത്തിൽ മുമ്പു ചിലപ്പോഴെല്ലാം പ്രയോഗിച്ചിട്ടുണ്ട്. എന്നാൽ ഉപയോഗപ്രദമായ രീതിയിൽ നിർവ്വചിച്ചിട്ടില്ല.

ഈ വാക്കിനു ഒരു രസകരമായ ചരിത്രമുണ്ട് : ലാറ്റിനിലെ റൂമിനാരെയിൽ നിന്നാണ് വാക്കിന്റെ തുടക്കം. ചവയ്ക്കുക എന്നാണ് അക്ഷരാർത്ഥം. പശുവിനേപ്പോലെ തേട്ടിയരയ്ക്കുന്ന മൃഗങ്ങളെ 'റൂമിനന്റ്സ്' എന്നു വിളിക്കുന്നത് അതുകൊണ്ടാണ്. കാലങ്ങളായി നമ്മൾ നടത്തുന്ന പ്രത്യേകതരം ചിന്തകളെ വിവരിക്കാൻ ഈ വാക്ക് വളരെ യോജിച്ചതാണ്. പശു പകുതി ദഹിച്ചവ തേട്ടിയെടുത്തു വീണ്ടും ചവയ്ക്കുകയാണ്–സാധാരണയായി പലതവണ. അതുപോലെതന്നെയാണ് മാനസികമായ റൂമിനേഷനും. നമ്മൾ പഴയ ഓർമ്മകൾ, ആശയങ്ങൾ, പറഞ്ഞു പഴകിയ വിഷയങ്ങൾ എന്നിവ തേട്ടിയെടുത്തു വീണ്ടും വീണ്ടും ചവയ്ക്കുന്നു. പശുവിനു തേട്ടിയരയ്ക്കൽ ആരോഗ്യകരവും സാധാരണവുമാണെങ്കിലും മനുഷ്യനെ സംബന്ധിച്ചിടത്തോളം തേട്ടിയരയ്ക്കൽ ആരോഗ്യകരമോ സാധാരണമോ അല്ല.

പ്രിയപ്പെട്ട ഒരാളുമായി ഭയങ്കരമായ അഭിപ്രായവ്യത്യാസം ഉണ്ടായെന്നിരിക്കട്ടെ. നിങ്ങൾ അവരുമായി നടത്തിയ സംഭാഷണം പിന്നെയും പിന്നെയും മനസ്സിലിട്ടുരുട്ടുന്നു. ചിലപ്പോൾ വേറെന്തെങ്കിലും പറയുന്നതു ഭാവനയിൽ കാണും. അല്ലെങ്കിൽ ഖേദവും പശ്ചാത്താപവും നിറയും. എന്തോ ഒന്ന് ശരിയായില്ലെന്നു തോന്നൽ, കാരണം നിങ്ങളുടെ മസ്തിഷ്കം അതേ ദൃശ്യത്തിലേക്കു വീണ്ടുംവീണ്ടും തിരിച്ചുചെല്ലും. അതേക്കുറിച്ചു തന്നെ ചിന്തിക്കും. എല്ലാ വൃത്തികെട്ട വിശദാംശങ്ങളുമായി വിഷയം വെള്ളിവെളിച്ചത്തിൽത്തന്നെ നിൽക്കും. വ്യത്യസ്ത വ്യാഖ്യാനങ്ങളും സങ്കല്പങ്ങളുമായി അരങ്ങു കൊഴുക്കും. അടിസ്ഥാനപരമായി റൂമിനേഷൻ എന്നാൽ അമിതചിന്തയാണ്.

ആശയങ്ങളെ ചവച്ചു ചവച്ചു കാമ്പില്ലാത്ത കുഴമ്പാക്കും. അതു ഒരു ഗുണവുമില്ലാത്തതാണ്. മിക്കപ്പോഴും, നമ്മളൊരു പഴയ ഓർമ്മ പൊടിതട്ടിയെടുക്കും. അതു പിന്നീട് മറ്റൊന്നിലേക്കു (പൊതുവേ നിഷേധാത്മകമായത്) നയിക്കും. വ്യതിചലനത്തിന്റെ കുരുക്കു മുറുക്കി കൂടുതൽ കൂടുതൽ അമിതചിന്തയിലേക്കാവും നാമെത്തുക. നിങ്ങൾ ചവച്ചുകൊണ്ടേയിരിക്കും. എന്നാൽ പ്രശ്നം പരിഹരിക്കാനുള്ള നിങ്ങളുടെ കഴിവു കുറയും. ഉത്കണ്ഠ കൂട്ടും. മറ്റുതരത്തിൽ പറഞ്ഞാൽ, വളരെ മോശമായ ഒരു പഴങ്കഥ വീണ്ടും വീണ്ടും സ്വയം പറയുന്നതു തടയാൻ നിങ്ങൾക്കാകുന്നില്ല. ഭൂതകാലത്തിൽ നിന്നു മോശം ഓർമ്മകൾ മാന്തിയെടുക്കുന്നതിന്റെ ആരാധകനാണ് നിങ്ങളെങ്കിൽ, അതു നിർത്തുന്നതിന്റെ ആദ്യപടി, തുടക്കമെന്തെന്നു

തിരിച്ചറിയലാണ്. വീട്ടിൽ പോയി നിങ്ങളുടെ പഴയ മുറി നോക്കു ന്നതുപോലെയാണത്. ഒരു പാട്ടോ ഒരു തരം ഭക്ഷണമോ അല്ലെങ്കിൽ വിലയിരുത്തലോ പോലെ. എന്തായാലും നിങ്ങളെ എങ്ങനെ ബാധിക്കുമെന്നു നോക്കി പ്രവർത്തിക്കുകയാണു വേണ്ടത്. നിങ്ങൾ എന്താണു അയവിറക്കുന്നത് എന്ന് നോക്കുന്നതാണ് രണ്ടാംഘട്ടം. ഖേദം? നീരസം? നിരാശ? മറ്റുള്ളവരെ നിരന്തരം കുറ്റപ്പെടുത്തുമോ അതോ കുറ്റബോധം കൊണ്ടു സ്വയം നീറുമോ?

തുടക്കം പോലും കൃത്യമല്ലാത്ത പഴയ ഒരു കഥയുടെ ക്ഷീണിച്ച തിരിച്ചുവരവിൽ നിന്ന് *അകലവും അവബോധവും* ആവ ശ്യമാണെന്നു മനസ്സിലാക്കുക. മുമ്പ് പറഞ്ഞ ടെക്നിക്കുകളും സമീ പനങ്ങളും വായിച്ചിട്ടുള്ളതുകൊണ്ട് ഇത് നിങ്ങൾക്കു പരിചിതമായി ട്ടുണ്ടാകും. ഒന്നു കയറ്റിവിട്ടാൽ സ്വയം ഓടുന്ന ഈ കഥയിൽ നിന്നു മനശ്ശാസ്ത്രപരമായി ഒരു ചുവടു പുറകോട്ടുവയ്ക്കുക. പൂർണ്ണശ്രദ്ധയുടേതായ മുൻ വ്യായാമങ്ങളിലേതുപോലെ, അതിനോടു താദാത്മ്യം പ്രാപി ക്കാതെ, കൂടിച്ചേരാതെ, വെല്ലുവിളിക്കാതെ, വെറുതെ അത് തുറന്നു വരുന്നതു നോക്കിയിരിക്കുക.

അകലം സ്വീകരിക്കാൻ ഒരു വഴി, അതിനെ **വേർതിരിച്ചറിയുക** എന്നതാണ്. കഥയ്ക്കൊരു പേരു കൊടുക്കുക. കുറ്റപ്പെടുത്തലിന്റേയും കോപത്തിന്റേയും അതേ പഴങ്കഥ ചുരുൾ നിവരുമ്പോൾ നിങ്ങൾ ക്കോർക്കാം "ഓ... *വീരകഥകൾ* വീണ്ടും ഇതാ". ചിന്തകളെയും തോന്നലുകളെയും നിരീക്ഷിച്ച്, അതിൽപ്പെട്ടുപോകാതെ, അതിൽ നിന്ന് അകലം പാലിക്കാം. "എന്നെ ഒന്നിനും കൊള്ളില്ല" എന്നു പറയാതെ "എന്നെ ഒന്നിനും കൊള്ളില്ലെന്ന് ഇപ്പോൾ എനിക്കു തോന്നുന്നു" എന്നും "ഞാനെന്റെ അവസരങ്ങൾ പാഴാക്കി" എന്ന തിനു പകരം "പ്രത്യേകിച്ച് വേദനാജനകമായ ഒരു ഓർമ്മ ഇപ്പോൾ ഉയർന്നുവരുന്നു" എന്നും പറയാം. വികാരത്തിനു ചുറ്റും പ്രത്യേകമായ ഒരു വേലി പണിഞ്ഞ് പരിധികൾ വച്ച് അതു താത്കാലികമാ ണെന്നു കരുതുക. എല്ലാത്തിലുമുപരി, നിങ്ങൾ സ്വയം പീഡിപ്പി ക്കുന്ന കാര്യങ്ങൾ എത്രത്തോളം യാഥാർത്ഥ്യത്തിൽ അധിഷ്ഠിത മാണ്, കൂടാതെ *നമ്മൾ സ്വയം പറയാൻ തെരഞ്ഞെടുക്കുന്ന* കഥകളും?

അൽപ്പം നർമ്മം കൂടി ഇതിനോടു ചേർക്കാനായാൽ ഗംഭീര മാകും. നിങ്ങൾക്കു നർമ്മം കണ്ടെത്താനായാൽ നമ്മൾക്ക് പൂർവ്വ സ്ഥിതിയിലേക്കു വരാനാകും. അഭിമുഖീകരിക്കുന്ന ഭയാനകമായ പ്രശ്നത്തേക്കാൾ എങ്ങനെയെങ്കിലും നമ്മൾ വലുതാകുകയും ചെയ്യും. സ്വയം പറയുക, "ഓ ഇതാ ഞങ്ങൾ പോകുന്നു. എന്റെ ദയനീയ

പാർട്ടി ഇന്ന് ഉച്ചതിരിഞ്ഞു പൂർണ്ണശക്തിയോടെ വരുന്നു". അതിലെ അസംബന്ധം കണ്ടെത്താൻ ശ്രമിക്കുക. കുട്ടിക്കാലത്തുണ്ടായിട്ടുള്ള അപമാനകരമായ കാര്യങ്ങൾ ഓർമ്മിക്കുമ്പോൾ ചെറിയ ചിരി പടർത്തുന്ന ബലൂണുകളുമായുള്ള കൊച്ചു പരേഡ് ഭാവനയിൽ കാണുക. നിങ്ങളെത്തന്നെ കളിയാക്കുക. ഏറ്റവും കുറഞ്ഞത്, നിങ്ങൾ മാത്രമല്ല മോശം ഓർമ്മകളാൽ കിന്നരം മീട്ടുന്നതെന്നറിയുക.

മറ്റൊരു കാര്യം ചെയ്യാനുള്ളത് നിങ്ങളോട് ബോധപൂർവ്വം ഇങ്ങനെ ചോദിക്കുക എന്നതാണ്: **നിങ്ങൾ പ്രശ്നപരിഹാരമാണോ അയവിറക്കലാണോ ചെയ്യുന്നത്?** സത്യസന്ധരാകുക. ആദ്യ ചവയ്ക്കലിൽ ഒരാശയം എന്തെങ്കിലും ഉപകാരമുള്ളതോ ഉൾക്കാഴ്ചയോ തരും. എന്നാൽ പൊതുവെ, ആശയം ആവർത്തിച്ചുകൊണ്ടിരുന്നാൽ തിരിച്ചുകിട്ടുന്നതു കുറഞ്ഞുകൊണ്ടിരിക്കും. വ്യാഖ്യാനമട്ടിൽ കുടുങ്ങിയാലുള്ള ശക്തമായ മറുമരുന്ന് പ്രവർത്തിക്കുക എന്നതാണെന്ന് നമ്മൾ കണ്ടതാണ്. എന്തെങ്കിലും *ചെയ്തുകൊണ്ടു* നിങ്ങളെ മൂർത്തമായ നിമിഷത്തിലേക്കു കൊണ്ടുവരിക. അല്ലാതെ സാധ്യതകളും ഊഹങ്ങളും ആശങ്കകളും കൊണ്ട് അവസാനിക്കാത്ത പകിടകളിക്കുകയല്ല.

"ഞാൻ വെറുതെ അയവിറക്കുകയാണ്" എന്നാണുത്തരമെങ്കിൽ ഒരൊറ്റ ചെറിയ പ്രവൃത്തിയിലേക്കു നിങ്ങളുടെ ശ്രദ്ധ ഇപ്പോൾ, ഈ നിമിഷം തന്നെ കൊണ്ടുവരിക. ചിന്തിക്കാതെ കാര്യങ്ങൾ കുഴപ്പത്തിലാക്കി സുഹൃത്തിനോട് നിങ്ങൾ എന്തോ തരംതാണ വർത്തമാനം പറഞ്ഞെന്നിരിക്കട്ടെ. നിങ്ങൾക്കിപ്പോൾ അതു മോശമായി തോന്നും. പറഞ്ഞ കാര്യം നിങ്ങളുടെ തലയിൽ വീണ്ടും ഉദിപ്പിക്കും, ഓരോ തവണയും അപേക്ഷിച്ചു കാലുപിടിച്ചുകൊണ്ട്. പിന്നെ അതു നിർത്തി നിങ്ങൾ ചോദിക്കും "ഞാൻ പ്രശ്നപരിഹാരമാണോ അയവിറക്കലാണോ ചെയ്യുന്നത്?" മനശ്ശാസ്ത്രപരമായ ഉരുളയാണ് നിങ്ങൾ ചവയ്ക്കുന്നതെന്നു ബോധ്യംവരും. ഇതു നിർത്താൻ സ്വയംപറയും. എന്നിട്ട് പകരം എന്തെങ്കിലുമൊരു ചെറിയ പ്രവൃത്തിയിലൂടെ സാഹചര്യം മെച്ചപ്പെടുത്താനും.

പ്രശ്നമെന്താണെന്നു വച്ചാൽ നിങ്ങൾ സുഹൃത്തിനെ അവഹേളിച്ചു എന്നതാണ്. ഒത്തുതീർപ്പിലെത്തുകയോ ക്ഷമ പറയുകയോ ആവും പരിഹാരം. എങ്കിൽ അതു പറയുക. പ്രശ്നത്തെക്കുറിച്ചാലോചിക്കാൻ എല്ലാ ഊർജ്ജവും ചെലവഴിക്കുകയാണെങ്കിൽ ചുരുങ്ങിയത് എന്തെങ്കിലും ഗുണത്തിനാകണം, കാര്യങ്ങൾ മെച്ചപ്പെടുത്താൻ ഒരു വഴി തുറക്കണം. നിങ്ങൾക്കൊന്നും മെച്ചപ്പെടു

ത്താനാകുന്നില്ലെങ്കിൽ വ്യതിചലനം, ക്ഷമചോദിക്കൽ, അല്ലെങ്കിൽ മുന്നോട്ടുപോകൽ എന്നിവയിലേക്ക് ഊർജ്ജം ഉപയോഗിക്കുക.

ഉത്കണ്ഠാകുലമായ ഊർജ്ജം നിങ്ങളുടെ സാഹചര്യം മെച്ചപ്പെടുത്തുന്ന കാര്യങ്ങളിലേക്കോ ചുരുങ്ങിയത് അതിനോടു പൊരുത്തപ്പെടുന്ന രീതിയിലോ തിരിച്ചുവിടുന്നതുവഴി നിങ്ങൾ ലോകവുമായി വീണ്ടും ബന്ധപ്പെടുകയാണ്. അതോടൊപ്പം എവിടെയും പോകാതെ വൃത്തത്തിനുള്ളിൽ ചുറ്റിക്കൊണ്ടിരിക്കുന്ന അവസാനിക്കാത്ത മാനസിക ചുഴലിക്കാറ്റിൽ നിന്നു പുറത്തുകടക്കുകയും ചെയ്യും.

ദുരിതസഹിഷ്ണുതയെക്കുറിച്ച് നമ്മൾ ഇതിനകം സംസാരിച്ചിട്ടുണ്ട്. ശരിയായ മുഹൂർത്തത്തിൽ വ്യതിചലിക്കാൻ പഠിക്കുക വഴി മാനസികപ്രതിരോധം നേടുന്നതിൽ ഒരുപാടു ദൂരം പോകാനാകും. പഴങ്കഥ അയവിറക്കുന്നതായി തോന്നിയാൽ ("ആഹ്, ഇതാ അയവെട്ടൽ വീണ്ടും വരുന്നു. ഈ പഴങ്കഥകൾ വല്ലാത്ത വിരസത തന്നെ") പെട്ടെന്നു തന്നെ നിങ്ങളുടെ ശ്രദ്ധമുഴുവൻ പിടിച്ചുപറ്റുന്ന പ്രവൃത്തിയിലേക്കു വേഗം മാറുക. അക്ഷരമാല തിരിച്ചുപറഞ്ഞുകൊണ്ടു മുപ്പതുതവണ മുകളിലേക്കും താഴേക്കും ചാടുക. ഈ ആഴ്ചയിലേക്കുള്ള പലചരക്കുസാധനങ്ങളുടെ പട്ടികയുണ്ടാക്കുക. തുന്നൽജോലിയിലേക്കു തിരിയുക. നിങ്ങളുടെ മേശ വൃത്തിയാക്കുക. അല്ലെങ്കിൽ വരികളിൽ സൂക്ഷ്മമായി ശ്രദ്ധിച്ചുകൊണ്ട് സങ്കീർണ്ണമായ ഒരു പാട്ടുപാടുക. എന്തു ചെയ്യുന്നു എന്നതല്ല കാര്യം, സ്വയം വ്യതിചലിച്ചുകൊണ്ട് തത്കാലത്തേക്കു പഴങ്കഥകളുടെ ഭ്രമണപഥം മുറിക്കുക എന്നതാണ്.

മറ്റൊന്നിനെക്കുറിച്ചും ചിന്തിക്കാൻ പറ്റിയില്ലെങ്കിൽ, പഞ്ചേന്ദ്രിയങ്ങളിൽ നിന്നുള്ള സംവേദനങ്ങൾ ശ്രദ്ധിക്കുക. അല്ലെങ്കിൽ ജോഗിംഗ്, യോഗ പോലെ എന്തെങ്കിലും ശാരീരിക പ്രവർത്തനങ്ങളിൽ ഏർപ്പെടുക. സ്ഥിരമായി ഒരിടത്തിരുന്നു നുഴഞ്ഞുകയറുന്ന ചിന്തകളുമായി പടവെട്ടേണ്ടതില്ല. വേണമെന്നു തോന്നുന്നെങ്കിൽ എഴുന്നേറ്റ് അക്ഷരാർത്ഥത്തിൽ അവയെ കുടഞ്ഞുകളയുക. ഉണ്ടായിരിക്കും, ഉണ്ടായിരിക്കണം, കഴിയുമായിരിക്കും, എന്തായിരിക്കും, ആയിരിക്കാം തുടങ്ങിയ ചിന്തകളിലേക്കാഴുന്നതായി നിങ്ങളുടെ തലച്ചോറിൽനിന്നു കേട്ടാൽ ചാടിവീണ് മുളയിലേ നുള്ളിക്കളയുക. സാധാരണയായി വ്യതിചലനം നമ്മൾ ഒഴിവാക്കുന്നു. പക്ഷേ നമ്മൾ ബോധപൂർവ്വം, ഉദ്ദേശ്യത്തോടെ ഉപയോഗിച്ചാൽ വ്യതിചലനം ശക്തമായ ഉപകരണമാണ്.

നിങ്ങൾക്ക് ഒരു നിയന്ത്രണവുമില്ലാത്ത കാര്യം തലയിലിട്ടു പുഴുങ്ങാറുണ്ടോ?

ചിതൽപ്പുറ്റിൽ നിന്നു നിങ്ങളൊരു പർവ്വതം ഉണ്ടാക്കാറുണ്ടോ?

പഴങ്കഥകളുടെ അയവിറക്കൽ സാഹചര്യത്തെ മുന്നോട്ടു നയിക്കാനോ പ്രശ്നം പരിഹരിക്കാനോ എന്തെങ്കിലും ചെയ്യാറുണ്ടോ?

നിങ്ങൾ പറയുന്ന കഥയോ സംഭവങ്ങളെക്കുറിച്ചുള്ള നിങ്ങളുടെ വ്യാഖ്യാനമോ അത്രയ്ക്കു ഗംഭീരമാണോ? അതായത്, അതേക്കുറിച്ചു നിങ്ങൾക്കെന്തെങ്കിലും ഉറപ്പുണ്ടോ?

എന്തിനെക്കുറിച്ചെങ്കിലും എപ്പോഴും ചറപറ പറയുന്ന പഴയ ബോറൻ സുഹൃത്തായി അയവിറക്കലിനെ വിഭാവന ചെയ്ത് അതിൽ നിന്നു മനശ്ശാസ്ത്രപരമായ അകലം പാലിക്കുക. കഥ വെറും കഥയാണെന്നു ആഴത്തിലറിയുന്ന ശാന്തനും നിഷ്പക്ഷനുമായ നിരീക്ഷകനായി സ്വയം ചിത്രീകരിക്കുക. അപ്പോൾ ബോറനായ പഴയ സുഹൃത്ത് വന്നു നിങ്ങളോടു പറയുന്നു "ഏതാനും വർഷം മുമ്പത്തെ ആ സമയം ഓർക്കുക. ഫ്രഞ്ച് സംസാരിക്കാനറിയാമെന്നു നിങ്ങൾ പറഞ്ഞതും അപ്പോൾ ആരോ ഫ്രഞ്ച് സംസാരിച്ചപ്പോൾ എങ്ങനെ പ്രതികരിക്കണമെന്നറിയാതെ നിങ്ങൾ അന്തിച്ചുനിന്നതും ഓർക്കുന്നുവോ? അതു വളരെ നാണക്കേടായി അല്ലേ?"

ഏതെങ്കിലും ടിവി പരിപാടി കാണുമ്പോഴായിരിക്കും നിങ്ങളുടെ ഈ ഓർമ്മ തുടങ്ങിയിരിക്കുക. അല്ലെങ്കിൽ ആ സംഭവം നടന്ന സമയത്ത് അവിടെയുണ്ടായിരുന്ന ഏതെങ്കിലും സുഹൃത്തിനെ കണ്ടപ്പോൾ. ഏതുവഴിയിലാണ് പഴങ്കഥ വന്നതെങ്കിലും, നിങ്ങൾ അതേക്കുറിച്ചു ബോധവാനായാൽ, രണ്ടു സാദ്ധ്യതകളാണുള്ളത്. ആ സുഹൃത്തിനോടു ചേർന്ന് അങ്ങനെയൊരു മണ്ടൻ നുണ പറഞ്ഞതിന് നിങ്ങൾ എത്രത്തോളം നാണംകെട്ടു എന്നും എത്ര ഭീകരമായിരുന്നു ആ സംഭവമെന്നും ദീർഘനേരം നീളുന്ന, ക്ഷോഭിച്ച, നല്ലൊരു ചർച്ച നടത്താം. *അല്ലെങ്കിൽ*, അയവിറക്കലിനോടു ശാന്തമായി പറയാം, "ആ... ശരിയാണ്... ഈ പഴങ്കഥ എനിക്കറിയാം. പക്ഷേ അതൊക്കെ കഴിഞ്ഞ കഥ. ഞാനന്നൊരു പാഠം പഠിച്ചു. ഇനിയൊരിക്കലും അത്തരമൊരു മണ്ടത്തരം ചെയ്യില്ല. അന്നത്തെ നാണക്കേടൊക്കെ ആൾക്കാർ എന്നേ മറന്നുകഴിഞ്ഞു. ഇപ്പോൾ ഞാൻ ചെയ്തുകൊണ്ടിരിക്കുന്ന കാര്യത്തിലേക്കു മടങ്ങട്ടെ..."

നിങ്ങളുടെ ബോറനായ അയവിറക്കൽ സുഹൃത്ത് വീണ്ടും പഴയൊരു നാണക്കേടിന്റെ കഥ ആവർത്തിക്കാൻ ക്ഷണിക്കുമ്പോൾ നിങ്ങൾക്കിങ്ങനെ പ്രതികരിക്കാം, "ഹെയ്... സുഹൃത്തെ... നിങ്ങൾക്ക് പുതിയതെന്തെങ്കിലും പറയാനുണ്ടോ? ഇപ്പോൾ എനി

ക്കുപകാരപ്പെടുന്ന പ്രായോഗികമായ പുത്തൻ ആശയം വല്ലതും കൈയിലുണ്ടോ? ഇല്ലെങ്കിൽ, നമസ്കാരം. ഞാൻ വേറൊരു കാര്യത്തിൽ തിരക്കിലാണ്." നിങ്ങളുടെ മനസ്സ് ടെഫ്ളോൺ പോലെയാണ്. ചിന്തകൾ വെറും ചിന്തകൾ, തോന്നലുകൾ വെറും തോന്നലുകൾ. എളുപ്പം. അയവിറക്കൽ സുഹൃത്ത് ആരും കേൾക്കാത്തതിൽ നിരാശനായി സ്ഥലംവിടും.

ഓർമ്മിക്കാൻ

- ഉത്കണ്ഠയേയും അമിതചിന്തയേയും നേരിടുന്നതിനു നിങ്ങളെ സഹായിക്കാൻ ഈ പുസ്തകം ഒരുപാടു തന്ത്രങ്ങൾ മുന്നോട്ടുവച്ചിട്ടുണ്ടെങ്കിലും ലക്ഷ്യം എന്തെങ്കിലും എളുപ്പവഴികളോ സൂത്രപ്പണികളോ പഠിക്കുകയല്ല. മനോഭാവങ്ങളിലും തിരിച്ചറിവുകളിലും അടിസ്ഥാനപരമായ മാറ്റം വരുത്തി കൂടുതൽ രൂപാന്തരീകരണം ഉണ്ടാക്കുകയാണ്. നിങ്ങളുടെ മാനസികഘടനയിലേക്കു ചേർക്കേണ്ട അത്തരത്തിലുള്ള അഞ്ചു മനോഭാവമാണ്.
- ആദ്യത്തേത് നിങ്ങൾക്കു നിയന്ത്രിക്കാൻ കഴിയുന്നതിൽ ഊന്നൽ നല്കുക, നിയന്ത്രിക്കാൻ കഴിയാത്തതിലല്ല എന്നതാണ്. നിങ്ങൾക്കെന്തെങ്കിലും നിയന്ത്രിക്കാൻ പറ്റുമെങ്കിൽ അതു ചെയ്യുക. എന്നാൽ അതിനു കഴിയില്ലെങ്കിൽ, അതേക്കുറിച്ചു വിഷമിച്ചിട്ടു യാതൊരു കാര്യവുമില്ല. അതേക്കുറിച്ചു നിങ്ങൾക്കൊന്നും ചെയ്യാനില്ലെങ്കിൽ അതിനെ അംഗീകരിച്ചു നമ്മൾ മുന്നോട്ടുപോവുക എന്നതാണു ലളിതമായ പോംവഴി. നിങ്ങൾക്കു ചെയ്യാൻ കഴിയുന്നതിൽ ഊന്നുക, കഴിയാത്തതിലല്ല എന്നത് രണ്ടാമത്തെ മനോഭാവം. ഇത് ആദ്യത്തേതു പോലെ തന്നെയാണ്, എന്നാൽ കൂടുതൽ വ്യക്തമായതാണ്. എന്തൊക്കെ പ്രത്യേക കാര്യങ്ങളാണ് ചില സാഹചര്യങ്ങളിൽ നിങ്ങൾക്കു ചെയ്യാൻ കഴിയുന്നതും കഴിയാത്തതും?
- നിങ്ങൾക്കുള്ളതിൽ ഊന്നുക, ഇല്ലാത്തതിലല്ല എന്നതാണ് മൂന്നാമത്തേത്. നമുക്ക് ഇല്ലാത്തതിൽ ശ്രദ്ധിച്ചു തളരുന്നതിനിടയിൽ, നമ്മുടെ പക്കലുള്ള എല്ലാ നല്ല കാര്യങ്ങളേയും അഭിനന്ദിക്കാൻ നാം പലപ്പോഴും മറന്നുപോകാറുണ്ട്. നമ്മുടെ ജീവിതത്തിലെ എല്ലാ നല്ല

കാര്യങ്ങളെക്കുറിച്ചും ബോധപൂർവ്വം ചിന്തിച്ച നമുക്കീ തെറ്റ തിരുത്താം. അതുപോലെ, നിങ്ങളുടെ ആവശ്യത്തിൽ ശ്രദ്ധ ചെലുത്തുക, നിങ്ങളുടെ ആഗ്രഹങ്ങളിലല്ല. കാരണം നിങ്ങളുടെ ആഗ്രഹം ഒരിക്കലും തീരില്ല. അവ പൂർണ്ണമായും നേടിയെടുക്കാവുന്നതുമല്ല. ഇത് നിങ്ങൾക്ക് അങ്ങേയറ്റം ആവശ്യമുള്ളവയിൽ ശ്രദ്ധ കേന്ദ്രീകരിക്കാൻ സഹായിക്കും. അവസാനമായി, ഇന്നിൽ ജീവിക്കുക, ഭൂതകാലത്തിലോ ഭാവിയിലോ അല്ല. കാരണം 'അങ്ങനെയെങ്കിൽ' എന്ന പ്രയോഗമാണ് അമിതചിന്തയിലേക്കു വഴിതെറ്റാനുള്ള പ്രധാന പ്രേരണ.

- റൂമിനേഷൻ (അയവിറക്കൽ) എന്നത് ഉത്കണ്ഠാകുലവും ഉത്പാദനക്ഷമമല്ലാത്തതുമായ അമിതചിന്തയാണ്. ഉത്കണ്ഠയുടെ മറ്റു രൂപങ്ങൾ പോലെ ഇതിനേയും അവബോധത്താലും മനശ്ശാസ്ത്രപരമായ അകലം പാലിച്ചും നേരിടാം. ചിന്തകളെ ചിന്തകളായി മാത്രം കാണുക. പഴങ്കഥകൾക്കു മാനുഷത്വം ആരോപിക്കുകയോ അവയെ ബാഹ്യവത്കരിക്കുകയോ ചെയ്യുക. നിങ്ങൾ ചെയ്യുന്നത് ശരിയായ പ്രശ്നപരിഹാരമാണോ അതോ വെറും അയവിറക്കലോ എന്ന ചോദ്യം ചോദിക്കുന്നത് ശീലമാക്കുക.

സംഗ്രഹം

അദ്ധ്യായം ഒന്ന് : അമിതചിന്ത അമിതമായി ചിന്തിക്കുന്നതിനെക്കുറിച്ചല്ല

- അമിതചിന്ത യഥാർത്ഥത്തിൽ എന്താണ്? അമിതമായി വിശകലനം ചെയ്യുകയും വിലയിരുത്തുകയും അയവിറക്കുകയും ചില കാര്യങ്ങളെക്കുറിച്ചുള്ള ഉത്കണ്ഠ നിർത്താനാകാതെ നിങ്ങളുടെ മാനസികാരോഗ്യത്തെ ബാധിക്കുന്ന ഘട്ടത്തിലെത്തുകയും ചെയ്യുന്നതാണ് അമിതചിന്ത.
- അമിതചിന്തയിലേക്കു നയിക്കുന്ന ഉത്കണ്ഠയ്ക്ക് രണ്ട് പ്രധാന ഉറവിടങ്ങളുണ്ട്. ആദ്യത്തേത് നമ്മൾ തന്നെ. ദൗർഭാഗ്യവശാൽ, നമ്മളിൽ ചിലർ ജനിതകപരമായി മറ്റുള്ളവരേക്കാൾ ഉത്കണ്ഠയ്ക്ക് അടിപ്പെടുന്നവരാണ്. എങ്കിലും, ജനിതകം മാത്രമല്ല കാരണം. നമ്മൾ അമിതമായി ചിന്തിക്കുന്ന പ്രശ്നത്തെ എങ്ങനെയെങ്കിലും കൈകാര്യം ചെയ്യുന്നുവെന്ന് തോന്നുന്നതുകൊണ്ടാണ് നമ്മൾ സ്ഥിരം അമിതചിന്തക്കാരാകുന്നത്. അമിതചിന്ത ഒരിക്കലും അവസാനിക്കില്ലെങ്കിലും, നമ്മൾ എന്തൊക്കെയോ മുന്നേറ്റം ഉണ്ടാക്കുന്നതായി തോന്നുന്നു. ഇതൊരു രക്ഷപ്പെടാനാകാത്ത ദൂഷിതവലയമാകുകയും ചെയ്യും.
- ഉത്കണ്ഠയ്ക്കുള്ള മറ്റൊരു കാരണം നമ്മുടെ ചുറ്റുപാടാണ്. ഇതിനു രണ്ടുവശമുണ്ട്. വീടും ഓഫീസും പോലെ നമ്മൾ കൂടുതൽ സമയം ചെലവിടുന്ന ഏറ്റവുമടുത്ത ചുറ്റുപാടാണ് ആദ്യം പരിഗണിക്കേണ്ടത്. ഈ സ്ഥലങ്ങൾ എങ്ങനെ ഒരുക്കിയിരിക്കുന്നു എന്നതിന് നമ്മുടെ ഉത്കണ്ഠയുടെ അളവു നിർണ്ണയിക്കുന്നതിൽ വളരെ വലിയ പങ്കുണ്ട്. അവ അലങ്കോലപ്പെട്ടു കിടക്കുന്നതും വെളിച്ചക്കുറവുള്ളതും ശബ്ദമുഖരിതവുമാണെങ്കിൽ ഉത്കണ്ഠ കൂടും. ലോക

വുമായുള്ള ഇടപെടലുകളിലൂടനീളം നമ്മുടെ സാമൂഹിക-സാംസ്കാരിക ക്രമീകരണങ്ങളിൽ നമുക്കുള്ള വിശാലമായ അനുഭവമാണ് രണ്ടാമത്തെ വശം. വംശീയതയും ലിംഗവിവേചനവും അനുഭവിക്കുന്നതുപോലെയുള്ള എന്തെങ്കിലും നമ്മെ സമ്മർദ്ദത്തിലാക്കുകയും ഉത്കണ്ഠ വർദ്ധിപ്പിക്കുകയും ചെയ്യും.

- അമിതചിന്തയ്ക്ക് ഒട്ടേറെ വിപരീതഫലങ്ങളുണ്ട്. ഇതിൽ ഉൾപ്പെടുന്ന ശാരീരികവും മാനസികവും, കൂടാതെ സാമൂഹികവുമായ ഉപദ്രവങ്ങൾ പോലും ദീർഘകാല പ്രശ്നങ്ങളായി മാറിയേക്കാം. നെഞ്ചിടിപ്പ്, തലകറക്കം, ക്ഷീണം, ക്ഷോഭം, അസ്വസ്ഥത, തലവേദന, പേശികളുടെ പിരിമുറുക്കം തുടങ്ങിയവ ചില ഉദാഹരണങ്ങളാണ്.

അദ്ധ്യായം രണ്ട് : സമ്മർദ്ദമൊഴിവാക്കാനുള്ള സൂത്രവാക്യവും പിന്നെ ചിലതും

- അമിതചിന്ത എന്താണെന്ന് തിരിച്ചറിഞ്ഞ സ്ഥിതിക്ക് അതിനെ എങ്ങനെ നേരിടാം എന്നറിയേണ്ടതുണ്ട്. ഉത്കണ്ഠയും അമിതചിന്തയും വലയ്ക്കുന്ന മനസ്സിനെ അതിൽ നിന്ന് മോചിപ്പിച്ച് ശാന്തമാക്കാൻ പല വഴികളുമുണ്ട്. അവ ലളിതമെങ്കിലും വളരെ ഫലപ്രദമാണ്.

- സമ്മർദ്ദനിയന്ത്രണത്തിലെ ചതുർമന്ത്രങ്ങളാണ് ഓർക്കേണ്ട ആദ്യത്തെ കാര്യം. ഒഴിവാക്കുക, മാറ്റുക, സ്വീകരിക്കുക, പൊരുത്തപ്പെടുക എന്നിവയാണവ. നിങ്ങൾക്ക് നിയന്ത്രിക്കാൻ പറ്റാത്തവയിൽ നിന്ന് നടന്ന് മാറുക എന്നതാണ് ഒഴിവാക്കുക എന്നതുകൊണ്ടുദ്ദേശിക്കുന്നത്. ചില കാര്യങ്ങൾ ശ്രമിച്ചുനോക്കാൻ പോലും യോഗ്യമല്ലാത്തതാണ്. അവയെ നമ്മുടെ ചുറ്റുപാടിൽ നിന്ന് പൂർണ്ണമായും മാറ്റുന്നതാണ് അഭികാമ്യം. എങ്കിലും, ഒഴിവാക്കാനാകാത്തതാണെങ്കിൽ സമ്മർദ്ദഘടകത്തെ ഇല്ലാതാക്കാൻ നമ്മുടെ ചുറ്റുപാട് എങ്ങനെ മാറ്റിയെടുക്കാനാകുമെന്ന് പഠിക്കണം. ഇനി ചുറ്റുപാടു മാറ്റാനാകാത്തതാണെങ്കിൽ സ്വീകരിക്കുകയല്ലാതെ മറ്റു മാർഗ്ഗമില്ല. അവസാനമായി, സമ്മർദ്ദമുണ്ടാക്കുന്ന സാഹചര്യത്തെ

ഒന്നും ചെയ്യാനാകാത്ത സ്ഥിതിയാണെങ്കിൽ അതുമായി പൊരുത്തപ്പെടുകയും സമ്മർദ്ദവുമായി എങ്ങനെ യോജിച്ചുപോകാമെന്നും അതെത്രത്തോളം കുറയ്ക്കാമെന്നും പഠിക്കണം.

- മറ്റൊരു ജനപ്രീതിയുള്ള ടെക്നിക്കാണ് ജേർണലിംഗ്. അമിതമായി ചിന്തിക്കുമ്പോൾ നമ്മുടെ മനസ്സിൽ ആയിരക്കണക്കിനു വ്യത്യസ്ത ചിന്തകൾ കെട്ടുപിണയും. അതു നമ്മെ തളർത്തും. എന്നിരുന്നാലും, ഇതെല്ലാം വ്യവസ്ഥാപിതമായി എഴുതിവച്ചാൽ അവയെ വിശകലനം ചെയ്യാനും വിലയിരുത്താനും കഴിയും. ഇതൊരു ശീലമാക്കാൻ ഒരു പോക്കറ്റ് ജേർണൽ എപ്പോഴും കൂടെ കൊണ്ടുനടക്കുകയും ആവശ്യമുള്ളപ്പോഴൊക്കെ എഴുതുകയും ചെയ്യാം.
- മൂന്നാമത്തെ ടെക്നിക്ക് 5-4-3-2-1 എന്നതാണ്. അതിതീവ്ര പരിഭ്രാന്തിയെ നേരിടാൻ ഇതു വളരെ ഫലപ്രദമാണ്. പഞ്ചേന്ദ്രിയങ്ങളും ഇതിൽ ഭാഗഭാക്കാണ്. എപ്പോൾ പാനിക് അറ്റാക്ക് വന്നാലും ചുറ്റുപാടിൽ നിന്നു കാണാൻ കഴിയുന്ന അഞ്ചു കാര്യങ്ങളും സ്പർശിക്കാൻ കഴിയുന്ന നാലു കാര്യങ്ങളും മണക്കാൻ കഴിയുന്ന മൂന്നു കാര്യങ്ങളും കേൾക്കാൻ കഴിയുന്ന രണ്ടു കാര്യങ്ങളും രുചിക്കാൻ കഴിയുന്ന ഒരു കാര്യവും കണ്ടെത്തുക. പഞ്ചേന്ദ്രിയങ്ങളെ ഇടപെടുത്തുന്നതിലൂടെ അമിതചിന്തയിൽ നിന്നു തലച്ചോറിനെ വ്യതിചലിപ്പിക്കാനാകും.

അദ്ധ്യായം മൂന്ന് : നിങ്ങളുടെ സമയവും നിക്ഷേപങ്ങളും നിയന്ത്രിക്കുക

- ഉത്കണ്ഠയുടെ ഏറ്റവും വലിയ സ്രോതസ്സ് മോശം സമയമാനേജ്മെന്റാണ്. നമ്മൾ ആസ്വദിക്കുന്ന കാര്യത്തിനു സമയം കൊടുക്കാതെ ദുരിതമുണ്ടാക്കുന്ന കാര്യങ്ങൾക്കു മുൻഗണന കൊടുക്കുന്നു. വിനോദത്തിനും വിശ്രമത്തിനും വേണ്ടത്ര സമയം കൊടുക്കാൻ ശ്രദ്ധിക്കാറില്ല. ഉത്കണ്ഠനില മെച്ചപ്പെടുത്തണമെങ്കിൽ വിനോദത്തിനും വിശ്രമത്തിനും സമയം കണ്ടെത്തണം. പതിവായി ചെയ്യേണ്ട കാര്യങ്ങളുടെ ലിസ്റ്റുണ്ടാക്കുക, നിങ്ങളുടെ

യഥാർത്ഥ മുൻഗണനയനുസരിച്ച ജോലികളെ റാങ്ക് ചെയ്യുക. ലക്ഷ്യങ്ങൾ ചെറിയ കഷണങ്ങളായി ഉടയ്ക്കുക.

- സമയത്തെ ഫലപ്രദമാക്കാൻ സഹായിക്കുന്ന മറ്റു തന്ത്രങ്ങളുമുണ്ട്. ഇതിലൊന്നാണ് അലൻസ് ഇൻപുട്ട് പ്രോസസ്സിംഗ് മെത്തേഡ്. ഇതിൽ ഇൻപുട്ടെന്നാൽ ബാഹ്യമായ ഏതു ഉത്തേജനവുമാകാം. ഏറ്റവും ചെറിയ ഉത്തേജനത്തോട് (ഫോൺകോൾ, ഇമെയിൽ) പോലും നമ്മളെങ്ങനെ പ്രതികരിക്കുന്നുവെന്നു രേഖപ്പെടുത്തി വിശകലനം ചെയ്യുക. നിലവിലുള്ള പ്രതികരണങ്ങളെ അടിസ്ഥാനമാക്കി പ്രതികരിക്കാനുള്ള മികച്ച വഴി ആസൂത്രണം ചെയ്യുകയും അതുവഴി ചില ഉത്തേജനങ്ങൾക്കു മറ്റുള്ളവയേക്കാൾ മുൻഗണന നല്കുകയും ചെയ്യാം.

- മറ്റൊരു ഉപകാരപ്രദമായ ടെക്നിക്കാണ് SMART ലക്ഷ്യങ്ങൾ. നിശ്ചിതമായത് (specific) അളക്കാവുന്നത് (measurable), പ്രാപ്യമായത് (attainable), പ്രസക്തമായത് (relevent), സമയബന്ധിതമായത് (time-bound) എന്നതാണ് SMART. നിങ്ങളുടെ ലക്ഷ്യങ്ങൾ വളരെ സവിശേഷവും വിശദവുമായി എഴുതിവയ്ക്കുക. അതുവഴി എന്തുചെയ്യണമെന്ന് ശരിയായി മനസ്സിലാക്കാം. ലക്ഷ്യം നേടിയോ എന്ന് എങ്ങനെ അറിയുമെന്നതിനു മാനദണ്ഡം നിശ്ചയിക്കണം. ലക്ഷ്യം എത്തിച്ചേരാൻ സാധ്യമെന്ന് ഉറപ്പാക്കണം. അതു വിചിത്രമായതാവരുത്. ഈ ലക്ഷ്യം നിങ്ങളുടെ മൂല്യവ്യവസ്ഥയ്ക്ക് അനുയോജ്യമെന്നു ഉറപ്പുവരുത്തുകയും ലക്ഷ്യം നേടുന്നതോടെ ജീവിതത്തിലെ എന്ത് ഉദ്ദേശ്യമാണു നിറവേറുകയെന്നു വിലയിരുത്തുകയും ചെയ്യുക. അവസാനമായി ഈ ലക്ഷ്യം പൂർത്തീകരിക്കുന്നതിനായി സമയപരിധി നിശ്ചയിക്കുക.

അദ്ധ്യായം നാല്: തത്ക്ഷണ സെൻ എങ്ങനെ കണ്ടെത്താം

- നിങ്ങളുടെ ഉത്കണ്ഠ കടുത്ത പനിച്ചൂടിലാണെന്നോ അല്ലെങ്കിൽ അതു നിങ്ങളുടെ പിടിയിൽനിന്നു കൈവിട്ടുപോകുമെന്നോ തോന്നുന്ന സന്ദർഭങ്ങൾ ഉണ്ടായേക്കാം.

അത്തരം സന്ദർഭങ്ങളിൽ സമ്മർദ്ദം കുറയ്ക്കാൻ പരിശോധിച്ചുറപ്പിച്ചിട്ടുള്ള ചില സങ്കേതങ്ങളെ ആശ്രയിക്കാം.

- ഇതിൽ ആദ്യത്തേത് ഓട്ടോജെനിക് ടെക്നിക്ക് ആണ്. ഇതനുസരിച്ച്, ആറു വ്യത്യസ്ത വ്യായാമങ്ങളിലൂടെയാണ് ചിന്തകളേയും വികാരങ്ങളേയും കടിഞ്ഞാണിടാൻ ശ്രമിക്കുന്നത്. ആദ്യത്തേതിന്, സ്വസ്ഥമായ സ്ഥലം കണ്ടെത്തി ഇരിക്കുകയോ കിടക്കുകയോ ചെയ്യുക. എന്നിട്ട് സ്വയം ചില ശബ്ദസൂചനകൾ നല്കുക. "ഞാൻ പൂർണ്ണമായും ശാന്തമാണ്." ഈ സമയം പതുക്കെ, സ്ഥിരമായി ശ്വാസോച്ഛ്വാസം ചെയ്യുക. ഇടവിട്ടിടവിട്ട് വാക്യം ആവർത്തിച്ചുകൊണ്ടു ശരീരത്തിന്റെ വിവിധഭാഗങ്ങളിലെ സംവേദനം അറിയുക. ഇതു പഠിച്ചെടുക്കാൻ അൽപ്പസമയമെടുക്കുമെങ്കിലും ലളിതവും എവിടെയും ഏതുസമയവും ചെയ്യാവുന്നതുമാണ്.

- രണ്ടാമത്തെ മാർഗ്ഗമാണ് നിയന്ത്രിതഭാവന. സ്വസ്ഥമായ നിലയിൽ ഇരുന്ന് ഗന്ധം, ശബ്ദം തുടങ്ങി നിങ്ങളുടെ എല്ലാ ഇന്ദ്രിയങ്ങളേയും ആനന്ദകരമായി ഉത്തേജിപ്പിക്കുന്ന ഒരു സ്ഥലം സങ്കൽപ്പിക്കുക. ഏതു സ്ഥലവുമാകാം. വിശ്രാന്തി നല്കുന്നതാകണമെന്നു മാത്രം. ഭാവനയെ പരമാവധി ഉപയോഗിച്ച് എല്ലാ വിശദാംശങ്ങളോടും കൂടി വേണം ദൃശ്യം കാണാൻ.

- മൂന്നാമതായി, പ്രോഗ്രസ്സീവ് മസ്സിൽ റിലാക്സേഷനാണ്. ശാരീരികശാന്തി മാനസിക ശാന്തിയിലേക്കു നയിക്കുമെന്ന ആശയത്തെയാണ് ഇത് ആശ്രയിക്കുന്നത്. പേശികളെ ആദ്യം മുറുക്കി പിന്നെ അയച്ചുവിട്ട് ശാരീരികമായ ശാന്തത കൈവരുത്തുകയാണ് ലക്ഷ്യം. വീണ്ടും, സ്വസ്ഥമായ നില തെരഞ്ഞെടുക്കുക. തലമുതൽ പാദം വരെയോ, തിരിച്ചോ ഓരോ ശരീരഭാഗങ്ങളെയായി വലിച്ചുമുറുക്കുകയും അയച്ചുവിടുകയും ചെയ്യുക.

- അവസാനമായി, ആകുലതകൾ മാറ്റിവയ്ക്കൽ. ഇതു നേരിട്ടുള്ളതും വളരെ ഫലപ്രദവുമായ മാർഗ്ഗമാണ്. ഇതുവഴി ഉത്കണ്ഠയുടെ ചുഴികളെ ഇല്ലാതാക്കാം. നിങ്ങൾക്കുള്ളിൽ ഉത്കണ്ഠ വളരുന്നതായി തോന്നിത്തുടങ്ങിയാൽ ആശങ്കപ്പെടാനായി പിന്നീടൊരു സമയം ബോധപൂർവ്വം

കണ്ടെത്തുക. എന്നിട്ട് മനസ്സിനെ തുടർച്ചയായി വർത്ത മാനകാല നിമിഷത്തിലേക്കു കൊണ്ടുവരിക. നമ്മുടെ ജീവിതത്തിൽ നിന്ന് ഉത്കണ്ഠ പൂർണ്ണമായും ഇല്ലാതാക്കാൻ കഴിഞ്ഞെന്നുവരില്ല. പക്ഷേ അതിന്റെ തുടക്കസമയവും കാലയളവും പരിമിതപ്പെടുത്താൻ കഴിയും.

അദ്ധ്യായം അഞ്ച് : നിങ്ങളുടെ ചിന്താരീതികൾ മാറ്റുക

- ഒരുപാട് ഉത്കണ്ഠയുണ്ടാക്കുന്ന ചില സവിശേഷ നിഷേധാത്മക ചിന്താപദ്ധതികളിൽ കുടുങ്ങിയിരിക്കുകയാണ് നമ്മളിൽ പലരും. കോഗ്നിറ്റീവ് ബിഹേവിയറൽ തെറാപ്പി (സി.ബി.ടി) ഇത്തരത്തിലുള്ള ചിന്താപദ്ധതികൾ കണ്ടെത്താനും നിങ്ങളുടെ മാനസികാരോഗ്യം കൂടുതൽ മെച്ചപ്പെടുത്തുന്ന അങ്ങേയറ്റം പോസിറ്റീവായ മനോഭാവങ്ങളാൽ പുനഃസ്ഥാപിക്കാനും സഹായിക്കും.

- നിങ്ങൾ ഇരകളാകുന്ന വ്യത്യസ്ത വൈജ്ഞാനിക വൈകല്യങ്ങൾ തിരിച്ചറിയുകയാണ് ആദ്യത്തെ കർത്തവ്യം. കറുപ്പ്-വെളുപ്പ് ചിന്തകളാണ് സാധാരണയായി കാണുന്നത്. ഇവിടെ എല്ലാം അങ്ങേയറ്റത്തിലാണു നിങ്ങളെടുക്കുക. ഒന്നുകിൽ ഭീകരം അല്ലെങ്കിൽ സ്വർഗ്ഗീയം. എന്നിട്ട്, ഏതെങ്കിലും പ്രത്യേക ജീവിതസാഹചര്യത്തിൽ അനുപാതരഹിതമായി മോശം കാര്യത്തിൽ ശ്രദ്ധ കൊടുക്കാൻ പോസിറ്റീവിനെ കുറവുചെയ്യുന്നു. അത്തരത്തിലുള്ള അനേകം വൈകല്യങ്ങളുടെ നീണ്ട പട്ടിക തന്നെയുണ്ട്. നിരവധി വ്യത്യസ്ത വൈകല്യങ്ങളെ ഒന്നിച്ചുചേർത്താണ് നമ്മൾ പരിഹാരം തേടുക.

- അടുത്തതായി, ഏതുതരത്തിലുള്ള സാഹചര്യങ്ങളും ആൾക്കാരും പരിസരങ്ങൾ ആണ് നിങ്ങളിൽ പ്രത്യേക ചിന്താരീതികൾ ഉണർത്തുന്നത് എന്നതിലേക്കാണ് നമ്മൾ ശ്രദ്ധ ചെലുത്തുക. നിങ്ങൾക്കു പ്രവർത്തനരഹിതമായ ചിന്തകളുടെ റിക്കാർഡ് പ്രസക്തമായ വിശദാംശങ്ങൾ സൂക്ഷിക്കാൻ ഉപയോഗിക്കാം. ഇവിടെ, നിഷേധാത്മക ചിന്താരീതിയിലേക്കു നിങ്ങൾ വീഴുന്നുവെന്നു തോന്നുമ്പോൾ അതിനു തൊട്ടുമുമ്പുള്ള സ്ഥലം, സാഹചര്യം, സംഭവങ്ങൾ, ആ ചിന്ത കൃത്യമായും എന്തായിരുന്നു,

ഏതുതരത്തിലുള്ള വൈകല്യമായിരുന്നു അത് എന്നു തിരിച്ചറിയാൻ ശ്രമിക്കുക. പിന്നീട് ഈ ചിന്തയോടു യുക്തിപരമായി പ്രതികരിക്കുക.

- നമ്മുടെ വൈജ്ഞാനിക വൈകല്യങ്ങളെക്കുറിച്ച് കൂടുതൽ അറിഞ്ഞാൽ ഈ ചിന്താരീതികൾ മാറ്റാനുള്ള മാർഗ്ഗങ്ങളാണു വേണ്ടത്. പെരുമാറ്റ പരീക്ഷണങ്ങളാണ് ഫലപ്രദമായ ഒരു മാർഗ്ഗം. ഈ ടെക്നിക് ഉപയോഗിക്കാനുള്ള സരളമായ ഒരു മാർഗ്ഗം നിങ്ങളുടെ നിഷേധാത്മക ചിന്തകളോ വിശ്വാസങ്ങളോ വ്യക്തമായി പ്രസ്താവിക്കുകയാണ്. അതു തെറ്റാണെന്ന് തെളിയിക്കാനാകുന്ന ഒരു സിദ്ധാന്തമുണ്ടാക്കുകയാണു വേണ്ടത്. നിങ്ങളുടെ വിശ്വാസം തെറ്റാണെന്നു ബോധ്യപ്പെടുത്തുന്ന എന്തെങ്കിലും മുൻകാല അനുഭവങ്ങളോ തെളിവുകളോ ഉണ്ടോ എന്നു പരിശോധിക്കുക. ഇതിലേക്കു നയിക്കുന്ന നിരീക്ഷണങ്ങളും നടത്തുക. ആദ്യ വിശ്വാസത്തെ സംശയിക്കത്തക്ക കാരണങ്ങൾ കണ്ടെത്തിയാൽ അവ വിശകലനം ചെയ്ത് അതനുസരിച്ച് നിങ്ങളുടെ ചിന്താപദ്ധതിയിൽ മാറ്റം വരുത്തുക.

അദ്ധ്യായം ആറ് : പുതിയ മനോഭാവവും വൈകാരിക നിയന്ത്രണവും

- ഉത്കണ്ഠയേയും അമിതചിന്തയേയും നേരിടുന്നതിനു നിങ്ങളെ സഹായിക്കാൻ ഈ പുസ്തകം ഒരുപാടു തന്ത്രങ്ങൾ മുന്നോട്ടുവച്ചിട്ടുണ്ടെങ്കിലും ലക്ഷ്യം എന്തെങ്കിലും എളുപ്പവഴികളോ സൂത്രപ്പണികളോ പഠിക്കുകയല്ല. മനോഭാവങ്ങളിലും തിരിച്ചറിവുകളിലും അടിസ്ഥാനപരമായ മാറ്റം വരുത്തി കൂടുതൽ രൂപാന്തരീകരണം ഉണ്ടാക്കുകയാണ്. നിങ്ങളുടെ മാനസികഘടനയിലേക്കു ചേർക്കേണ്ട അത്തരത്തിലുള്ള അഞ്ചു മനോഭാവമാണ്.

- ആദ്യത്തേത് നിങ്ങൾക്കു നിയന്ത്രിക്കാൻ കഴിയുന്നതിൽ ഊന്നൽ നല്കുക, നിയന്ത്രിക്കാൻ കഴിയാത്തതിലല്ല എന്നതാണ്. നിങ്ങൾക്കെന്തെങ്കിലും നിയന്ത്രിക്കാൻ പറ്റുമെങ്കിൽ അതു ചെയ്യുക. എന്നാൽ അതിനു കഴിയില്ലെങ്കിൽ, അതേക്കുറിച്ച് വിഷമിച്ചിട്ടു യാതൊരു കാര്യവുമില്ല.

അതേക്കുറിച്ച് നിങ്ങൾക്കൊന്നും ചെയ്യാനില്ലെങ്കിൽ അതിനെ അംഗീകരിച്ച് നമ്മൾ മുന്നോട്ടുപോവുക എന്നതാണ് ലളിതമായ പോംവഴി. നിങ്ങൾക്കു ചെയ്യാൻ കഴിയുന്നതിൽ ഊന്നുക, കഴിയാത്തതിലല്ല എന്നത് രണ്ടാമത്തെ മനോഭാവം. ഇത് ആദ്യത്തേതു പോലെ തന്നെയാണ്, എന്നാൽ കൂടുതൽ വ്യക്തമായതാണ്. എന്തൊക്കെ പ്രത്യേക കാര്യങ്ങളാണ് ചില സാഹചര്യങ്ങളിൽ നിങ്ങൾക്കു ചെയ്യാൻ കഴിയുന്നതും കഴിയാത്തതും?

- നിങ്ങൾക്കുള്ളതിൽ ഊന്നുക, ഇല്ലാത്തതിലല്ല എന്നതാണ് മൂന്നാമത്തേത്. നമുക്ക് ഇല്ലാത്തതിൽ ശ്രദ്ധിച്ച് തളരുന്നതിനിടയിൽ, നമ്മുടെ പക്കലുള്ള എല്ലാ നല്ല കാര്യങ്ങളേയും അഭിനന്ദിക്കാൻ നാം പലപ്പോഴും മറന്നു പോകാറുണ്ട്. നമ്മുടെ ജീവിതത്തിലെ എല്ലാ നല്ല കാര്യങ്ങളെക്കുറിച്ചും ബോധപൂർവ്വം ചിന്തിച്ച് നമുക്കീ തെറ്റ് തിരുത്താം. അതുപോലെ, നിങ്ങളുടെ ആവശ്യത്തിൽ ശ്രദ്ധ ചെലുത്തുക, നിങ്ങളുടെ ആഗ്രഹങ്ങളിലല്ല. കാരണം നിങ്ങളുടെ ആഗ്രഹം ഒരിക്കലും തീരില്ല. അവ പൂർണ്ണമായും നേടിയെടുക്കാവുന്നതുമല്ല. ഇതു നിങ്ങൾക്ക് അങ്ങേയറ്റം ആവശ്യമുള്ളവയിൽ ശ്രദ്ധ കേന്ദ്രീകരിക്കാൻ സഹായിക്കും. അവസാനമായി, ഇന്നിൽ ജീവിക്കുക, ഭൂതകാലത്തിലോ ഭാവിയിലോ അല്ല. കാരണം 'അങ്ങനെയെങ്കിൽ' എന്ന പ്രയോഗമാണ് അമിതചിന്തയിലേക്കു വഴിതെറ്റാനുള്ള പ്രധാന പ്രേരണ.

- റൂമിനേഷൻ (അയവിറക്കൽ) എന്നത് ഉത്കണ്ഠാകുലവും ഉത്പാദനക്ഷമമല്ലാത്തതുമായ അമിതചിന്തയാണ്. ഉത്കണ്ഠയുടെ മറ്റു രൂപങ്ങൾ പോലെ ഇതിനേയും അവബോധത്താലും മനശ്ശാസ്ത്രപരമായ അകലം പാലിച്ചും നേരിടാം. ചിന്തകളെ ചിന്തകളായി മാത്രം കാണുക. പഴങ്കഥകൾക്കു മാനുഷത്വം ആരോപിക്കുകയോ അവയെ ബാഹ്യവത്കരിക്കുകയോ ചെയ്യുക. നിങ്ങൾ ചെയ്യുന്നത് ശരിയായ പ്രശ്നപരിഹാരമാണോ അതോ വെറും അയവിറക്കലോ എന്ന ചോദ്യം ചോദിക്കുന്നത് ശീലമാക്കുക.

എസ് ജയകൃഷ്ണൻ

കോഴിക്കോട് ജില്ലയിലെ ചാത്തമംഗലം സ്വദേശി. 31 വർഷം വിവിധ മലയാള പത്രങ്ങളിൽ എഡിറ്റോറിയൽ വിഭാഗത്തിൽ സേവനമനുഷ്ഠിച്ചു. സാമൂഹിക മാധ്യമങ്ങളിൽ എഴുതാറുണ്ട്. ഭാര്യ : സുജയ. മക്കൾ : ദേവഹർഷൻ, ഹേമാംബരി.